కీర్తి శేషులు శ్రీ దిగవల్లి వేంకట శివరావు గారి

జ్ఞాపకాలు

"విన్నంత, కన్నంత, తెలిసినంత"

2వ భాగం

సంపాదకుడు

డా. దిగవల్లి రామచంద్ర.

REMINISCENCES

ALL RIGHTS RESERVED

All rights reserved. No part of this publication may be reproduced, stored in or introduced into a retrieval system, or transmitted, in any form by any means may it be electronically, mechanical, optical, chemical, manual, photocopying, or recording without prior written permission of the Publisher/ Author.

Jnapakaalu (Part 2)
of
Digavalli Venkata Siva Rao
Edited by
Dr.Digavalli Ramachandra

Cell Phone: 8106216512 /9441190133

Copy Right: **DR. D. V. SIVA RAO**

Published By: Kasturi Vijayam
Published on: Dec,2023

ISBN (Paperback): 978-81-964872-2-5

Print On Demand

Ph:0091-9515054998
Email: Kasturivijayam@gmail.com

Book Available
@
Amazon, flipkart

ముందు మాటలు

దిగవల్లి శివరావుగారు రాసిన అనుభవాల ఆధారంగా ఆయన కుమారుడు రామచంద్రగారు మంచి వ్యాసాలు ప్రచురించారు. అప్పటి కాల పరిస్థితులలో మధ్యతరగతి చదువుకున్నవాళ్లు దిగవల్లి వెంకట శివరావుగారు వివరించిన బ్రహ్మసమాజంలో చేరడానికి రకరకాల ఆలోచనలు, యుక్తులు అనుసరించారు. బ్రహ్మసమాజంలో చేరాలని వుంది కాని అంత కొత్త ఆచారాలు అనుసరించడానికి ఉత్సాహం వున్నా ధైర్యం చాలక రకరకాల మార్గాలలో కొంత చేరి, కొంత చేరక, ఎన్ని రకాల బ్రహ్మసామాజికులు తయారయారో శివరావుగారి వ్యాసాల్లో మనకి క్షుణ్ణంగా తెలుస్తుంది. బ్రహ్మసమాజం చాలా యిబ్బందులు ఎదుర్కోవలసిన అవసరాన్ని యెదురుగుండా పెట్టింది. అంతకుముందు తమకి వున్న ఆచారాల్ని అన్నిటినీ వదులుకోవలసిన అవసరాన్ని కల్పించింది. ఇంత కొత్త రకమైన పని చేయడానికి ఉత్సాహం వున్నా వాళ్లకి అంతకి ముందు వున్న నమ్మకాలని వదులుకోడానికి అందరూ సిద్ధంగా లేరు. అందుకని వాళ్లు అనుసరించిన అరకొర విధానాలు ఈ వ్యాసాల్లో నవ్వు పుట్టించేటంత విపులంగా చెప్పారు శివరావుగారు. ఈ వ్యాసాలు ప్రచురించి ఇరవయ్యవ శతాబ్దపు తొలిరోజుల్లోని మన సమాజపు పరిస్థితులను స్పష్టంగా చూపించారు ఈ వ్యాసాల్లో.

ఇవి మంచి వ్యాసాలు, మన గురించి మనం తెలుసుకోడానికి ఉపయోగించే వ్యాసాలు. మొహమాటం లేకుండా ధైర్యంగా వున్న విషయం వున్నది వున్నట్లుగా చెప్పే శివరావుగారి శైలి మనకి ఎంతో ఆసక్తి కలిగిస్తుంది. ఈ వ్యాసాలు మన సమాజంలో ముఖ్యుల ఆలోచనా పరిస్థితిని, ఆచరణా పరిస్థితిని రెండిటినీ కూడా మనకి స్పష్టంగా చూపిస్తాయి. శివరావుగారు చాలా ధైర్యవంతుడు. తన కాలంలో పెద్ద పేరున్న కందుకూరి వీరేశలింగాన్ని ఎదుర్కొని తన అభిప్రాయాలని నిర్మొహమాటంగా రాసిన సాహసి శివరావుగారు. ఆయన్ని గురించి ఈ కాలం ఎప్పుడో మరిచిపోయింది, కాని మనం ఇప్పుడు తెలుసుకోవలసిన అవసరం వుందని ఈ వ్యాసాల వల్ల తెలుస్తుంది. నిజానికి ఏ కొత్త ఉద్యమం వచ్చినా దాని వల్ల ఆకర్షితులై, అయినా అనుసరించే ధైర్యం లేక ఉండేవాళ్లు ఈ కాలంలో కూడా వున్నారని చెప్పడం కష్టం. కాని పందొమ్మిదవ శతాబ్దపు కాలం మనకి దూరంగా వుంది కాబట్టి ఇప్పుడు వీటిని హాయిగా చదవగలం. అయినా ఇప్పుడు పరిస్థితి అలాంటిదే అని నర్మగర్భంగా చూపించిన శివరావుగారిని మెచ్చుకోవాలి.

ఈ వ్యాసాలు ఇప్పుడు చాలా అవసరం. పందొమ్మిదవ శతాబ్దం గురించి మనకి తక్కువ తెలుసు. శివరావుగారి లాంటి ఆలోచనాపరులు, ధైర్యవంతులు వున్నారని మనకి

తెలియ వలసిన అవసరం చాలా వుంది. ఆ వ్యాసాలు మళ్లా ఇప్పుడు సంకలనం చేసి ప్రచురించడం ద్వారా దిగవల్లి రామచంద్రగారు మనగురించి మనకి తెలియవలసిన సంగతులు చాలా చెప్పారు. నిజంగా ఈ వ్యాసాలు నేను మెచ్చుకుంటూ చదివాను. రామచంద్రగారికి తెలుగువాళ్లు చాలా ఋణపడి వుంటారు.

- వెల్చేరు నారాయణ రావు

విజ్ఞాపన

"జ్ఞాపకాలు, అభిప్రాయాలు" అన్న శీర్షికతో నాన్నగారి చిత్తు వ్రాత ప్రతుల బొత్తులలోనుంచి వారి జ్ఞాపకాలు కొన్ని 1వ భాగముగా 2023 సం.మార్చి లో సంకలనంచేసి చెన్నైలో ముద్రించి ప్రచురించి యుంటిని. తదుపరి అదే సంకలానాన్ని కౌలాలంపూరు (మలేషియా) వాస్తవ్యులు శ్రీ పామిరెడ్డి సుధీర్ రెడ్డిగారి కస్తూరి విజయం ప్రచురణలవారు రెండవసారి ప్రచురించారు. మొదటి ప్రచురణలో వుండిన తప్పులను చాలా మట్టుకు సవరించుటకు అవకాశము ఈ విధముగా కలిగించినందుకు శ్రీ సుధీర్ రెడ్డి గారికి కృతజ్ఞతలు. వీరి ప్రచురణ అమెజోన్, ఫ్లిప్ కార్టులద్వారా పొందవచ్చును.

ఈ సంపుటిలో కేవలము జ్ఞాపకాలే కాక వారివి, వారి సమకాలీన రచయితల అభిప్రాయాలు కూడా కలిసియున్న ప్రకరణములున్నవి.

ముందుమాటగ నేను పాఠకులకు మనవి చేయటమేమంటే 1వభాగములోనూ మరియు ఈ 2వ భాగపు సంపుటములోనూ వచ్చిన పొరబాట్లు, తప్పులు రచయిత వల్ల జరిగినవి కాదనీను, సంపాదకుని అవగాహనా లోపమువల్లనే కలిగినవని పాఠకులు గమనించగలరు. నాన్నగారి చేతి వ్రాత ప్రతులు కొన్ని శిధిలావస్థలో నుండినవి. వారి చేతి వ్రాతయే చాల క్లిష్టమైన గొలుసు కట్టు వ్రాత, అందునా అనేకమైన పాతకాలమునాటి సంగతులు, సమాచారములలో ప్రముఖుల, ప్రదేశముల, పుస్తకముల నామవాచకములు అవగాహనము చేసుకొనలేని స్థితిలో వాటిని తప్పుగా టైపుచేయుట తటస్థించుటయే గాక సాధారణమైన ముద్రా రాక్షసములు కూడా వాటికి తోడైనవి.

నేను ఈ సంపుటమును సంకలనముచేసి పుస్తక రూపంలో తీసుకురాగలుగుట నా మిత్రుల సహాయము లేనిదే అసంభవమైయుండే దనుట అతిశయోక్తి కాదు. వీరికి నేను కృతజ్ఞుడను. వారిలో ముఖ్యముగా శ్రీ చీర్ల చంద్రశేఖర్, శ్రీ పరుచూరి శ్రీనివాస్, శ్రీ జి.ఆర్.కె మూర్తి గార్లు. వ్రాత ప్రతిలోని అనేకమైన మాటలు, వాక్యములు నా ముంబై మిత్రులు చంద్రశేఖర్ గారితో సంప్రదించిన మీదట వారు సవరించి తేల్చి చెప్పగలుగుట వలనే చాలమట్టుకు సంపూర్తి చేయగలిగాను. సంస్కృతాంధ్ర సాహిత్యంలో వారికి గల విశేష పరిచయము 1వ భాగములోనే కాక ఈ సంపుటిలో వచ్చిన పద్యాలను కూడా సరిచూసి పద విభజన సూచించట నాకు దైవ ప్రసాదమైనది. వారికి నా హృదయపూర్వక కృతజ్ఞతలు. ముందుచెప్పినట్లుగా ఈ సంపుటిలో వచ్చిన అనేక నామవాచకములను నాకు అవగాహ నాతీతములైన కొన్నిటిని శ్రీనివాస్ గారు కూడా తేల్చి చెప్పారు. వీరు జర్మనీలోవున్నా, పనిమీద మీటింగులోవున్నా, ఇంటివద్ద లండనులో వున్నా నా SOS మెసేజ్ ని తప్పకుండా

స్వీకరించి సమాధానం చెప్పటమే గాక ఆ విషయానికి సంబంధించిన ప్రచురిత పుస్తకపు పుటల పి. డి.యఫ్ ను పంపి నాకు అమూల్యమైన సహాయం చేశారు. వీరికి నా కృతజ్ఞతాభినందనలు. మూడో మిత్రులు, చిన్ననాటి సహాధ్యాయుడు, I.U.P ప్రచురణల మేనేజింగ్ ఎడిటర్ శ్రీ జి.ఆర్.కె మూర్తిగారు నన్నుప్రోత్సహించటమే గాక ఒకటి రెండు విషయాలకు కావలసిన పుస్తకాలను కూడ పంపారు. అంతేకాదు నేను 2019నుండీ ప్రచురించిన 3 పుస్తకములకు వారు కవరు పేజి డిజైను చేయించటం, ఎ-4 సైజులో నేను టైపు చేసిన టెక్స్టు ను డి.టి.పి చేయించిపెట్టటం ఎంతో ఔదార్యమైన పని. వారికి ప్రత్యేకంగా కృతజ్ఞతలు.

ఇంకనూ అవగాహనము కాని మాటలను పూరింపలేక ఖాళీలు వదలి పెట్టక తప్పలేదని పాఠకులు గమనించగలరు.

నాన్నగారి రచనలకు కాపీ రైటు కలిగియున్న మా అన్నగారి కుమారుడు, అమెరికా వాస్తవ్యుడు డా.శివరావు ప్రోత్సాహము,సహకారము అభినందనీయము.

ప్రఖ్యాత సాహిత్య పరిశోదకులు, తెలుగు,ఇంగ్లీషు భాషా విశారదులు ఆచార్య డా. వెల్చేరు నారాయణరావుగారి ముందుమాటలతో ఈ సంపుటిని పాఠకులకు పరిచయము చేయాలన్న నా అభిలాషను శ్రీ పరుచూరి శ్రీనివాస్ గారి ద్వారా శ్రీ నారాయణరావు గారికి తెలియజేసి అభ్యర్ధించినాను. వారు అంగీకరించి శ్రమ తీసుకుని వ్రాసియిచ్చారు. వారి ముందుమాట ఈ సంపుటికీ, నా ప్రయాసకు విలువ చేకూర్చినది. వారికి నా కృతజ్ఞతాభివందనములు.

హైదరాబాదు — **సంపాదకుడు**

30/11/2023 — **దిగవల్లి రామచంద్ర.**

సెల్ ఫోను: 8106216512 /9441190133

విషయసూచిక

బ్రహ్మ సమాజము I 1
బ్రహ్మసమాజము II 10
బ్రహ్మసమాజము–III 14
తణుకులో బ్రిడ్జి కూలిపోవుట 15
'వందేమాతరం'...................................... 17
నా చిన్ననాటి దేశ పరిస్థితి............................ 22
దివ్యజ్ఞాన సమాజము – హోంరూల్ స్వరాజ్యోద్యమము27
మనుస్మృతి సంస్కరణలు 32
పట్టాభి సీతారామయ్యగారి కాంగ్రెస్ చరిత్ర............. 37
గరిమెళ్ల సత్యనారాయణ గారు........................ 44
"దేవేంద్ర సత్యార్థి"...................................... 48
వాడ్రేవు నరసింహారావు గారు 51
డాక్టర్ బెండపూడి పేర్రాజు గారు........................ 57
గాంధీజీ బహూకరించిన రాట్నం......................... 63
మా శాంత.. 71
మా బుల్లెప్ప 79

మా బావగారు బొద్దపాటి పూర్ణయ్య గారు	81
దుగ్గిరాల రాఘవ చంద్రయ్య సచ్ఛాస్త్రి	89
భావ కవిత్వం	92
జస్టిస్ పార్టీ ప్రభుత్వం	94
శ్రీ చెళ్ళపిళ్ళ వేంకట శాస్త్రి–శతావధాని గారు	103
సహస్ర మాస జీవిత సమీక్ష	108
జాతీయ కాంగ్రెస్ ప్రారంభం నాటి ఆంధ్ర ప్రముఖులు	113
దక్షిణాది తెలుగు జనము	127
దేశ చరిత్రపై మత ప్రభావము	129
ఆంధ్రదేశ గ్రామ రాజకీయాలు	136
ఆరణివారి చరిత్ర	142
పుస్తకములో ప్రస్తావించిన ప్రముఖులు	144

బ్రహ్మ సమాజము I

1828 సంవత్సరంలో రాజా రామమోహన రాయులు వారు స్థాపించిన బ్రహ్మసభ, దేవేంద్రనాథ ఠాగూరు గారి కాలంలో బ్రహ్మ సమాజం అయినది. కేశవ చంద్రసేను గారి కాలంలో బ్రహ్మ సమాజము రెండుగా చీలినది. బ్రహ్మ సమాజము వంగదేశంలో బాగా వ్యాప్తి చెంది జాతీయ అభ్యుదయానికి తోడ్పడింది. బ్రహ్మ సమాజ సభ్యులు నీతిపరులై ,సంఘసేవకులై, దేశభక్తులై దేశాభివృద్ధికి తోడ్పడ్డారు.

కేశవ చంద్రసేను గారు 1864 సంవత్సరంలో చెన్నపట్నం వచ్చి బ్రహ్మ సమాజ మతమును గూర్చి మహోపన్యాసాలు చేశారు. అవి ఒక పుస్తకంగా ముద్రింపబడినవి. చెన్నపట్నంలోని యువ జనులలో సంచలనం కలిగించింది. కొందరు వేద సమాజం స్థాపించారు. విశాఖపట్నం జిల్లాలో అనకాపల్లి జమీందారులైన గోడే వారు వేద సమాజాన్ని అభిమానించారు. చెన్నపట్నంలోని ప్రముఖులు బ్రహ్మ సమాజమును సంఘ సంస్కరణోద్యమములను అభినందించారు. చెన్నపట్నంలో ఒక బాలిక పాఠశాల ఉపాధ్యాయుడిగా నున్న మన్నవ బుచ్చయ్య పంతులు గారు బ్రహ్మ సమాజ శాఖ అభివృద్ధికి కృషి చేశారు. అనకాపల్లి ప్రొప్రైటర్ జమీందారులైన గోడే గజపతి రావు గారి ధన సహాయంతో అన్నపిళ్ళ వీధిలో బ్రహ్మ సమాజ మందిరము నిర్మించబడింది. చెన్నపట్నం క్రిస్టియన్ కాన్వంటులో విద్య అభ్యసించిన రఘుపతి వెంకటరత్నం నాయుడు గారు బ్రహ్మ సమాజ సభ్యులైనారు. ఆయన బందరు లోను ,సికింద్రాబాదు లోను ఉపాధ్యాయులుగా పనిచేశారు. బందరులో నోబుల్ కళాశాలలో విద్యార్థులు క్రైస్తవ మతంలో కలియకుండా బ్రహ్మ సమాజం లో చేర్చుకున్నందుకు కాలేజీ అధికారులకు నాయుడుగారి పైన ఆగ్రహం కలిగింది. ఆయన సికిందరాబాదు కాలేజీలో పనిచేస్తు వుండగా కాకినాడ పిఠాపురం రాజా కాలేజీ ప్రిన్సిపాలు పదవి ఇచ్చారు. 1919 సంవత్సరం వరకు ఆ పదవిలో ఉన్నారు. వెంకటరత్నం నాయుడు గారి 27 ఏళ్ళ వయస్సులోనే భార్య చనిపోయినది. ఆయన మళ్లీ పెళ్లి చేసుకొనక బ్రహ్మచర్య వ్రతం అవలంబించారు. ఆయన పరిశుద్ధ జీవితం వల్ల ఆదర్శ పరులైనారు. కాకినాడలో బ్రహ్మ సమాజము దినదినాభివృద్ధి చెందినది. కాకినాడ బ్రహ్మ సమాజానికి ఆయన అధ్యక్షులైనారు. చాలామంది విద్యార్థులు బ్రహ్మ సమాజంలో చేరారు.

నాయుడు గారు అనుష్ఠానిక బ్రహ్మ సమాజ సభ్యుడుగా ఉండేవారు. ఆయన ఉదార

స్వభావుడు. చిత్తశుద్ధితో ఉన్నవారిని అనుష్ఠానిక బ్రహ్మసమాజకులు కాకపోయినా జంధ్యములు తీసివేయకపోయినా సహించేవారు. నాయుడు గారికి పిఠాపురం రాజా గారు శిష్యులైనారు. ఆయన ధన బలము వల్ల బ్రహ్మ సమాజము విజృంభించినది. వీరేశలింగంపంతులు గారికి బ్రహ్మసమాజముపైన ఆసక్తి ఉన్నప్పటికీ ఆయన 1906 సంవత్సరం వరకు అనుష్ఠానిక బ్రహ్మ మతస్థులు కాలేదు.

అప్పట్లో బాపట్ల వాస్తవ్యులైన దేశిరాజు పెద్దబాపయ్య గారు రాజమండ్రి కాలేజీలో ఉద్యోగానికి రాజీనామా చేసి అనుష్ఠానిక బ్రహ్మ సమాజ సభ్యులుగానుండి రాజమహేంద్రవరంలో గొప్ప పేరు ప్రఖ్యాతులతో ఉండగా పంతులుగారు తమ నాయకత్వానికి భంగము కలుగుతుందని భయపడి తమ గౌరవాన్ని కాపాడుకొనడం కోసం బాపయ్యగారి వలెనే తామును అనుష్ఠానిక బ్రహ్మసమాజికులైనారు. జంధ్యము తీసివేసి జాతి ,మత, కుల భేదములు వదిలినారు. పెద్ద బాపయ్య గారు 1908 సంవత్సరం మార్చి నెలలో అకాల మరణం పొందారు.

పెద్దబాపయ్య గారి బంధువుడైన కామరాజు హనుమంతరావు గారు అనుష్ఠానిక బ్రహ్మ మతస్తుడు. తమ స్వీయ చరిత్ర సమీక్షలో బ్రహ్మసమాజ చరిత్రని వివరించారు. "బాపట్లలో ఈశ్వరోపాసన గోష్టి బాల భక్త సమాజము అనియు రాజమహేంద్రవరం, బెజవాడ, గుంటూరు, ఏలూరు, చీరాల గ్రామంలో ప్రార్థన సమాజమనియు, మచిలీపట్నం, కాకినాడ పట్టణంలో బ్రహ్మ సమాజమనియు వేర్వేరు నామములతో పలుకబడు సంఘములన్నియు రామ్మోహనుడు లోకమున వ్యాప్తింపజేయు నుద్దేశించినట్టి బ్రహ్మ సమాజోపాసన కొరకై నెలకొల్ప బడి భక్తిశ్రద్ధలతో నడపబడుతుండుటను కనుగొంటిని.

ఆయా సమాజములకు చెందినవారు తమ జీవితములను సచ్ఛీలముతోను, ధర్మ ప్రవర్తనముతోనూ, పరోపకారములతోను శోభిల్ల చేయుటకు యథాశక్తి పాటుబడు చుండుట గాంచితిని. బ్రహ్మచర్య వ్రతముగైకొను వారు కొందరు, సానిమేళముల బహిష్కరించు వారు కొందరు, మాంసాహారమును విసర్జించువారు, వితంతూద్వాహముల జరిపించువారు కొందరు వర్ణభేదముల తృజించువారు కొందరు, దీనులకు ధన సహాయం చేయువారు కొందరు. ఇంకా ఇతర విధములుగా సంఘ సేవ చేయువారు మరికొందరు సభ్యులలో ఉండుట చూచితిని. సామాన్య జనులే గాక అగ్రవర్ణముల వారు విద్యాధికులు, అధికారులు, ధనికులు మున్నగు ఉన్నత శ్రేణి వారు కూడా సమాజ సభ్యులై యుండిరి. ప్రతి సమాజము పలువురు సభ్యులతో కూడి ఒక మహోద్యమ నిర్వహణ నియుక్తమై పౌరుల గౌరవమునకు పాత్రమై యుండెను. ఈశ్వరుని ప్రేమించుట, ఈశ్వరునికి ప్రియమైన కార్యములు నిర్వహించుట ఆదర్శముగా కలిగి అట్టి వారితో నేర్పడిన సమాజములే పూజ్యత గాంచుటలో నాశ్చర్యమగునా!"

దిగవల్లి వేంకట శివరావు

ఈ వివిధ సంఘ సభ్యులతో కలిసి పని చేయుటకు పెద్దబాపయ్య గారు పూనుకొనిరి. కలకత్తాలో బ్రహ్మ సమాజీకులకు సంబంధించిన కొన్ని కార్యములు పెద్దబాపయ్య గారు ఆచరించుటకు బూనినను తమ వ్యక్తిత్వము కాపాడుకొనిరి."కలకత్తాలో బ్రహ్మ సమాజ పక్షమున ప్రచారము సలుపుచుండిన పండిత శివనాథ శాస్త్రి గారికి ఉత్తర ప్రత్యుత్తరములు వ్రాసి శ్రాద్ధ కర్మ, పరిశుద్ధా స్తిక పద్ధతి నెట్లు అనుష్ఠింప వలయునో తెలిసికొని తమ తల్లియొక్కయు నా తల్లియొక్కయు శ్రాద్ధములందు వీరేశలింగం గారిచే నిదివరలో జరిపించియుండిరి." (పుటలు 90- 91).

ఈ పద్ధతి ననుసరించియే తమ తండ్రి యాబ్దికమును 12-02-1906 తేదీన జరిపిరి. తత్సందర్భమున నాడే సార్వజనీన విందు నేర్పాటు చేసిరి. అదే ఆంధ్రదేశమున నట్టి ప్రధమ విందగుటచే దాని మూలమున పూర్వాచారపరులలో గొప్ప యలజడి బయలుదేరినది. ఇది యైన తరువాత 15-2-1906 తేదీన వీరేశలింగం గారు తమ తండ్రి శ్రాద్ధములు ఆననీక పద్ధతిని జరిపిరి. యజ్ఞోపవీతము విసర్జించిరి. క్రమ క్రమముగా నితరులును మత కర్మలు వీడి శుధ్ధాస్తక విధానమునూ అనుష్ఠింప బూనిరి.

కలకత్తా బ్రహ్మ సమాజ ప్రచారకులైన హేమచంద్ర సర్కార్ బంగళా దేశములోని సమాజ సభ్యులవలనే బ్రహ్మ సమాజ దీక్ష గైకొనవలెనని కోరగా పెద్దబాపయ్య గారు తమ జీవితమునకు అవసరమైన రీతిని సంస్కరణములు కోరు చున్నారని తాము హిందూ సంస్కర్తయనియు, ఒక మతము విడిచి మరొక మతమున ప్రవేశించినటుల బ్రహ్మ సమాజ దీక్ష Initiation తీసుకొనుట అనవసరమనిరి. కలకత్తా బ్రహ్మ సమాజీకులు మొత్తం మీద మాంసాహార విషయమున నేల ఉదాసీనులైనారో తమకు బోధ పడుటలేదని చెప్పి దీక్ష తంతును త్రోసిపుచ్చిరి. రామమోహనుని విశ్వమానవ సోదర సిద్ధాంతానికి వ్యతిరేకంగా ప్రత్యేక మతం పనికిరాదనిరి. 15-4-1906 తేదీన గుంటూరు లోనుండిన ఆస్తిక మహాసభకు వీరేశలింగం పంతులుగారు అధ్యక్షత వహించిరి".

వీరేశలింగం గారి అనుచరులలో చిలకమర్తి లక్ష్మీనరసింహం గారు, కార్నిలియన్ పత్రికాధిపతి టంగుటూరి శ్రీరాములు గారు, నాళం కృష్ణారావు గారు, అత్తిలి సూర్యనారాయణ గారు, కారుమాని కామరాజు గారు, కారుమాని వీరభద్ర స్వామి గారు, కుందూరి వెంకటరత్నం గారు, పాలకోడేటి గురుమూర్తి గారు, కనపర్తి శ్రీరామ మూర్తి గారు, ధార్వాడ కృష్ణారావు గారు, రామాప్రగడ వెంకటరామయ్య గార్లతో హనుమంతరావు గారు పరిచయం చేసుకొనిరి (పుట 94) బాపట్లలో హనుమంతరావు గారు చదువుతున్నప్పుడు బొప్పిడి వెంకటప్పయ్య గారు 1902 సంవత్సరంలో హనుమంతరావు గారిలో బ్రహ్మ సమాజం బీజములు నాటినారు. పెద్దబాపయ్య గారిని హనుమంతరావు గారు గురువుగా పూజించేవారు. బాపయ్య గారికి పాలపర్తి నరసింహం గారు, కోటంరాజు పున్నయ్య, మతుకుమల్లి సుబ్బారావు, వేదాంతం వెంకట కృష్ణయ్య, మల్లాది

వెంకటేశ్వర్లు, బొద్దుపల్లి రామయ్య , కోటయ్య స్నేహితులైనారు.

పెద్దబాపయ్య గారు 1881 సంవత్సరంలో రేపల్లెలో జన్మించారు. మచిలీపట్నంలో నోబుల్ కళాశాలలో చదివి మెట్రిక్యులేషన్ పాస్ అయినారు. అప్పట్లో చెన్నా ప్రగడ భానుమూర్తి గారు, అయ్యదేవర కాళేశ్వర రావు గారు సహాధ్యాయులు. అప్పటి వరకు బాపయ్య గారు సనాతన ధర్మమునే ఆచరించేవారు. బాపయ్య గారు మద్రాసు క్రిస్టియన్ కాలేజీలో ఫిలాసఫీ డివిజన్లో డబుల్ గ్రాడ్యుయేటు. మిల్లర్ స్కినర్, మొప్పేటారిలనే మిషనరీ ఆచార్యుల వల్ల ప్రభావితులైనారు. పూర్వాచారములు మాని సంఘసంస్కరణ పై ఆసక్తి కలిగి చెన్నపట్నం లోనే 1897లో ప్రాంతంలో వీరేశలింగం గారి తో పరిచయం కలిగింది. 1905 సంవత్సరం నాటికి హనుమంతరావు గారు బ్రహ్మ సమాజమతము నవలంబించిరి.

బ్రహ్మ సమాజ సిద్ధాంతంలో ముఖ్యమైనవి:

అన్ని కులాల వారు ఆరాధించే దేవుడు ఒక్కడే అని, ఆయన జగత్పిత యని, మానవులందరూ ఆయన బిడ్డలని, సర్వమానవ సహోదరత్వము ఏకమేవా ద్వితీయం బ్రహ్మ అని. భగవంతుడు సర్వస్వరూపుడు, జ్ఞానస్వరూపుడు, సర్వవ్యాపి, ఆత్మ స్వరూపుడు. అందువలన విగ్రహము లను దైవములుగా పూజించరాదు. కర్మకాండ పనికిరాదు. అవతారములు నమ్మరాదు. నిశ్చల భక్తి విశ్వాసాలతో భగవంతుని ధ్యానించవలెను. భగవంతుడు కరుణాళువు. బ్రహ్మకృపాహి కేవలం ఆయన మన పాపాలను పరిహరించి ఆదరిస్తాడు. మన పాపాములను తలుచుకుని పశ్చాత్తాప్తులమై ఆయనను ప్రార్థించవలెను. కర్మ పునర్జన్మ నమ్మిన నమ్మవచ్చును లేదా మాన వచ్చును. వేదములు గాని బైబిల్ గాని ఖురాన్ గాని దైవ దత్తములు కావు. సచ్ఛీలముతో జీవించవలెను. సంఘ సేవ చేయవలెను. మూఢనమ్మకాలను నిషేధించవలెను. జాతి, మత, కుల, స్త్రీ, పురుష తారతమ్యములను విడువవలెను.

బ్రహ్మ సమాజంలో పుణ్య పాపాలు ఉన్నవి గాని స్వర్గ నరకాలు లేవు. పుణ్యం చేసిన వారు భగవంతుని సాన్నిధ్యం లో ఉంటారు. బ్రహ్మ సమాజ మతస్థులు నీతిమత ధర్మాలకు, శుచి శుభ్రతలకు గౌరవమిస్తారు. కాని మడి మైలలు, దృష్టి దోషములు, అంటరానితనము పై నాధారపడరు. ఉదాహరణకు ఉపాసనలో స్నానం చేసి శుభ్ర వస్త్రాలు ధరిస్తారు. కేశవ చంద్ర సేను కాలంలో భజన పద్ధతి నగర సంకీర్తన పద్ధతి ఉండేది. ఆంధ్ర బ్రహ్మ సమాజంలో హార్మోనియం తో పాటలు కూడా పాడతారు. గుడిపాటి వెంకటచలం గారు ప్రముఖ కీర్తనాచార్యులలో నొకరు. ఆదిపూడి సోమనాధ రావు గారు హరికథలు చెప్పేవారు.

దిగవల్లి వేంకట శివరావు

కామరాజు హనుమంతరావు గారు తమ స్వీయ చరిత్రలో పరిశుద్ధాస్తిక మత జీవిత విధానాలను గూర్చి వివరంగా వ్రాశారు. ఆంధ్ర బ్రహ్మసాధానాశ్రమము, కాకినాడ బ్రహ్మ సమాజము అనే ప్రకరణలలో చాలా విశేషాలు ఉన్నవి. అనుష్ఠానము వ్యక్తుల శక్తి సామర్థ్యముల పైన ఆధారపడి ఉండును గనుక వ్యక్తులే నిర్ణయించుకొన వలెనని వెంకట రత్నం నాయుడు గారి అభిప్రాయం (పుట 174).

వేమూరి రామకృష్ణా రావు గారు కలకత్తానుంచి వచ్చి కాలేజీ లెక్చరరు గానున్నారు. జంధ్యం తీసివేయలేదు. దీనిని గూర్చి చర్చ జరిగింది. (పుట 175-178)

బ్రహ్మ సమాజము విశ్వమానవ సహోదరత్వమును ప్రభోదిస్తుంది. కులమత తారతమ్యం పనికి రాదు. నాయుడు, శాస్త్రి మొదలైన నామములను ఉంచకూడదు. నాయుడు గారు తెలగ సంఘములోను బ్రాహ్మణేతర సంఘములలోనూ సభ్యులైనారు. దీనికి అసమ్మతి తెలుపుతూ 17 మంది ఆయనకు అర్జీ నిచ్చినారు. దీనిని గూర్చి చర్చ జరిగింది (పుట180-187). కాకినాడ అనుష్ఠానిక బ్రహ్మ సమాజములో గుడిపాటి వెంకటచలం గారు, మొక్కపాటి రామ్మూర్తి గారు సభ్యులు. (పుట 189-193).

మా బావగారైన బొడ్డపాటి పూర్ణయ్య పంతులుగారు 1907 సంవత్సరంలో మా అక్క గారిని వివాహమాడినారు. అప్పటికాయన బ్రహ్మసమాజీకుడు. టెలిగ్రాఫ్ మాస్టర్ గా ఉండేవారు.. ఆయన స్నేహితులు మంగళూరు బ్రహ్మ సమాజ నాయకులైన కె. రంగారావు గారు మొదలైన వారు సారస్వత బ్రాహ్మణులు. మా బావగారికి వీరేశలింగం పంతులుగారి పైన చాలా భక్తి. గౌరవము. మా బావగారు ఉపనిషత్తులు చదివేవారు. సంస్కృతం వచ్చును. కాలికట్టు బ్రహ్మసమాజములో ఉపాసన చేశేవారు. నేను కూడా వెళ్లాను.

అప్పట్లో బ్రహ్మోపాసన పద్ధతి అనే ఒక చిన్న తెలుగు పుస్తకం ఉండేది. కలకత్తా బ్రహ్మసమాజమునకు తెలుగు; వందనము, అనుతాపము, ప్రార్థన, మానన బోధలు, మంగళము మొదలైన శీర్షికలు ఉండేవి.

కలకత్తా బ్రహ్మ సమాజము వారు వ్రాయించిన వివాహ పద్ధతి. ఇంగ్లీష్ కరపత్రం ప్రకారం వివాహం జరిపేవారు. శ్రాద్ధ కర్మ కూడా కలకత్తా సామాజిక పద్ధతినే జరిపేవారు. అగ్నిహోత్రము గాని కర్మకాండ గాని లేకుండా ఉపాసన చేసేవారు.

నేను రాజమండ్రిలో హితకారణి స్కూల్లో 1910 డిసెంబర్లో ఒకటవ తేదీన థర్డ్ ఫారంలో ప్రవేశించాను. ఆ పాఠశాల వీరేశలింగం ఆస్తికోన్నత ఉన్నత పాఠశాల అయినది. నేను 1916

సంవత్సరంలో స్కూల్ ఫైనల్ క్లాసు పాసైనాను. మా పాఠశాల ఉపాధ్యాయులు కొందరు బ్రహ్మసమాజీకులు సభ్యులుగా ఉండేవారు. 1914-16 మధ్య వడ్డాది సుబ్బారాయుడు గారి ఇంట్లో నేను మా అమ్మగారు కాపురం ఉన్నాం.

సుబ్బారాయుడు గారు సనాతన ధర్మపరులు. గొప్ప కవి. భక్త చింతామణి అని శతకములో శివకేశవులను సమానంగా నిర్గుణ పరబ్రహ్మనే స్తుతించారు. అలాగే భగవత్కీర్తనలనే పాటలు రచించారు. అది చాలాసార్లు ముద్రింపబడినది. రాజమహేంద్రవరం ప్రార్థన సమాజంలో సుబ్బారాయుడు గారి భగవత్కీర్తనలు పాడేవారు. అందులోకూడా బ్రహ్మసమాజ పద్ధతిన ఉద్బోధనము, వందనము, అనుతాపము, ప్రార్థన, మానస బోధలు, మంగళము అనే బ్రహ్మోపాసన విధాన శీర్షికల క్రింద పాటలు, పద్యాలు ఉండేవి. 1911 సంవత్సరంలో ముద్రింపబడిన ఐదవ కూర్పు 2000 కాపీలలో నొకటి నా దగ్గర ఇప్పటికీ ఉన్నది. నేను ప్రార్థన సమాజంలో కొన్నిసార్లు పాల్గొన్నాను. కామరాజు హనుమంతరావు గారి స్వీయ చరిత్ర సమీక్షలో బ్రహ్మ సమాజంలో గూర్చిన విశేషాలు చాలా వ్రాశారు. ఆయన దేశిరాజు పెద్దబాపయ్య గారికి బంధువు, శిష్యుడు. హనుమంతరావు గారు చాలా నీతి నియమం గల బ్రహ్మసమాజకుడు. రఘుపతి వెంకటరత్నం నాయుడు గారికి ప్రియ శిష్యుడైనారు. ఆయనే కాకినాడ బ్రహ్మ సమాజంలో ముఖ్యమైన సభ్యుడుగాను, కార్య నిర్వాహకుడుగాను పనిచేశారు. కర్మసాధని పత్రిక నిర్వహించారు. ఆయన వితంతువైన బాలాత్రిపురసుందరమ్మ గారిని వివాహం చేసుకున్నారు. వీరు ఆదర్శ దంపతులుగా నుండేవారు. హనుమంతరావు గారు బ్రహ్మ సమాజమును నిర్వహించినపుడు పిఠాపురం రాజా గారు ధన సహాయం చేస్తూ ఉండేవారు. నాయుడు గారు ఆ సమాజం అధ్యక్షులుగా ఉండేవారు. అప్పట్లో ఆ సమాజ వ్యవహారాలలో రాజా గారు రాజకీయాలు చూపుచుండిరని హనుమంతరావు గారికి ఇష్టంలేకపోయింది. దానిని గూర్చి విమర్శించారు.

అలాగే నాయుడు గారి కక్కుర్తి పనులు కొన్ని హనుమంతరావు గారికి రుచించలేదు. నాయుడు గారు 1917 తెలగ సంఘ సభ్యుడుగా చేరగా హనుమంతరావు గారు, 17 మంది సభ్యులు అసమ్మతి సూచించగా నాయుడు గారికి 4-12-1917 తారీకున విజ్ఞప్తిని పంపారు. దీనిని గూర్చి చర్చించడానికి నాయుడు గారిని ప్రశ్నించారు. కానీ వారి జవాబు సంతృప్తికరంగా లేదు. దీన్ని గూర్చి తమ గ్రంథంలో విమర్శించారు.

పుట్టుక పైన ఆధారపడిన వర్ణభేదమును పాటించరాదనేవి బ్రహ్మసమాజకుల ముఖ్య సిద్ధాంతం. కుల చిహ్నములైన శాస్త్రి, నాయుడు, అను పేర్లు, చిహ్నములైన జంధ్యం,గ్రంథాదులు వుంచుట వారు సహించరు. నాయడుగారు కుల సంఘంలో చేరుట అన్యాయము. దీనిని గూర్చి అసమ్మతి తెలిపారు. మరి కొన్ని కారణాలవల్ల సమాజం పాడైనది.

దిగవల్లి వేంకట శివరావు

శ్రీ చిలకమర్తి లక్ష్మీనరసింహం గారు తమ స్వీయ చరిత్రలో (1942) సింహావలోక రచనలు అనే ప్రకరణములలో దేశ పరిస్థితులను గూర్చివివరిస్తూ బ్రహ్మ సమాజమును గూర్చి ఇలా వ్రాశారు:

"1828 సంవత్సరమున రాజా రామమోహన్ రాయులు బంగాళా దేశమున బ్రహ్మ సమాజ మతము స్థాపించెను. ఆ గాలి దక్షిణముగ వీచినందున ఏకేశ్వరారాధనము చేయదలచి వీరేశలింగం గారు 1878లో నొక ప్రార్థన సమాజమును రాజమహేంద్రవరమున స్థాపించిరి. కొందరు యువకులాయన చుట్టును చేరి ప్రతివారము పరబ్రహ్మమును గూర్చి నిర్గుణముగా ప్రార్థనలు చేయజొచ్చిరి. బ్రహ్మమత వ్యాప్తికై బంగాళా దేశము నుండి బిపిన్ చంద్ర పాలు, శివనాథ శాస్త్రి మొదలగువారాంధ్ర దేశమునకు వచ్చి బ్రహ్మ సమాజ మును గూర్చి ప్రబోధలు చేసిరి. క్రమముగ వీరేశలింగం గారికా సిద్ధాంతము రుచించినందున వారు 1906 సంవత్సరమున అనుష్ఠానిక బ్రహ్మ మతస్థులైరి. అనగా యజ్ఞోపవీతము త్యజించుట, కర్మలు మానుట, జాతి భేదము పాటింపకుండుట. కొందరు యువకులు వారి మార్గము ననుసరించిరి. నాటినుండి బ్రహ్మ సమాజము వెలసినది. దీనికి తోడుగా శ్రీ రఘుపతి వెంకటరత్నం నాయుడు గారు కూడ బ్రహ్మసమాజీకుడై కాకినాడలోని కళాశాల కధ్యక్షుడుగా వచ్చి అక్కడ కూడ బ్రహ్మసమాజ బీజములు నాటిరి. అది కొంతకాలమచట వృద్ధి పొందెను. ఆంధ్ర దేశములో పెక్కు ప్రార్థన సమాజములు స్థాపింపబడెను. వీరేశలింగం గారును, నాయుడు గారును గతించిన తరువాత బ్రహ్మసమాజము క్షీణించుచున్నది. మనదేశములోనున్నబ్రహ్మ మతస్థులను వేళ్లమీద లెక్క పెట్టవచ్చును. ఎందుచేతనో మనదేశమునందు బ్రహ్మమత వృక్షమేపుగ పెరగలేదు. అది మనదేశ విరుద్ధమైన మతము కాకపోయిననూ మహర్షి సమ్మతమైన యుపనిషన్మత మైనను పూర్వము బౌద్ధ మత జైనమతములకు స్థానమిచ్చిన యీ ఆంధ్ర దేశమున నేడీ సంశుద్ధాస్తిక మతమునకు నాశ్రయమివ్వకపోవుట మిక్కిలి శోచనీయము. నాకీ మతము నందత్యంతాభిమానము గలదు. ఆ మతమవలంబించిన వారికి మూఢ విశ్వాసము లుండవు. బంగళా దేశమందిది బాగుగ వ్యాపించినది. (408-409)".

బ్రహ్మ సమాజంలో చేరిన బ్రాహ్మణ యువకులు క్రైస్తవ మిషనరీ పాఠశాల లోను ప్రభుత్వ పాఠశాలలోనూ ఇంగ్లీషు చదివి ఆంగ్లేయ నాగరికతా వ్యామోహములో మునిగితేలుతూ పాశ్చాత్య సంఘంలోని స్త్రీ, పురుషుల వలెనే మనవారుకూడా కలిసిమెలసి తిరగాలనీ, స్త్రీలకు స్వేచ్ఛా స్వాతంత్రాలుండాలని భావంతో ప్రవర్తించడంవల్ల స్త్రీలకు కూడా ఒక విధమైన సాహస ప్రవృత్తి అభివృద్ధి అయి భర్తల ఆజ్ఞలతో నిమిత్తములేకుండా స్వతంత్రంగా ప్రవర్తించే అలవాటు అయినది. బ్రహ్మ సమాజంలోని యువకులు తమ మిత్రుల ఇండ్లకు వచ్చి తమ భార్యలతో స్వేచ్ఛగా సరస

సల్లాపాలు ఆడినా అభ్యంతరం చెప్పే స్థితి పోయింది. దీని ఫలితంగా సమాజంలోని స్త్రీ,పురుషులలో నీతి నియమాలు నశించినవి. స్వేచ్ఛగా చలించే ఆచారం ప్రబలినది.

బ్రహ్మ సమాజంలో వారు పూర్వాచారాలన్నీ దురాచారాలని భావిస్తూ వానిని మార్చాలని ప్రయత్నించడం ప్రారంభించారు. కుల కట్టుబాటులు, మర్యాదలు, పూర్వ సంస్కృతులు, సంప్రదాయాలను ఉల్లంఘించ ప్రారంభించారు. స్త్రీ విద్య అభివృద్ధి చేయడానికి, అతి బాల్య వివాహాలు, అతివృద్ధ వివాహాలను మాన్పడానికి, పిల్లలు ఇష్ట ఇష్టాలతో నిమిత్తం లేకుండా తల్లిదండ్రులు వివాహం చేయడానిని మార్చడానికి ప్రయత్నించారు. పునర్వివాహాలు, వర్ణాంతర వివాహాలను ప్రోత్సహించారు. బహు భార్యాత్వము, వేశ్యాలోలత్వము, మొదలైన దురాచారాలను మాన్చడానికి ప్రయత్నించారు. సంఘములో మూఢ విశ్వాసాలను మార్చడానికి, సంఘసంస్కారం చేయడానికి ప్రయత్నించారు. దిక్కు లేకుండా కని పారవేసిన పిల్లలను, భర్తలు విడనాడిన స్త్రీలకు అనాధ శరణాలయాలు స్థాపించడానికి ప్రయత్నించారు. పాఠశాలలు, ఆసుపత్రులు మొదలైన ధర్మ సంస్థలు నిర్మించడానికి ప్రయత్నించారు. కుల తారతమ్యము నిర్మూలించడానికి, జాతిమాత కుల విచక్షణ లేకుండా ప్రోత్సహించడానికి ప్రయత్నించారు. ఈ ఉద్యమములను వీరేశలింగం గారు, రఘుపతి వెంకట రత్నం నాయుడు గారు స్వయంగా నిర్వహించారు. అనేక గొప్ప సంస్థలు స్థాపించబడి కొన్నాళ్లు బాగ జరిగినవి.

ఇలాగ కొన్ని సత్కార్యాలు చేస్తూ మంచి ఆశయాలతో బ్రహ్మ సమాజం కొంతకాలం సాగింది గాని క్రమక్రమంగా అందులో కొన్ని లోటుపాటులు, తప్పుడు మార్గాలు దుర్మార్గాలు కూడా తల ఎత్తుతున్నందున సంఘీభావము, ఐక్యమత్యం, క్రమశిక్షణలు క్షీణించినవి. యువకులలో కొందరు స్వేచ్ఛా విహారులైనారు, కొందరు రహస్యంగాను, కొందరు బహిరంగంగాను చెడు మార్గాలనవలంబింప సాగినారు. స్త్రీ స్వేచ్ఛ పేరున, వ్యక్తి స్వేచ్ఛ పేరున నవ నాగరికత పేరున కుల కట్టుబాటులే గాక నీతి మత ధర్మాలు, సంస్కృతి సాంప్రదాయాలు కూడా తృణీకరించసాగినారు. మొదట దైవ భక్తులైన బ్రహ్మ సమాజికులుగా నుండినవారే దుష్ట ప్రవర్తనకు దిగినారు. నాయుడు గారికి, వీరేశలింగం గారికి ప్రియ శిష్యులుగా నుండిన ప్రముఖులే దుర్మార్గానికి దిగినారు. నీతి నియమాలు, నిజాయితీ నశించినది. బ్రహ్మ సమాజంలో ప్రముఖులుగా ఉన్న గుడిపాటి వెంకటచలం గారి జీవిత చరిత్ర చదివితే వారి అనుచరులు, మిత్రులలో కలిగిన మార్పు, బ్రహ్మ సమాజ సభ్యులలోని అవినీతి చరిత్ర తెలుస్తుంది. వీరేశలింగం గారి భార్య పోయిన కొద్ది కాలంలోనే ఆయన ప్రవర్తన పైన చాలా అనుమానాస్పద అపవాదులు బయలుదేరినవి. ఆ వ్యవహారాలు కోర్టుకెక్కినవి. చాలా కుళ్ళు బయటపడినది. పిఠాపురం రాజా గారి చరిత్ర కూడా అపహాసంగా

పరిగణించినది. ఆయన దానధర్మాలు క్రమక్రమంగా తగ్గినవి. ఆంధ్రదేశంలోని బ్రహ్మ సమాజము క్షీణించి నామమాత్రావశిష్టమైనది.

బ్రహ్మసమాజము II

1. బ్రహ్మసమాజకులు ఏ మత గ్రంథమును అపౌరుషేయమని, పరమ పవిత్రమని అంగీకరింపరు.

2. అవతారాములను నమ్మరు.

3. బహుదైవతారాధనమును, విగ్రహారాధనమును నిరసించుదురు.

4. వర్ణాశ్రమ ధర్మములను, కులభేదములను గర్హింతురు.

5. కర్మము, పునర్జన్మము నమ్మిన నమ్మవచ్చును. నమ్మకపోవచ్చును. నమ్మినందువలన నష్టము లేదని అందురు.

బ్రహ్మసమాజ మత ప్రకారము స్వర్గ నరకములు లేవు. చచ్చిపోయిన తరువాత మనుషులందరూ యిక్కడివారికి సాధ్యముకాని ఔన్నత్యాన్ని అందుకొనవలెనని ప్రయత్నిస్తారు. అంటే నైతిక,ఆధ్యాత్మిక (moral and spiritual) పరిణతి (evolution) ఉంటుందన్న మాట. ఆలోకాల్లో కొన్ని పుణ్య పాపాలు ఉన్నాయి. పుణ్యకార్యము మనల్ని ఈశ్వరుడి దగ్గరకు తీసుకొని పోవును. పాప కార్యము ఆయనను దూరం చేస్తుంది. ఈశ్వరుడు ఒక అప్రమేయ అనందానుభవము. పునర్జన్మ అనేది లేదు.

బ్రహ్మ సమాజ కార్యక్రమాలు రెండు భాగాలు

1. ఈశ్వరుడిలో భక్తి

2. మానవ సౌభ్రాతృత్వము

ఆంధ్రదేశంలో బ్రహ్మ సమాజ నాయకులైన వీరేశలింగం పంతులు గారి ఉపన్యాసాలలో, రచనలలో ఈ భావాలు వెల్లడిస్తూ వుంటారు. రఘుపతి వెంకటరత్నం గారు తమ ఉపన్యాసాల్లో ఈ భావాలనే ప్రచారం చేస్తారు.

ఆంధ్రదేశంలో వీరేశలింగం గారి కాలంలో వ్యాపించిన బ్రహ్మసమాజము వంగదేశ బ్రహ్మ సమాజ నాయకులైన కేశవ చంద్రసేను గారు 1864 సం. లో చెన్నపట్నం వచ్చి బ్రహ్మ సమాజమును గూర్చి ప్రచారం చేసి ఉపన్యాసాలిచ్చారు. అవి గ్రంథాలుగా ప్రకటించబడినవి. చెన్నపట్నంలో మన్నవ బుచ్చయ్య పంతులు గారు బ్రహ్మ సమాజమును ప్రచారం చేశారు.

మచిలీపట్నంలోను, రాజమహేంద్రవరం లోను, కాకినాడలోను బ్రహ్మసమాజము క్రమ క్రమముగా అభివృద్ధి చెందినది.

కేశవ చంద్ర సేను గారు అప్పట్లో యునిటరి క్రైస్తవ మతధర్మాలపైన అభిమానము కలిగి వారి ప్రార్ధనా విధానాలను, ఉపాసనా విధానాలను అనుకరించేవారు. అందువల్ల తెలుగు దేశంలో వ్యాపించిన బ్రహ్మ సమాజము ప్రఛ్ఛన్న క్రైస్తవ మతంగా పరిణమించింది.

వీరేశలింగం పంతులు గారి భావాలు:

వీరేశలింగం గారు 1913 సంవత్సరం అక్టోబర్ 1 తేదీన మోచర్ల రామచంద్రరావు పంతులు గారికి వ్రాసిన జాబులో "నేనెప్పుడునూ సర్వేశ్వరునే నమ్మి యున్నాను. ఆయన నన్ను ఎప్పుడూ రక్షింపకుండా నుండలేదు. సర్వేశ్వరునకు వందనములు" అని వ్రాశారు.. 22-04-1913 తేదీన బెంగళూరు నుండి శ్రీ కుందూరి వెంకటరత్నం గారికి వ్రాస్తూ ఇప్పటి అసహాయ స్థితిలో సర్వేశ్వరుడు నాకు శాంతి నొసగుచున్నాడు. ఈ ప్రపంచములో నేను చేయవలసిన ముప్పాతిక ముప్వీసము ముగిసినదని నేనెంచుచున్నాను. జగత్పతియు, శ్రేష్ఠమిత్రుడు Heavenly friend నగు సర్వేశ్వరుని నేను కలుసుకొన వలసియున్నది. ఈ భావములు కేవలము క్రైస్తవ భావములుగానున్న వని వేరే చెప్పనక్కర్లేదు.

" వేదము, బైబిలు, ఖురాను మొదలగునవి నిజం కావు. అందు చెప్పబడిన మహిమలు నమ్మవీలు లేదు. ఆ కాలమున అమాయకులగు జనులు మూఢభక్తి వలన కొంచెం చదువుకున్నవారేమి చెప్పినా అది విశ్వసించియుండిరి. అవి పరీక్షకు నిలువవు. అద్భుత కల్పనములు పురాణములుగా మారును. ప్రకృతి శాస్త్ర విరుద్ధములగు వానిని నమ్మ వీలులేదు. హృదయస్థమైన ఆత్మ లేదని నమ్మి ప్రవర్తించవలెను". అని 27- 10- 1899 తేదీన ఈశ్వరదత్త పుస్తకములో వ్రాసిరి.

"మనకు ప్రభువు అయిన సృష్టికర్త అయిన ఈశ్వరుడు ఉన్నాడని నమ్మకమెక్కడ ఉండునో అక్కడ నెల్ల ఈశ్వరోపాసన ముండకతప్పదు. ఉపాసనలో ప్రధానాంగాము ప్రార్థన. అనగా మనకున్న లోపములను తొలగించుటకు గాని కావాల్సిన దానిని ప్రసాదించుటకు గాని వేడుకొనుట." అని 09-03-1891 తేదీన ఈశ్వరోపాసనము అను శీర్షిక క్రింద చెప్పారు. హిందూ మతమును విమర్శించి, " హిందూమత సిద్ధాంతంలో ఏదో ఒకటి నిజము కావలెను కానీ ఆరును ఉపనిషన్మతములు కావు. ప్రాణాయామము వృధా ప్రయాసము. మత విషయములందు నిజము కనుగొనుటకు బుద్ధి నుపయోగించవలెను" అని 1890 నవంబర్ లో హిందూమతమను శీర్షిక క్రిదం చెప్పిరి.

"సత్యమైన జ్ఞానమును, పరిశుద్ధమైన ఈశ్వరా రాధనమును వర్ధిల్ల చేయవలెనని, మనుష్య బుద్ధి కల్పితములైన మతమునందీ నామకముగా ప్రవేశించి, చిరకాలమునుండి ఈశ్వరునకే అర్హమైన పూజ నక్రమముగా ననుభవించున్న అసత్య దేవతల యొక్కయు, కుత్సిత ప్రతిమల యొక్కయు ఆరాధనము తొలగింపవలెను. పరమేశ్వరునికి చెందవలసిన భక్తి కైంకర్యాదులు తుచ్ఛములైన విగ్రహములపాలయి మౌఢ్యము చేత నీశ్వర మహిమ మరుగవ బడుచున్నప్పుడు నేనూరకుండజాలను". అని 06-01-1897 తేదీన విగ్రహారాధనము అను శీర్షిక క్రింద చెప్పిరి.

"సూర్యాగ్ని సముద్రాది మహోత్కృష్ట పదార్ధముల మూలమున భగవత్ మహిమలను తెలుసుకొని ఆరాధించి మనవారు కొంతకాలమునకు మంచి ఈశ్వరునెట్లో మఱచి సూర్యాదులనే కొలుచు వారయినారు. ఏకేశ్వరుని విడనాడిన తోడనే బహు దైవతములను కొలువ నారంభించిరి. మొదట మనుష్య రూపమునకు దింపిన మనవారు కాలక్రమమున మృగ రూపమునకును, పక్షి రూపమునకును, క్రిమికీటక రూపమునకును కడపట జడరూపమునకు కూడ కల్పించి కొలువ పాటుపడినారు. అటుతర్వాత ప్రత్యక్ష మృగాదులనే కొలిచిరి. వృషభములను, గరుడాది పక్షులను, పాములను పూజించిరి. అశ్వత్థాది వృక్షములకు ప్రదక్షణ, నమస్కారములు తుదకు సన్నివేండ్లకు గోడలకు బొట్లు పెట్టి పూజ చేయుచున్నారు. ఇంతకన్న మూఢులగుటకు సాధ్యమా? విగ్రహములకు స్నానములు చేయించి బట్టలు కట్టి అలంకరించి ధూపదీప నైవేద్యం నర్పించి భోగములు చేయించుట. ప్రతి సంవత్సరము వివాహము, రథోత్సవం చేయుట, అంతటితో సరిపుచ్చక విగ్రహ ప్రీతికై భుజము కాల్చుకొనుట, నారసములు గ్రుచ్చుకొనుట, బలులిచ్చుట, బిడ్డలను కూడా బలియిచ్చుట మొదలిడిరి. విగ్రహములకు జార, చోరత్యాది గుణములారోపించి వానిని గూర్చి కృష్ణ లీలలని పాడుతూ తాము కూడా వాని నవలంబించియును వైష్ణవులలో నాచరించబడు కంచు కోత్సవము, రాసక్రీడ వల్లభాచార్య మతమునందు గురువులకు స్త్రీలను సమర్పించుట. త్రాగుబోతు తనము, వామాచారము మొదలగు అవినీతికరములైన పనులు మతములో ప్రవేశించుటను గూర్చి విగ్రహారాధనము అను ఉపన్యాసమున విమర్శించిరి.

1881 సంవత్సరంలో జన్మాంతరము అను వ్యాసమున నిట్లు వ్రాసిరి

(1) ఈశ్వరుని కరుణాళుత్వమును బట్టి బుద్ధి, సంపద, న్యాయ శీలతను బట్టి విమర్శించినచో జీవాత్మల నతడు పరంపర కలిగించుననుట కవకాశము లేదు.

(2) బహుజన్మములు కలవని వాదించుటకు చూపెడు హేతువులు సరి అయినవి కావు. జనులలో స్థితి భేదములే పూర్వ జన్మమున్నందుకు తార్కాణమని చెప్పుట సరికాదు. జనులలో తారతమ్యములు మన క్షేమము కొరకు, అభివృద్ధి కొరకు ఈశ్వరుడు కలిగించినాడు. ఉదాహరణకు ధనికులు, సేవకులు, తెలివిగల వారు, తెలివి తక్కువ వారు, వివిధ వృత్తుల వారు

(3) పూర్వజన్మ కృత పాపమునకు శిక్ష యను వాదము సరికాదు.

(4) పూర్వ జన్మ స్మృతి జ్ఞాపకములేక పోవుటను బట్టి అట్టి జన్మలేదనుట స్పష్టపరచుచున్నది.

(5) పునర్జన్మము లేదనుకొనుట వలన నష్టము లేదు లాభమే.

బ్రహ్మసమాజము – III

ఆంధ్రదేశ బ్రహ్మసమాజము మహోన్నత దశలోనుండేది. అది క్రమ క్రమంగా క్షీణించ సాగినది బ్రహ్మ సమాజంలోని స్త్రీ పురుషులు స్వేచ్ఛా విహారులైనరు. చాలామంది అవినీతిపరులైనారు. 1911 సంవత్సరంలో బ్రహ్మసమాజ సభ్యులై నాయుడు గారికి ప్రియ శిష్యులలో ఒకడైన గుడిపాటి వెంకటాచలం గారి స్వీయ చరిత్రను ఆయన జీవితమును గూర్చి మూడు గొప్ప సంపుటాలు ప్రకటించిన పురాణం సుబ్రహ్మణ్య శర్మ గారి గ్రంథాలను చదివితే వెంకటచలం గారు ఎలా పాడైనారో వారి స్నేహితులు ఎలా పాడైనారో బాగా తెలుస్తుంది. చలం గారు, వారి మిత్రులు స్వేచ్ఛ విహారులై వ్యభిచారులైనారు. పైగా చలంగారు అవినీతిని ప్రచారం చేయసాగినారు. "పరస్త్రీ సంగమం పాపమా? ఇంత ఆనందము ఇచ్చేది పాపం ఎట్లు అవుతుంది?" అని ఆయన ప్రశ్నించారు. ఈ గ్రంథాల వల్ల ఆంధ్ర దేశ బ్రహ్మసమాజీకుల రహస్య జీవితాలు బట్టబయలు అయినవి. బ్రహ్మ సమాజం రూపుమాయడానికి ఇదే ముఖ్య కారణమని వేరే చెప్పాలా? దీనికి తోడు వీరేశలింగం గారిపై గౌరవానికి భంగం కలిగించే, అపకీర్తి కలిగించే పరిస్థితులు, కోర్టు వ్యవహారాలు జరిగి ప్రజలలో ఆయన పైన గౌరవంతగ్గినది. ఆయన కొన్ని కక్కుర్తి పనులు చేశారు. అంతట బ్రహ్మసమాజ పత్రిక అయిన ధర్మసాధని, ఆయన ప్రజా నాయకత్వము నుండి విరమించాలని కోరుతూ 16-08-1915 తేదీన గొప్ప వ్యాసం ప్రకటించినది. దాని ఇంగ్లీషు తర్జుమా కార్నీలియన్ ప్రకటించినది. ఇక రఘుపతి వెంకటరత్నం నాయుడు గారు కూడా కొన్ని కక్కుర్తి పనులు చేశారు ఆయన బ్రహ్మణేతరోద్యమంలో చేరి, జస్టిస్ పార్టీ నాశ్రయించి వారి సహాయంతో మద్రాసు విశ్వవిద్యాలయం వైస్ ఛాన్సిలర్ అయినారు. తెలగసంఘ సభ్యులైనారు. దీనిని గూర్చి బ్రహ్మ సమాజంలో గొప్ప అలజడి జరిగింది. కామరాజు హనుమంతరావు గారు రచించిన స్వీయ చరిత్ర సమీక్షలో దీని వివరాలు ఉన్నాయి. నాయుడు గారు 1939 సంవత్సరంలో చనిపోయారు. పిఠాపురం రాజాగారి పైనకూడా ప్రజలకు గౌరవం తగ్గింది. వారి చర్యలు, ప్రవర్తన అనుమానాలకు కారణమైనది. జమీందారీ రద్దుతో వారి పలుకుబడి పూర్తిగా పోయింది.

తణుకులో బ్రిడ్జి కూలిపోవుట

శ్రీ చెరుకుపల్లి బుచ్చిరామయ్య గారు 1900 సంవత్సరంలో తణుకు జిల్లా మున్సబ్ కోర్టులో బెంచి గుమాస్తాగా ఉండిరి. మా నాయన గారు అప్పుడు ఆ ఊరిలో మేజిస్ట్రేట్ గా ఉండిరి.16-08-1900 తేదీన గోదావరి పొంగి పెద్ద వరద వచ్చింది. దానితో పాటు తణుకు లోని గోస్తని నదియు పొంగినది. ఆరాత్రి మానాయన గారు తమ కోర్టు రికార్డు పెట్టెతో జవానులు ముందు వెనుక నడచుచుండగా, అప్పటికి రెండేండ్ల ఆరుమాసముల వయసుగల నన్ను ఒక జవాను ఎత్తుకొని రాగా నాకన్నా మూడేళ్ల పెద్దదైన మా అక్కయ్య సీతాసుందరిని ఇంకొక జవాను ఎత్తుకొని నడుచుచుండగా, తామును మా అమ్మగారును గోస్తనీ నది పైన ఊరిలో కచేరీలున్న పేటను ప్రాత ఊరితో కలుపుటకు కట్టబడిన వంతెన మీద నుండి నడుచుకుపోయిన కొంత సేపట్లో కూలిపోయింది. ఈ సంగతి మా అమ్మగారు చెప్పిరి. ఈ వరదలను గూర్చి బుచ్చిరామయ్య గారిని అడుగగా వారు నాకు ఇట్లు రాసినారు.

రాజమహేంద్రవరం

11-6- 1956

“1900 సంవత్సరము ఆగస్టులో అనుకుంటాను, ఆ రోజు సాయంత్రం ఐదు గంటలకు రాజమండ్రి జిల్లా జడ్జి వద్ద నుండి తంతె రాగా కోర్టులోనున్న రికార్డులు క్రిందనుండి పైకి సద్దినాము. రాత్రి 7- 8 గంటల నుండి గోస్తనీ నది పొంగి తణుకు కొత్తపేటలోనున్న ఇళ్లు అనగా కోర్టు ఉన్న భాగమంతయు మునగ నారంభించినది. అందుచే కోర్టులో ఉన్న ప్రాసెస్ సర్వర్లందరినీ కలుపుకొని పేటలో మునిగిపోయిన ఇండ్లలోని మనుషులను ముసలి వాళ్ళను, సామానులను వంతెన దాటించి ఊళ్ళోనికి జేర వేయించుచుంటిమి. ఇట్లుండ నొక యింట ఆసన్న ప్రసవమైన నొకయామె కనబడెను. ఆమెను కోర్టు సమీపంలో ఉన్న అయ్యగారి శివరామయ్యగారి మేడకు చేర్చితిమి. ఆమెకు ఆ రాత్రియే మేడ యందు సుఖ ప్రసవమాయెను. ఆ రాత్రి యిట్లు వీలైనంత వరకు జనమును వూళ్లోకి చేర్చుచుండగా గోస్తని వంతెన కూలిపోయెను.

ఆరోజుననే తణుకులో పోస్టు మాస్టరు గారి కుమార్తె ప్రసవించి చనిపోయినది. ఆమె దహనమునకు ఎవరు దొరకరైరి. ఆ మాట విని నేను, రామనుజాచార్యులు అను వైష్ణవ బ్రాహ్మణుడును చేరి శవమును దహనమునకు కొంపోయితిమి.

వరద మూడవ రోజున తణుకు కోర్టుకు ఎదురుగానున్న వీధిలో ఒక పడవ మీద కోర్టు మున్సబ్ గారిని కూర్చుండ బెట్టి రోడ్లమీద పడవను నడిపించి ఊరు చూపించితిమి. పోస్టు మాస్టరు గారి పేరు జ్ఞాపకం లేదు. శ్రీ మీ నాయన గారు అప్పుడు ఆ ఊరనున్నారు"

Stories of bridge collapses and railway and other accidents are very strange and interesting. Bridge of San Luis Rey is a classic (novel) by Thornton Wilder. The Madras Calcutta Mail disaster at Ongole on 4-10-1946

'వందేమాతరం'

వంగదేశ విభజనను ప్రతిఘటిస్తూ వంగదేశంలో ప్రారంభమైన వందేమాతరం ఆందోళనకు లోకమాన్య తిలకు, లాలా లజపతి రాయి, బిపిన్ చంద్రపాల్, అరవింద ఘోష్ గార్లు నాయకులై దానిని జాతీయోద్యమంగా పరిణమింప చేశారు. వందేమాతరం అనేది స్వరాజ్య ఆందోళన లో తారకమంత్రంగా దేశమంతా వ్యాపించినది. బిపిన్ చంద్రపాల్ గారిని మచిలీపట్టణములోని ముట్నూరి కృష్ణారావు గారు ఆంధ్రదేశానికి వచ్చి ఉపన్యసించ వలసినదని ఆహ్వానించగా ఆయన 1907వ సంవత్సరం ఏప్రిల్ నెల 19వ తేదీన రాజమహేంద్రవరం వచ్చి అక్కడ మహోపన్యాసాలు ఇచ్చాడు.

శ్రీ చిలకమర్తి లక్ష్మీనరసింహం గారు ఆ ఉపన్యాసాలను తెలుగు లోనికి అనువదించేవారు. ఒక రోజున

భరతఖండంబు చక్కని పాడియావు హిందువులు లేగ దూడలై ఏడ్చుచుండ తెల్లవారను
గడసరి గొల్లవారు పిదుకుచున్నారు మూతులు బిగియకట్టి

అనే పద్యం సభలో చదివేటప్పటికీ సభాసదులకు మెరపు మెరసినట్లైనది. పాల్ గారి ఉపన్యాస సారమంతా ఈ పద్యంలో ఇమిడినది. రాజమహేంద్రవరంలోని పెద్దలు, పిన్నలు వందేమాతరం నినాదాలు చేశారు. దీనితో ప్రారంభమైనది ఆంధ్రదేశంలో రాజకీయ పరిజ్ఞానం, విజ్ఞాన వికాసం జాతీయోద్యమము అని చెప్పవచ్చును.

అంతకు పూర్వం ఆంగ్లేయ ప్రభుత్వానికి అణిగి మణిగి యున్న ప్రజలు మేల్కొని ప్రభుత్వాన్ని ధిక్కరించి స్వరాజ్యం కోసం పోరాడటం నేర్చుకున్నారు .

రాజమహేంద్రవరం విద్యార్థులు కాలేజీ ప్రిన్సిపాలును ధిక్కరించి వందేమాతరం చిహ్నాలు ధరించి వందేమాతరం నినాదాలు చేసినందుకు అతడు చాలామందిని వెళ్ళగొట్టి శిక్షించాడు.

గాడిచర్ల హరిసర్వోత్తమ రావు గారికి ప్రభుత్వ ఉద్యోగమివ్వకూడదని ఉత్తర్వు తెప్పించారు. దేశంలోని స్త్రీలు వందేమాతరం గూర్చి లోకమాన్య తిలకు, లజపతిరాయి పాల్ గార్లను గూర్చి పాటలు పాడటం ప్రారంభించారు.

వందేమాతరం అనే తారక మంత్రం

భారతదేశము మహమ్మదీయులును వారి తర్వాత ఆంగ్లేయులును ఆక్రమించి తమ ప్రభుత్వములు స్థాపించినప్పటినుండి కొన్ని శతాబ్దముల పాటు భారతీయులు పారతంత్ర్యమున

మునిగి పరతంత్ర ప్రజలనుభవించే బాధలన్నీ అనుభవింపసాగినారు. భారతీయుల ప్రాచీన విజ్ఞానము, నాగరికత, సంస్కృతి సంప్రదాయములు, సనాతన ధర్మము, ఆత్మగౌరమును కాపాడు కొనలేక పోయినారు. స్వధర్మ రక్షణ కొరకు చేసిన ప్రయత్నములు విఫలములు కాగా విజాతీయులకు లొంగిపోయి పడియుండుట తటస్థించినది.

భగవంతుని సంకల్పము, లీలలు సామాన్యులు గ్రహించలేరు. విజాతీయ పరిపాలనలోని దుర్భర పరిస్థితులలో సంభవించిన కొన్ని సంఘటనలే మళ్లీ భారతీయులలోని విజ్ఞాన అధికారము, జాతీయ చైతన్యము, దేశాభిమానము,దేశోద్ధరణ ప్రయత్నములు చేయ కార్యదీక్ష కలిగించినవి. అలాంటి సంఘటనలలో వందేమాతరం ఆందోళనమొకటి.

1899 సంవత్సరంలో భారతదేశ గవర్నర్ జనరల్ గాను, వైస్రాయ్ గాను వచ్చిన కర్జన్ ప్రభువు నిరంకుశుడు. నాటి బ్రిటిష్ ప్రభుత్వ రాజధాని వంగరాష్ట్ర మండలం లోని ముఖ్య నగరమైన కలకత్తా పట్టణం. కర్జన్ ప్రభువు వంగదేశపు బంగాళీ బాబుల ఆత్మగౌరవానికి భంగకరముగా ఉపన్యాసాలు చేశాడు. వంగదేశ యువకులలో రోషావేశం కలిగినది. అతడు కొన్ని రాజ్య పరిపాలన సంస్కరణలు చేశాడు. అవన్నీ దేశీయుల ఆత్మగౌరవమునకు భంగము కలిగించునట్టినవి గానుండినవి. ఈ స్థితిలో వంగ రాష్ట్రంలోని హిందువులను మహమ్మదీయులను విడదీయుటకు, ఆ రాష్ట్రమును రెండుగా విభజించ వలెననీ నిర్ణయం చేశాడు. ఈ నిర్ణయం 1905 అక్టోబర్ 16న అమలు లోనికి వస్తుంది.

కర్జన్ పరిపాలన వంగదేశపు మిత వాద రాజకీయ నాయకులకు సహితము బాధ కలిగించినది. ఆ కాలంలో కాంగ్రెస్సు మితవాద నాయకులైన సురేంద్రనాథ్ బెనర్జీ గారు తమ బంగాళీ పత్రికలో చాలా తీవ్రంగా విమర్శించారు.

కాంగ్రెస్ లోని తీవ్రవాద నాయకులైన లోకమాన్య తిలక్ మొదలైన మహారాష్ట్ర నాయకులు బ్రిటిషువారి నిరంకుశ చర్యను నిరసించి తీవ్రమైన ఆందోళన చేయాలనేవారు. ఈ స్థితిలో వంగదేశ విభజనను గూర్చిన వాగ్వాదములు ప్రబలి తీవ్రవాదులకు బలము చేకూరినది. అరవింద ఘోష్ బరోడానుంచి కలకత్తాకు వచ్చి రాజకీయాలలో ప్రవేశించారు. లాలా లజపతి రాయి, పంజాబులో తీవ్రవాద నాయకులు. బిపిన్ చంద్ర పాల్ గారు గొప్ప వక్త. రాజకీయాల్లో ప్రవేశించక ముందు పూర్వం బ్రహ్మ సమాజ ప్రచారం చేసేవారు. దేశమంతా తిరిగినారు.వీరు 1903 సంవత్సరంలో 'న్యూ ఇండియా' పత్రిక స్థాపించి కర్జన్ ప్రభుత్వం నాటి అక్రమాలను తీవ్రంగా విమర్శింప సాగిరి.ఈ పత్రిక ఆ కాలంలో అన్ని ప్రాంతాల్లోని యువజనులను బాగా ఆకర్షించినది.

కర్జన ప్రభుత్వ కాలంలో అన్ని రాష్ట్రాల్లోనూ రాజకీయ పరిజ్ఞానం వర్ధిల్లినది. అనేక పత్రికలు వెలువడినవి. 1902 సంవత్సరంలో కొండా వెంకటప్పయ్య గారు, దాసు నారాయణరావు గారు బందరులో కృష్ణా పత్రికను స్థాపించారు. అది దినదినాభివృద్ధి చెందినది. అందులో దేశాభివృద్ధికి

దిగవల్లి వేంకట శివరావు

సంబంధించిన సమస్యలను గూర్చి చర్చించేవారు. చెన్నపట్నంలో చదువుతున్న ఆంధ్ర విద్యార్థులలో క్రిస్టియన్ కాలేజీలో ఎఫ్. ఎ. చదువుతూండిన ముట్నూరి కృష్ణారావు గారు ప్రతిభాశాలి. కానీ ఆయన పరీక్షలలో ఉత్తీర్ణులు కాలేదు. అంతట ఆ చదువుమాని 1902 సంవత్సరం బందరుకు వచ్చి కృష్ణా పత్రిక కార్యాలయంలో 1903లో సహాయ సంపాదకులుగానున్నారు. ఆయన బంగాలీ పత్రిక, న్యూఇండియా పత్రిక వల్ల ప్రభావితులైనారు. చెన్నపట్నంలో 1905 సంవత్సరంనాటికి నాగపూరు విద్య నభ్యసించి మహారాష్ట్ర దేశ సంస్కృతి సంప్రదాయల వల్ల ప్రభావితులైన కొమర్రాజు లక్ష్మణరావు గారు ఎం.ఎ పరీక్షకు చదువుతూ కచ్చాలేశ్వర అగ్రహారంలో కాపురం ఉండేవారు. అయ్యదేవర కాళేశ్వరావు గారు అక్కడే కాపురం ఉంటూ లా కాలేజీలోని విద్యార్థిగా ఉన్నారు. గాడిచర్ల హరిసర్వోత్తమ రావు గారు ఎంఏ చదువుతున్నారు. వీరు స్నేహితులుగా ఉండిరి. వీరిలో దేశాభిమానం, భాషాభిమానం అమితముగా నుండేది. లక్ష్మణరావు గారు విజ్ఞాన చంద్రికా మండలిని స్థాపించి దేశాభిమానమును కలిగించే గ్రంథాలను ప్రకటించే ప్రణాళిక ఆ సమయంలోనే నిర్ణయింప బడినది. అందులో ప్రకటింపబడిన మొదటి గ్రంథము అమెరికా దేశంలో స్వాతంత్ర ప్రియుడై, అధ్యక్షుడై బానిసత్వమును రద్దుచేసిన అబ్రహం లింకను జీవిత చరిత్ర. రచించినది హరిసర్వోత్తమరావు గారే. అది 1906 సంవత్సరంలో ప్రకటింపబడినది. ఈ మిత్ర బృందము వారును, వంగదేశంలోని వందేమాతర ఉద్యమకర్త బిపిన్ చంద్రపాలును మిత్రులైనారు. ఆ ఉద్యమం 1905 నాటికి తీవ్రస్థాయి చేరుకొని దేశమంతటా వ్యాపించినది. ఆనాటి యువతరం వారు దాని వల్ల ప్రభావితులైనారు. మన మిత్ర బృందం వారు వందేమాతరం ఉద్యమం సందర్భంగా చెన్నపట్నం సముద్ర తీరాన ఒక బహిరంగ సభ చేయ తలపెట్టారు. ఆ సమయంలో దేశాభిమానియు, పూర్వం హిందూ పత్రికను స్థాపించిన జాతీయవాది, జి సుబ్రమణ్యం అయ్యరు గారు స్వదేశ మిత్ర అనే తమిళ పత్రికకు సంపాదకులుగా ఉన్నారు. సుప్రసిద్ధ తమిళ కవి అయిన సుబ్రహ్మణ్య భారతి గారు ఆ పత్రికలో సహాయ సంపాదకులు గా ఉన్నారు. మన మిత్ర బృందం వారు భారతిగారి ద్వారా సుబ్రమణ్యం గారిని తాము తలపెట్టిన సభకు అగ్రసేనాధిపత్యం వహించ వలసినదని ప్రార్థించారు. ఆయన సంతోషంతో అంగీకరించారు. అంతట వంగరాష్ట్ర విభజనను ఖండిస్తూ ఆ సభలో తీర్మానములు చేయబడినవి. ఈ సంగతులు అన్నీ శ్రీ కాళేశ్వరరావు గారు తమ జీవిత చరిత్రలో వ్రాశారు. 1906 సంవత్సరం డిసెంబర్లో హరి సర్వోత్తమ రావు ఎం.ఎ పరీక్షలో ఉత్తీర్ణులై, 1907 సంవత్సరం జనవరి నెలలో రాజమహేంద్రవరం లోని ట్రైనింగ్ కాలేజీలో ఎల్.టి. క్లాసులో చేరారు. అప్పట్లో ఆ ట్రైనింగ్ కాలేజీకి, ప్రభుత్వ పట్ట పరీక్షల ఆర్ట్స్ కాలేజీకి ప్రిన్సిపాల్ గారు మార్కు హంటర్ అనే దొర. హరి సర్వోత్తరమరావు గారిలో దేశాభిమానం వూరకే కూర్చోనిస్తుందా? ఆయన రాజమహేంద్రవరంలో ఒక రాత్రి పాఠశాల స్థాపించారు. అందులో వయస్సు మళ్ళిన వారికి అక్షర జ్ఞానం కలిగించుట, చదవడంతో పాటు రాజకీయ పరిజ్ఞానం కలిగించడానికి, ఇంగ్లీషు పత్రికలలో

వార్తలు, విశేషాలు, వ్యాసాలు చదివి అర్థం చెప్పడంతో తాము రచించిన అబ్రహం లింకన్ జీవితమును చదివి వినిపించడం అప్పుడప్పుడు ఉపన్యసించడం జరిపించేవారు.

విద్యార్థులు ఈ ప్రణాళికలో పాల్గొనేవారు. హరిసర్వోత్తమరావు గారు విద్యార్థులలో దేశభక్తిని ప్రజా సేవకు కార్యదీక్షను కలిగించుటకు బాలభారతి సమాజం అనే సమాజమును స్థాపించి ఉపన్యసించేవారు. విద్యార్థులు వందేమాతరం ఉద్యమం లో పనిచేయటానికి దీక్ష వహించారు. ఉరిలో ఇతర విద్యార్థులును పురజనులును ప్రచారం చేయడం ప్రారంభించారు.

రాజమహేంద్రవరంలోని ట్రైనింగ్ కాలేజీకి, ఆర్ట్స్ కాలేజీకి ప్రిన్సిపాలుగా ఉండిన మార్క్ హంటర్ దొరగారు చాలా తెలివైనవారు. అయితే ఆనాటి దొరలందరి వలనే బ్రిటిష్ జాత్యాభిమానం కలవాడు. అందువల్ల విద్యార్థులు వందేమాతరం బ్యాడ్జీలు, మెడల్స్ ధరించి రావటం వందేమాతరం అని నినాదం అరవడం సహించలేక 177 మంది విద్యార్థుల పైన చర్య తీసుకున్నాడు. హరిసర్వోత్తమరావుగారిని కూడ కాలేజినుండి వెళ్లగొట్టాడు. రామచంద్ర రావు అనే విద్యార్థిని పట్టపరీక్షకు ఎన్నడు పోకుండా ఉత్తర్వులిచ్చాడు. కొందరు విద్యార్థులను రెండేళ్ల పర్యంతం, కొందరిని ఒక సంవత్సరం కాలేజీలోనికి రాకుండా నిషేధించాడు. హరిసర్వోత్తమ రావు గారికి ప్రభుత్వ ఉద్యోగం ఇవ్వకూడదనే నిషేధాజ్ఞ తెప్పించాడు. దీని ఫలితంగా చాలామంది విద్యార్థులు అసంతృప్తి పరులై జాతీయవాదులుగా జిల్లాలో తయారైనారు. కాని వారు ఏం చేయగలరు. స్వదేశ బట్టల అంగళ్లు పెట్టుకున్నారు.

హరిసర్వోత్తమరావు గారు బెజవాడలో స్వరాజ్య పత్రిక సంపాదకులైనారు. ఆ పత్రికలో బోడి నారాయణరావు గారు వ్రాసిన వ్యాసానికి హరిసర్వోత్తమరావు గారి పై రాజాద్రోహం నేరం మోపి శిక్షించారు. హైకోర్టులో శిక్షను మూడు సంవత్సరాలు పెంచారు. ఆ కాలంలో రాజకీయ నేరాలు చేసిన వారిని కూడా సామాన్య ఖైదీల వలె చెరసాలలో తల గొరిగి గుల్ల చిప్పలలో పురుగుల అంబలి పోసే వారు. ఆ కాలంలో ప్రజలకు జైలు అంటే భయం. గాంధీ మహాత్ముడు 1920 సంవత్సరం సహాయ నిరాకరణ ఉద్యమంలో కారాగరానికి వెళ్ళడం గౌరవప్రదంగా చేసే వరకు దేశంలో పోలీసు వాడన్నా, జైలన్నా విపరీత భయంగా ఉండేది.

లోకమాన్య తిలక్ వంటి మహా మనిషికి బొంబాయి హైకోర్టు వారు ఆరు సంవత్సరాలు ప్రవాస శిక్ష విధించి బర్మాలో చరసాలలో పెట్టడం ప్రజలను భయపెట్టడానికే. అలాగే హరిసర్వోత్తమరావు గారికి శిక్ష పెంచడం అందుకోసమే. కాకినాడలో కెంపు దొర అనే వైద్యాధి కారి కొంపెల్ల కృష్ణారావు అనే యువకుని తీవ్రంగా కొట్టగా ప్రజలు ఉద్రేకము చెంది ఇంగ్లీషు దొరల క్లబ్బు పైన దాడి చేశారు. అంతట చాలామందిని అరెస్టు చేసి శిక్షలు విధించారు. కాకినాడ, రాజమండ్రిలోను శిక్షార్ధపు పోలీసులను నెలకొల్పడానికి ఖర్చు ప్రజలే భరించేటట్లు శాసించారు. ఈ కఠిన చర్యలవల్ల ఆంధ్ర దేశ ప్రజలు భయపడి పోయినారు. జాతీయోద్యమం అడుగంటి పోయినది.

అయితే ప్రజలలో రాజకీయ పరిజ్ఞానము వృద్ధి యైనది. కృష్ణాపత్రికలో ముట్నూరి కృష్ణారావు గారు వ్రాసే వ్యాసాలు ఇతర పత్రికలలో వ్యాసాలు చదివి ప్రజలు లోపల లోపల బాధ పడేవారు.

నా చిన్ననాటి దేశ పరిస్థితి[1]

నేను 1898 ఫిబ్రవరి 14వ తేదీన కాకినాడలో జన్మించిన నాటికి మా నాయన గారు పెద్దాపురంలో మున్సబ్ మెజిస్ట్రేటుగా ఉన్నారు. కాకినాడలో గోదావరి జిల్లా కలెక్టర్ కచేరి ఉండేది. గోదావరి జిల్లా మద్రాస్ రాజధానిలో ఒక జిల్లా. ఆ రాజధాని ముఖ్య పట్టణం చెన్నపట్నం. అక్కడ బ్రిటిష్ ప్రభుత్వం వారి గవర్నరు, ఆయన కార్యాలోచన సభ -(శాసన సభ), కలెక్టరులపైన అధికారంగల బోర్డు. దేశంలోని ఉన్నత న్యాయస్థానమైన హైకోర్టు ఇంకా ఇతర ప్రభుత్వ కార్యాలయాలు వుండేవి. చెన్నపట్నంలో మద్రాసు విశ్వవిద్యాలయం దానిలోని కళాశాలలో పైన అధికారము కలిగివుండేది. బీ.ఏ పరీక్షలు చెన్నపట్టణంలో జరిగేవి. లా కాలేజీ, వైద్య కళాశాల మొదలైనవి వుండేవి. అప్పట్లో చెన్నపట్నానికి జిల్లాలనుండి రైలు నడవటానికి గోదావరి బ్రిడ్జి, కృష్ణ నది బ్రిడ్జి నిర్మించలేదు. 1900 సం. తరువాత రైళ్లు నడిచేవి. ఆ కాలంలో చెన్నపట్నంలోను, జిల్లా ముఖ్య పట్టణములలోను పెద్ద ఉద్యోగాలన్నీ దొరలు చేసేవారు. కాలేజీ ప్రిన్సిపాల్ కూడా దొరలే. ఇంగ్లీషువారు అప్పట్లో భారతదేశంలో సర్వాధికారులుగా ఉన్నారు. వారి ప్రభుత్వం చాలా కట్టుదిట్టముగా ఉన్నది. వారి పరిపాలనా యంత్రం దేశమంతటా వ్యాపించి ఉన్నది. దేశంలోని ప్రతి చదరపు అడుగుల భూమిని వారు కొలిపించి భూమి శిస్తులను నిర్ణయించి వాటిని వసూలు చేస్తున్నారు. దేశంలోని ప్రజల జనాభానంత లెక్క వేస్తున్నారు. అడవులు కొండలలో జీవించేవారిని కూడా లెక్కలు వేయిస్తున్నారు. ప్రభుత్వ సర్కారు ఆజ్ఞలను మీరిన వారిని కఠినంగా దండిస్తున్నారు. పూర్వపు అరాజక స్థితినుండి దేశమును రక్షించుచున్నారని అనిపించేటట్లు పరిపాలన జరిపిస్తున్నారు .

లోకమాన్య తిలక్ సమకాలీనుడైన గోఖలే గారు Servants of India Society స్థాపించినప్పుడు ఆ సభలోని ప్రముఖ సభ్యుడు భారతదేశంలో ఇంగ్లాండ్ పరిపాలన భారతదేశ క్షేమము కోసం విధి నిర్ణీతమనే శపథం (vow) తీసుకొను నట్లు నిర్ణయించాడు.

[1] ఈ శీర్షికతో రచయిత రెండుభాగములు గా వ్రాసియున్ననూ ఇక్కడ 1 భాగమే తీసుకునబడినది. 2వ భాగములో చేతి వ్రాత చాల చోట్ల అవగాహనాతీతముగా యున్నది.

ఇక మానవ చరిత్రలో ప్రతి దేశములోను ప్రభుత్వం వహించిన పరిపాలకులనుండి పరిపాలితుల పైన ప్రసరించే ప్రభావమొకటి స్పష్టంగా కనిపిస్తుంది. ఏ దేశ ప్రజలైనా తమను పాలించే ప్రభువుల పట్ల భయభక్తులు కలిగి అన్ని విషయములలోను పాలకులు శ్రేష్టులని తలచి వేషభాషలలోను ఇతరవిషయములలోను వారి ననుకరించే స్వభావమొకటి సర్వసాధారణమై యున్నది. భారతదేశంలో బ్రిటిష్ పరిపాలనలో కూడా ఇదే జరిగింది. ఈ విజాతీయుల వేష భాషలు ఆహార విహారాలు మతాచారాలు మన వానికన్నా శ్రేష్ఠములనే భావం ఏర్పడి మన వారు వారి ననుకరించుట ప్రారంభమైనది. ఈ విజాతీయుల నాగరికతలో ఏదో గొప్పతనం లేకపోతే మన దేశానికెలా ప్రభువులౌతారనే భావంతో వారిననుకరించటం ప్రారంభించినారు. ఆఖరికి వారి క్రైస్తవ మతాన్ని కూడా అనుకరించే బ్రహ్మ సమాజం కూడా స్థాపించుకొని చర్చిలలో వలనే ప్రార్థనలు చేయసాగినారు.

ఇలాగ ప్రభుత్వ వర్గాన్ని అనుకరించిన వారికి పరిపాలన వర్గం వారివల్ల కొంత లాభం కూడా పొందే అవకాశం కలిగింది. ఇది ఒక విధమైన ప్రభుభక్తిగా పరిణమించింది. చాలామంది పరిపాలక వర్గం వారి చెప్పు చేతల్లో ఉండటం ప్రారంభించారు.

అయితే ఈ శాంతి సమయంలో విజాతీయ ధర్మము విజృంభించుట వల్ల స్వధర్మము నాశనమగునని భయపడి ఈ పాశ్చాత్య నాగరికతకు వైదొలగి కాలక్షేపం చేసే సనాతన ధర్మపరులు పూర్వకాలపు మనుషులు లేకపోలేదు[2].

అప్పట్లో దేశీయులకు దొరల క్రింద చిన్న ఉద్యోగాలిచ్చేవారు. చిన్న జీతాల దేశీయోద్యోగులు వారిక్రింద పనిచేసేవారు. దొరలను చూస్తే వారికి క్రింద ఉద్యోగులకే గాక పట్టణంలోని వారికందరికీ భయమే. దొరలు దేశీయులను నేటివులని నీచంగా చూసేవారు. ఆఫ్రికా దేశాములోని నీగ్రోలను నిగ్గరులని ఈసడించినట్లే, దేశీయులను అసహ్యించుకొని నిగ్గరులని ఈసడించేవారు. దొరల క్లబ్బులకు దేశీయులను రానిచ్చేవారు కాదు. అక్కడ నీచపు పనులు చేసేవారు తప్ప ఇతర దేశీయులను కాలు పెట్టనీయరు. కుక్కలకు, నేటివులకు ప్రవేశం లేదని బోర్డు కలకత్తాలో ఐరోపావారి క్లబ్బుకి వెలుపల తగిలించారు. దొరలెక్కే రైలు పెట్టెలో దేశీయులు ఎక్కడానికి వీలు లేదు. వారు వాడే పాయిఖానాలను కూడా ఉపయోగించ కూడదు.

---

2 Annie Besant, Siri Parlinga. 2nd Editiion pp xx 1-11

జ్ఞాపకాలు (2వ భాగం)

ఆ కాలంలో జిల్లా కలెక్టర్ జిల్లాను పాలించే ప్రభువు. ఒక్క జిల్లా జడ్జి తప్పితక్కిన ఉద్యోగులందరూ అతని అధికారం కింద నడుచుకోవాల్సిందే. అందువల్ల కలెక్టర్ గారిని చూస్తే తాశీల్దారులు గడగడ వణికే వారు. కలెక్టరు జిల్లాలో పర్యటనకి బయలుదేరుతే అతనితోబాటు చాలా పరివారం వెంట వెళ్లేవారు. వారందరికీ తాశీల్దారులు గ్రామాల్లో సప్లై చెయ్యాలి.

రెవెన్యూ వ్యవహారాలలో తాశీల్దార్లు, సబు కలెక్టర్లు, చేసే ఉద్యోగుల పైన అప్పీలు కలెక్టర్లే. అందులో సీనియర్ కలెక్టర్ ఉండేవారు. తాశీల్దారు తాలూకాకు రెవెన్యూ అధికారి. పోలీసు మెజిస్ట్రేటు అధికారాలు వుండేవి. కలెక్టరు క్రింద అధికారాలన్నీ ఉంటాయి. ఆయన కచేరీలో గూడా ఒక శిరస్తాదారు, హెడ్ గుమస్తా, ఇతర గుమస్తాలు ఉంటారు. అతడు సాధారణంగా గుర్రమెక్కి గ్రామాలన్ని తనిఖీ చేయాలి. కరణాలు గ్రామ లెఖ్ఖలను తనిఖీ చేయాలి. తాలూకా పరిపాలన అంతా జరిగిస్తూ కలెక్టరు కచేరీకి రిపోర్ట్లు పంపించాలి. అందువల్ల గ్రామ రైతులు అందరూ తాశిల్దార్ని చూసి గడగడలాడేవారు. ఆ కాలంలో తాశీల్దారు జీతం రూ 80 నుంచి 150 ఉండేది. కానీ అడగకుండానే రైతులు ముడుపులు చెల్లించేవారు. నీతిపరుడైన తాశీల్దారు అంటే వారు ఇచ్చినవి పుచ్చుకొని వారి అర్జీలను న్యాయంగా పరిష్కరించేవారు అన్నమాట. అవినీతిపరుడైన వాడి చేతిలో ఎముకలు ఉండవు. ప్రతి చిన్నపనికి డబ్బు పుచ్చుకుంటాడు. సప్లైలు చేయమంటాడు. కలెక్టరు, హుజూరు శిరస్తదారుకు మామూళ్లిప్పించి పలుకుబడి సంపాదిస్తాడు.

ఆ కాలంలో తాశిల్దారుల పైన వచ్చిన లంచాల కేసులలో కలెక్టరు కింద అసిస్టెంటులు విచారణ జరిపి రిపోర్టు పంపితే కలెక్టరు పరిష్కరించేవాడు. దానిపైన రెవెన్యూ బోర్డు అప్పీలు ఉండేది. కాకినాడ, విశాఖపట్నం, రాజమండ్రి, ఏలూరు, బందరు, నెల్లూరు పట్టణాల్లో క్రమ క్రమంగా విదేశ వస్తువుల షాపులు వృద్ధి అయినవి. కొన్ని పాఠశాలలు, ఆసుపత్రిలు స్థాపించబడినవి. ప్రతి ముఖ్య పట్టణములోను ప్రభుత్వోద్యోగుల కచేరీలు ఉండేవి. తాలూకా కచేరిలో తాశిల్దారుండే వాడు. అతని క్రింద శిరస్తదారు, గుమస్తాలు ఉండేవారు. అప్పుడప్పుడు కలెక్టరు అతని తనిఖీకి వచ్చేవాడు. దొరలు గుర్రాలపైనా దొరసానులు మేనా సవారీలలో వెళ్లేవారు. తాశీల్దారు గుర్రం పైన గ్రామాలు తనిఖీకి బయలుదేరేవాడు. పెద్ద ఉద్యోగులు మేనాలో ప్రయాణం చేసేవారు. కలెక్టర్ కూడా గుర్రంపైనే వచ్చేవాడు. ఆయనకు హుజూర్ ఉద్యోగులు, బంట్రోతులు హాజరుగా నుండేవారు. సాలీనా జమాబంది జరిగేది. కలెక్టరు వస్తున్నాడు అంటే అతని ఉద్యోగులకు తాశిల్దారు గ్రామస్తులందరిని ముందర నుంచి సప్లై ఉంచమని పురమాయించేవాడు.

కలెక్టరు గారి బట్లరుకు కూడా తాశీల్దారు భయపడేవాడు. ఆ కాలంలో కలెక్టరుకు, ఆయన క్రింది రెవెన్యూ డిపార్ట్‌మెంటుకు పోలీసు, మెజిస్ట్రేట్ అధికారాలు ఉండేవి. పోలీసులు కలెక్టరు కింద తాసిల్దారు కింద పనిచేసేవారు. జమీందారులు పైన లేనిపోని కేసులు పెట్టి భయపెట్టి డబ్బులు లాగేవారు. జంమీదారుల పైన కలెక్టరులు సర్వాధికారులుగా ఉండేవారు. కాకినాడ, బందరు, విశాఖపట్నం నుంచి ఓడమీద చెన్నపట్నమునకు జమ్మిందారులు, వర్తకులు, ధనవంతులు, ఉద్యోగులు వెడుతూ ఉండేవారు. చెన్నపట్నం అన్నిటికి కేంద్రంగా ఉండేది. వివిధ జిల్లాలోని విద్యార్థులు బి.ఎ పరీక్షకు మద్రాసుకు వెళ్లేవారు. చెన్నపట్నంలో జిల్లా కోర్టులు పైన, సబుకోర్టులపైన సివిల్ క్రిమినల్ దావాల అప్పీళ్ల కోసం వెళ్లేవారు. మున్సిపాలిటీ పురపాలక సంఘములు లోకల్ బోర్డు సంఘాలలో ప్రజా ప్రతినిధుల ఎన్నిక లేదు. కలెక్టర్లు నియమించిన దేశీయులే సభ్యులుగా ఉండేవారు. మొదట కలెక్టరు గాని, ప్రభుత్వాధికారి గాని అధ్యక్షులు గా నుండేవారు, తర్వాత చైర్మనులను ఎన్నుకునే పద్ధతి వచ్చింది. క్రమ క్రమంగా పురపాలక సంఘాల్లో పట్టణాభివృద్ధి కార్యక్రమాలుతో పాటు లంచగొండితనం కూడా వ్యాపించి తగాదాలు ప్రబలినవి.

దేశములో క్రమ క్రమంగా ఇంగ్లీషు విద్య వ్యాపించ సాగింది. ఇంగ్లీషు మాటలాడుట గొప్పగా భావించేవారు. ఇంగ్లీషు వచ్చినవారికే ఉద్యోగములు వచ్చేవి. ఇంగ్లీషులో పరీక్షలు వ్రాసి ఉద్యోగము వచ్చిన వారికి సంఘములో గౌరవం కలుగసాగినది. సామాన్య జనులను దేశీయోద్యుగులు కూడా దొరలతో పాటు నిర్లక్ష్యముగా చూడటం ప్రారంభమైంది.

పెద్ద ఉద్యోగాలు చేసే దొరలకు దేశభాషలు రావు. అందువల్ల వారి క్రింద తాబేదారి ఉద్యోగులుండేవారు. వారు అవినీతిపరులు కావడం దొరలు గ్రహించలేరు. దాని ఫలితంగా దేశీయులలో లంచగొండితనం వ్యాపించినది. ముఖ్యముగా రెవెన్యూ, పోలీసు శాఖలలో, పట్టణ నీటి సరఫరా శాఖ ఇంజనీరింగు , పబ్లిక్కు వర్కు శాఖలలో లంచగొండితనం బాగా వృద్ధి అయినది.

ఆ కాలంలో గోదావరి కృష్ణ కాలువల లాకు సూపరింటెండెంటెర్లకు, డెల్టా సూపరింటెండెంట్లకు తాశీలుదార్లకు గ్రామ రైతులు ముడుపులు చెల్లించేవారు. చెన్న పట్నం లోను, పెద్దపట్నాలలోను దొరల క్లబ్బుల ప్రభావం వల్ల పెద్ద పట్టణ టౌన్ హాళ్లల్లో ఇంగ్లీషువారి బిలియర్డ్సు,టేబుల్ టెన్నిసు ఆటలకు ఏర్పాటు చేసేవారు. అక్కడ సోడాలు తాగడం అలవాటు అయినది. దానితోపాటు కొందరు బట్లరు విస్కీ వగైరా పానీయాల ఇస్తే తాగటం ప్రారంభించారు. అప్పట్లో బ్రాహ్మణులు బహిరంగముగా మతాచారాలను ఉల్లంఘించడానికి భయపడేవారు.

రహస్యంగా ఉల్లంఘించేవారు. క్రమ క్రమంగా ఆహార విహారాలు మతాచారాలు మార్పులు రావడం అలవాటైపోయింది. వెనుకట నాన్ రొట్టె కల్లుతో చేస్తారని పుచ్చుకునేవారు కారు. తర్వాత అలవాటు పడ్డారు. చాలా కాలం వరకు గ్రామంలో బ్రాహ్మణులు, బ్రాహ్మణేతరులు పిలక, కట్టుముడి, గిరజాలు ఉంచుకునే వారు. క్రాపింగ్ చేయించుకునేవారు కారు. సూటు బూట్లు వేసుకునేవారు కాదు. పంచలే కట్టుకుని తలపాగ పెట్టుకునేవారు.

చెన్నపట్నం, బందరు, రాజమండ్రి, విశాఖపట్నం మొదలైన పెద్ద పట్టణాల్లో టౌన్ హాల్లో గ్రంథాలయాలు, పఠన మందిరాలు కూడా వుండేవి. వీరేశలింగం గారు రాజమండ్రిలో తమ గ్రంథాల నన్నిటిని చేర్చి ప్రజల నిమిత్తం గ్రంథాలయంగా చేశారు. అలాగే పెద్ద పట్టణాల్లో ధర్మాత్ములు కొందరు గ్రంథాలయాలు ఏర్పాటు చేశారు. విజయనగరంలో ఆనంద గజపతి మహారాజు, విశాఖపట్నంలో గోడే నారాయణ జగపతి గారు మొదలైన ధనవంతులు గ్రంథాలయాలను స్థాపించారు. వాటిని చూసి కొన్నిపట్నాలలో అటుతరువాత పెద్ద గ్రామాలలోను గ్రంథాలయాలు స్థాపించారు.

దివ్యజ్ఞాన సమాజము – హోంరూల్ స్వరాజ్యోద్యమము

మాడమ్ బ్లవస్కీ అను రష్యా దెశపు స్త్రీ యును, కర్నల్ ఆల్కాట్ అను అమెరికా దేశస్తుడును ప్రపంచంలోని అన్ని మత ధర్మములను పరిశోధించి ఆందులోని ప్రాశస్త్యములను గ్రహించి ఒక సర్వసమ్మతమగు మతమును స్థాపించవలననే గొప్ప ఉద్దేశంతో 1875 సంవత్సరంలో దివ్యజ్ఞాన సమాజం (Theosophical Society) స్థాపించిరి. ఆ కాలమున భారతదేశ వేద శాస్త్ర పురాణేతిహాసములు పాశ్చాత్య విద్వాంసుల నాకర్షించగా వారు సంస్కృతము నభ్యసించి మన ప్రాచీన సంస్కృత సాంప్రదాయములను మత ధర్మాలను సంస్కృతి సాంప్రదాయములను గూర్చి పరిశోధించి అనేక గ్రంథాలు రచించినందువల్ల ప్రపంచములోని మతాలన్నింటిలో మన సనాతన ధర్మ మతిప్రాచీనమనే సంగతి చాలామంది గ్రహించిరి.

దివ్యజ్ఞాన సమాజం వారు అమెరికాలో ఒక మాస పత్రిక ప్రచురిస్తూ భారతదేశంలోని సంస్కృత విద్వాంసులతో ఉత్తర ప్రత్యుత్తరాలు జరుపుతూ తమ పత్రికలో మత ధర్మాలను గూర్చిన వ్యాసాలు ప్రకటించమని ప్రార్థించారు.

అప్పట్లో బరోడా సంస్థానానికి ప్రధాన మంత్రిగా ఉండిన సర్ టి మాధవరావు గారు ఆ సమాజం నందు ఆసక్తి కలిగి ఉండిరి. చెన్నపట్నంలో సంస్కృత విద్వాంసుడని, వేదాంతి యని పేరుగాంచిన తల్లాప్రగడ సుబ్బారావు[3] గారిని బరోడా హైకోర్టులో రిజిస్ట్రార్ గా నియమింపగా ఆయన అక్కడ కొన్నాళ్లు పనిచేశారు. ఆ సమయములో వారు దివ్యజ్ఞాన పత్రికలో వ్రాసిన కొన్ని అపూర్వమైన వ్యాసాలు మాడమ్ బ్లవస్కీ గారిని ఆకర్షించినవి.

దివ్యజ్ఞాన సంస్థాపకులు భారతదేశం వచ్చి ఇక్కడి ప్రాచీన మత వాఙ్మయాలను, పుణ్య క్షేత్రములను దర్శించ దలచి బొంబాయి వచ్చి సుబ్బారావు గారిని చెన్నపట్నం ఆహ్వానించిరి. సుబ్బారావు గారు, రఘునాధరావు గారు మొదలైన పెద్దలు వారికి ఆతిధ్యమిచ్చిరి. పచ్చయప్ప

[3] రచయిత కు మేనత్త కుమారుడు

కళాశాల భవనములో గొప్ప సభ ఏర్పాటు చేసిరి. దివ్యజ్ఞాన సమాజ స్థాపకులా సభలో ప్రసంగించిరి. దివాన్ బహద్దర్ రఘునాధ రావు గారు అధ్యక్షులుగాను తల్లాప్రగడ సుబ్బారావు గారు కార్యదర్శి గాను దివిజ్ఞాన సమాజ సంఘం చెన్నపట్నంలో స్థాపించబడినది. అటుపిమ్మట దివ్యజ్ఞాన సమాజ సంస్థాపకులు సుబ్బారావు గారి పాండిత్యం ప్రతిభను గ్రహించి వారి ప్రోత్సాహంతో 1882 సంవత్సరంలో తమ సమాజానికి అడయారులోనే ప్రధాన కేంద్ర స్థానముగా చేశారు.

ఇంగ్లండు దేశంలో 1847 సం. లో జన్మించిన అనిబిసెంటు దొరసాని 1874 సం. లో Free thought Society లో చేరి తరువాత ఆమె 1885 సం.లో Fabian Society లో చేరి ఛార్లస్ బ్రాడ్లా గారి శిష్యురాలయినది. మొదట దివ్యజ్ఞాన సమాజమును విమర్శించింది. గాని 1886 సంవత్సరంలో ఆ సమాజం యొక్క ఆదర్శములు ఆమెను ఆకర్షించగా 1890 సంవత్సరంలో ఆ సమాజంలో చేరి 1893 సంవత్సరంలో హిందూ దేశానికి వచ్చి బెంగుళూరులోను ఇంకా అనేక పట్నాలలోఉపన్యాసలిచ్చినది.

సమాజనాకి కర్నల్ ఆల్కాటగారి తరువాత అధ్యక్షురాలైనది. తరువాత కాశీలో సెంట్రల్ హిందూ కాలేజ్ స్థాపించినది. భగవాన్ దాస్ గారికి సన్నిహితురాలైనది. ఆమె భారత దేశ మత ధర్మాలను గూర్చిన అనేక ఉద్గ్రంథాలు రచించినది. అందులో శ్రీరామచంద్రుని గురించి చాలా బాగా వర్ణించింది.

రాజకీయంగా స్వాతంత్ర్యం లేని భారతదేశానికి స్వాతంత్ర్యం సంపాదించడం గూర్చి కృషిచేసినది. 1913 సంవత్సరంలో భారత దేశంలో ఆమె రాజకీయాల్లో ప్రవేశించింది. 1914 సం. లో కామన్ వీల్ అనే వార పత్రికను స్థాపించింది. జూన్ నెలలో న్యూ ఇండియా అనే పత్రిక స్థాపించింది. ఆనాటి ప్రపంచలోని చాలా దేశాలలో చేరాక ఉత్తర భారత దేశంలోనూ దక్షిణ భారతదేశంలోనూ ముఖ్య పట్టణాన్నింటిలో దివ్యజ్ఞాన సమాజం స్థాపించబడింది. ఆ కాలంలో గొప్ప విద్యాధికులు, ఉద్యోగులు చాలామంది ఆ సమాజ సభ్యులుగా ఉండేవారు. అందులో అనీబిసెంటు గారి మత ధర్మాలకు ముగ్ధులైన బ్రాహ్మణులే హెచ్చుగా ఉండేవారు. అంతట ఆమె పాశ్చాత్య దేశాల్లో రాజకీయ ఆందోళన పద్ధతులను భారతదేశ స్వాతంత్రోద్యమంలో ప్రవేశపెట్టి గొప్ప ప్రచారం చేయ ప్రారంభించినది. 1915 సంవత్సరంలో లోకమాన్య తిలకు హోమ్ రూల్ లీగు లేక స్వరాజ్య సభలను స్థాపించి బ్రిటిష్ సామ్రాజ్య ప్రభుత్వము వారి నిరంకుశ పరిపాలనను విమర్శిస్తూ స్వరాజ్య స్థాపనము కొరకాందోళన చేయుచుండగా అనిబిసెంటు గారు హోమ్ రూల్

లీగ్ అనే సభలను స్థాపించి స్వపరిపాలనా విధానముకొరకు తిలకు మహాశయునితో ఒప్పందము కుదుర్చుకుని ప్రజలలో రాజకీయ పరిజ్ఞానము కలిగించడానికి కృషి చేసింది. అనేక కర పత్రాలను, గ్రంథాలను ప్రకటించినది. India A Nation, How India wrought for freedom అనే గ్రంథాలను 1915 సం లో ప్రచురించినది. ఆమె తీవ్రమైన వ్యాసాలను, విమర్శలను సహింపక మద్రాసు ప్రభుత్వం వారు ఆమె పత్రికలవల్ల పుచ్చుకున్న ధారవతు సొమ్మును forefeit చేసినది. ఆమెను ఆమె సహచరులైన జార్జి అరుండేలు గారిని, బి.పి వారియర్ గారిని ఉదకమండలం లో నిర్బంధంలోనుంచేటట్లు 16-06-1917 తేదీన ఇంటర్నమెంటు ఉత్తర్వులు జారీచేశారు. దీనిని గూర్చి అసమ్మతి సభలు జరిగినవి. మద్రాసు హైకోర్టు ప్రధాన న్యాయమూర్తిగా పనిచేసిన సర్ సుబ్రహమణ్య అయ్యర్ గారు తమ సర్ బిరుదును వదులుకొని అమెరికా ప్రసిడెంటు విల్సను గారికి లేఖ వ్రాశారు. Passive resistance జరపడానికి నిశ్చయించారు.

ఈ స్థితిలో ఇంగ్లాండులోని రాజకియ నాయకులలో లేబర్ పార్టీకి చెందిన ఉదార స్వభావులు భారత దేశంలో క్రమ క్రమంగా బాధ్యతాయుత పరిపాలన స్థాపన చేయడానికి నిశ్చయించిన పిదప అనిబిసెంటుగారిని నిర్బంధమునుండి విడుదలచేసినారు. ఇండియా రాజ్యాంగ కార్యదర్శి యైన మాంటెగు గారు 1917ఆగస్టు 20 తేదీన ఆ సంగతిని ప్రకటించారు. అనిబిసెంటు గారు 1917 లో కాంగ్రెస్ కు అధ్యక్షురాలైనది. రాజ్యాంగ సంస్కరణలను గూర్చి చర్చించి ఆనాటి వైస్రాయి ఛెమ్సు ఫర్డు గారితో కలసి ఒక నివేదిక సిద్ధపరచారు. దానిని పురస్కరించుకుని కొన్ని రాజ్యాంగ, రాజ్య పరిపాలనా విషయాలను భారత దేశ ప్రజా ప్రతినిధులైన మంత్రులకు ప్రసాదిస్తూ రాష్ట్రంలో ద్వంద్వ ప్రభుత్వ విధానమును (Diarchy) స్థాపిస్తూ 1919 సంవత్సరంలో ఇండియా ప్రభుత్వ శాసనమును ఇంగ్లండు పార్లమెంటు వారు చేశారు. అంతట ఆ సంస్కరణాలను అంగీకరించ కూడదని కొందరు వాదింప సాగినారు. ఈ పరిస్థితిలో భారతీయుల స్వాతంత్రం అపహరించే శాసనాలుగా చేయడానికి బ్రిటిష్ ప్రభుత్వము వారు ప్రయత్నించగా దానిని ప్రతిఘటించడానికి గాంధీ మహాత్ముడు సత్యాగ్రహం చేయడానికి నిశ్చయించాడు.

6-4-1919 దేశం అంతట హర్తాళ్ ప్రకటించారు. అనేక చోట్ల దౌర్జన్యం జరిగినది. పంజాబులో సైనిక శాసనం పెట్టారు. 1919 ఏప్రిల్ 23వ అమృత్సర్ లో డయర్ సేనాని నిరాయుధులైన ప్రజల పైన తుపాకీలు కాల్చగా 400 మంది మరణించారు. ఈ ఘోర కృత్యమునకు నిరసనగా గాంధీ మహాత్ముడు సహాయ నిరాకరణ ఉద్యమం ప్రారంభించారు. ఈ విధంగా

దివ్యజ్ఞాన సమాజము, హోమ్ రూల్ ఆందోళన గాంధీ మహాత్ముని స్వరాజ్యోద్యమానికి దారి తీసినది

దివ్యజ్ఞాన సమాజ బ్రాహ్మణులు

మద్రాసులో దివ్యజ్ఞాన సమాజానికి అధ్యక్షురాలైన అనిబిసెంట్ గారు భారత దేశ వేద శాస్త్ర పురాణేతిహాసాలను, దేవస్థానాలను గూర్చి మత ధర్మాలను,సంస్కృతి సంప్రదాయాలను గూర్చి ఉపన్యసించేవారు. గ్రంథాలు రచించేవారు. దేశంలో సనాతన ధర్మము పెంపొందించడానికి ప్రయత్నించేవారు. దీనివల్ల పిన్న పెద్దలకూ, అందరూ అన్ని కులాల వారిలో మత భక్తి, దేశభక్తి అభివృద్ధి చెందేది. అనిబిసెంట్ గారు 1914 సంవత్సరం నాటికి ఐరోపా సంగ్రామం పిమ్మట భారతదేశం ప్రజలు రాజకీయమైన స్వాతంత్ర్యముగల స్వరాజ్యము సంపాదించాలనే పూనిక కలిగి 1914సం. కామన్ వీల్ అనే వారపత్రిక, జూన్ మాసములో న్యూ ఇండియా అనే దినపత్రిక స్థాపించి స్వరాజ్య స్థాపనావశ్యకతను గూర్చి ప్రచారం చేయడం ప్రారంభించింది. మహారాష్ట్రలో లోకమాన్య తిలకు హోంరూల్ ప్రచారం చేస్తూ ఉన్నట్లే మద్రాసు రాజధానిలో ఆమె ప్రచారం చేస్తున్నది. ఉభయులు సహకరించి హోమ్ రూలు సంఘాలు స్థాపించి సహకరించటానికి పని చేయడానికి నిశ్చయించారు. ఆ ప్రకారం 1916 సెప్టెంబరు 1 వ తేదీన మద్రాసులో హోంరూల్ సభను ప్రారంభించడానికి ఆంధ్రులైన కాశీనాధుని నాగేశ్వరావు గారు అధ్యక్షులైనారు. అనిబిసెంటు గారి దివ్యజ్ఞాన సమాజంలో బ్రాహ్మణులే అధిక సంఖ్యలో ఉండేవారు. అందువల్ల సహజంగా వారందరూ హోమ్ రూల్ ను అభినందించారు. ఈ సమయంలో మద్రాస్ లో ప్రారంభమైన బ్రాహ్మణేతరోద్యమము నాయకుడైన టి. ఎమ్ నాయరు గారికి బ్రాహ్మణుల పట్ల గౌరవము లేకపోగా ద్వేష భావముగూడ కలిగి ఉన్నందువల్ల ఆయన అనిబిసెంటుగారి హోమ్ రూల్ ఉద్యమానికి విముఖులైనారు. గ్రామంలో బ్రాహ్మణులు సాంఘికముగాను, రాజకీయముగాను అన్యాయాలు చేస్తు ప్రతి ఉద్యమంలోను ప్రముఖ పాత్ర వహించి లాభాలు పొందుతూ వుంటారని వారిది కేవలం స్వార్థ పరత్వమని విమర్శించడం ప్రారంభించాడు.

అనిబీసెంటు తీవ్రమైన ఆందోళన సహింపక మద్రాసు ప్రభుత్వమువారామె న్యూ ఇండియా పత్రిక ధరావతులలోవాటిని కైంకర్యము చేయ సాగినారు. అంతేగాక ఆమెను, ఆమె అనుచరులైన జార్జి అరుండేలు, బీ.పీ వారియర్ గార్లను ఉదకమండలంలో నిర్బంధములోనుంచేటట్లు 16-06-1917 తేదీన ఇంటర్నమెంట్ ఉత్తర్వులు జారీ చేశారు. దీనిని గూర్చి అసమ్మతి సభలు జరిగినవి. సర్ సుబ్రహ్మణ్యం అయ్యర్ గారు అనే మాజీ ప్రధాన చీఫ్ జస్టిస్ తన సర్ బిరుదును వదలు కొని

అమెరికా ప్రెసిడెంట్ విల్సన్ గారికి లేఖ వ్రాశారు. Passive resistance జరపడానికి నిశ్చయించారు. ఈ చర్యలన్నింటిలో బ్రాహ్మణులే ప్రముఖులుగానున్నారు. ప్రభుత్వంలోని పెద్ద ఉద్యోగులు, బ్రాహ్మణేతరులు దీనిని సహజంగానే ఆక్షేపించారు.

మనుస్మృతి సంస్కరణలు[4]

భారత దేశంలోని పురాతన ధర్మ శాస్త్రాలలో మనుస్మృతి యొకటి. ఇది వేద కాలము నుండి ఉన్నట్లు కనబడుతుంది. రామాయణంలో మనుస్మృతి ప్రశంస యున్నది. తరువాత మహాభారతంలో పురాణాలలోనూ దీని ప్రశంస ఉన్నది. మనుస్మృతిలో బ్రాహ్మణాధిక్యత ప్రతిపాదింపబడి వారికి అనుకూలములైన నిబంధనలు ఉన్నవని బ్రాహ్మణేతరులకు వేదాధికారం లేకపోగా వారికి అవమానకరములైన విధి నిషేధాలు ఉన్నాయని మనుస్మృతిని కొన్నిచోట్ల తగులు పెట్టడం ప్రారంభించారు. మనుస్మృతిలోని సనాతన ధర్మ సూత్రములు ప్రాచీన కాలపు రాజకీయ సాంఘిక మత పరిస్థితులను బట్టి నిర్మింపబడినవి. అవి కాలక్రమమున చాలా మార్పులు చెందినట్లు చేర్పులు కూడా జరిగినట్లు కనబడుతుంది.

మనుస్మృతిలోని కొన్ని శ్లోకాలు కొన్ని పరస్పర విరుద్ధము కూడా కనబడుతున్నవి. ఈ మార్పులు చేర్పులు ఎప్పుడు జరిగినవో చెప్పడం చాలా కష్టం. మనుస్మృతి చాలాసార్లు సంస్కరింపబడినట్లు కనబడుతున్నది.

మొత్తం మీద మనుస్మృతిలో కనబడే వర్ణాశ్రమ ధర్మాలను, కుల వ్యవస్థకు సంబంధించిన సామాన్య ధర్మాలు, స్త్రీ పురుషులకు సంబంధించిన ధర్మాలు, ఏదో ఒక కాలంలో దేశంలో అమల్లో ఉన్నట్లు ఎంచక తప్పదు.

మనుస్మృతిలోని ధర్మాలకు ఆ కాలంనాటి రాజాధిరాజులు కూడా అంగీకరించి వానిని అమలుపరిచే వారనడానికి సందేహం లేదు.

ఇటీవల 500 సంవత్సరాల క్రితం దక్షిణ దేశంలో వర్ధిల్లిన విజయనగర సామ్రాజ్యంలో కూడా మనుస్మృతి, యాజ్ఞవల్క్య స్మృతిలోని ధర్మశాస్త్ర నిబంధనలు అమలు జరుపబడినట్లు తెలుస్తున్నది.

[4] ఈ వ్యాసముయొక్క చేతివ్రాత ప్రతిలోని చివరి రెండు పేరాలు అవగాహనాతీతములగుటచే ప్రచురించుట సాధ్యపడలేదు.

మనుస్మృతిలో బ్రాహ్మణులకు అనుకూలములైన విధినిషేధాలున్నమాట నిజమే. బ్రాహ్మణేతరులకు అన్యాయముగా తోచే నిబంధనలున్న మాటకూడా నిజమే. గానీ మనుస్మృతి ధర్మ శాస్త్రములో చెప్పినట్లు వేదమును విన్న శూద్రుని చెవులలో సీసము కరిగిపోసినట్లుగా, నాలుక కోసినట్లుగా గాని నిదర్శనములు లేవు. అవి కేవలం భయము కలిగించడానికి చెప్పిన మాటలని ఎంచాలి. ఇవి నిజముగా మొదటలో నుండినవో లేక తరువాత చేర్చినవో తెలియదు. అధికారములేని వారు అధ్యయనం చేస్తే దేశానికి అరిష్టకాలు అని ఆ కాలంనాటి అభిప్రాయము, నమ్మకము.

వేద మంత్రములను ఉచ్ఛరించడంలో, ఉదాత్త, అనుదాత్తలు స్ఫురించడంలో పొరపాటు వస్తే ఆ మంత్రాల అర్థం మారిపోతుందనే కారణంతో వేదమంత్రాలు లోని శబ్దాలు మార్పు రాకుండా ఉండగలందులకు ఆ శబ్దాలను మూడుసార్లు ముందుకు, వెనకకు; అనగా కలిపి, విడదీసి వల్లించే ఒక అపూర్వమైన పద్ధతిని ఆ కాలంనాటి నుండి వేదాధ్యయన పరులు రూపొందించి పారంపర్యంగా శిష్యుల చేత వల్లింప చేయుచున్నట్లు కనబడుతూనే ఉన్నది. శ్రీ కొమర్రాజు లక్ష్మణరావు గారు ఘన పనసపాదాలకు మచ్చులిచ్చారు.

ఇటీవల ఒక ఐరోపా విద్వాంసుడు కొన్ని సంవత్సరములు వేదాధ్యయనమును గూర్చి పరిశోధనచేసి వేద పఠనములోని కొన్ని విశేషాలను గూర్చిన ఒక ఉద్గ్రంథమును రచించాడు.

ఇదే కారణమన్నాడు. మంత్రాలను బ్రాహ్మణులు పరమ రహస్యముగా చేశారు. ఇటీవల రేషనలిస్టులనే వారు మంత్రాలకు బలము లేదని చెప్తుతూ వున్నప్పటికీ జర్మనీ దేశంలోనూ అమెరికాలోనూ కొందరు పరిశోధకులు శబ్దాల ధ్వనికి మానవుని మనస్సు పైన ప్రభావం ఉన్నదని శాస్త్ర పరిశోధనల వల్ల కనిపెట్టారు. ఈ మంత్ర శాస్త్రము చదివిన దేశీయ పండితులు మంత్రాలకు బలమున్నదని విశ్వసిస్తారు. మంత్రములు అధర్వణ వేద కాలము నాటినుండి భారతదేశంలో వాడకంలో ఉన్నవి.

ప్రాచీన కాలంలో మంత్రాలు బ్రాహ్మణులు ఆధీనములుగా ఉండినవి. వాటిని అధికారము లేని వారు ప్రయోగిస్తే కీడు మూడుతుందని నమ్మేవారు. వాటిని గుప్త విద్యగా కాపాడారు. బ్రాహ్మణులకు కూడా అందరికీ ఈ మంత్రాలు ఉపయోగించే అధికారం లేదు.

మొదట అందరూ బ్రాహ్మణులే తరువాత వారి వారి గుణకర్మ తారతమ్యాల వల్ల క్షత్రియ, వైశ్య శూద్రులుగా విభజింపబడినారు అని మహాభారతం చెబుతున్నది. మనువు కాలంలోని శూద్రులలో ఏ ఏ వృత్తుల వారు ఉండిరో వివరంగా చెప్పడం కష్టం. అనులోమ ప్రతిలోమ వివాహల వల్ల కలిగిన సంతానమునకు వేరువేరు వృత్తులు నిర్ణయింప బడినవి. ఒకొక్క వృత్తి వారు ఒకొక్క కులము వారైనారు. ఇటీవల కొందరు చరిత్రకారులు ఈ సంగతిని వ్రాయక కులాలెలా ఉండినవో చెప్పడానికి వీలు లేదంటారు.

రవీంద్రనాథ్ ఠాగూరు గారి విశ్వ భారతి పత్రికలో శ్రీ విదుశేఖర భట్టాచార్యులు వారిచే వ్రాయబడిన "ప్రాచీన భరత వర్షమందు శూద్రులకు గల అధికారము" అనే అమూల్యమైన వ్యాసాన్ని శ్రీ వేలూరి శివరామశాస్త్రి శతావధాని గారు తెలుగులోనికి అనువదించి 1925 సంవత్సరం మే నెల భారతిలో ప్రచురించారు. (చూడు పుట 130-132). ఈ వ్యాసం చూస్తే ముఖ్యంగా శూద్రులకును తక్కువ వర్గముల వారికిని వైదిక కర్మలందు గల యధికారములు వేద శాస్త్రంలోని ఉల్లేఖనముల ఆధారముగా వివరంపబడి ఉన్నవి.

1. 'బాదరి' యను ఆచార్యుడు శూద్రులందు కూడా వైదిక కర్మలం దధికారం ఉన్నదని ప్రత్యుత్తరించినాడు. యజ్ఞము చేయుటకు నిషేధ విధులు లేనందున ఎవరైనా చేయవచ్చును అన్నాడు. కావున ప్రతివానికి వేదాధికారము కలదను బాదిరి మతమున శూద్రులకు ఉపనయనాధికారము కూడా కలవని తేలుచున్నది. వేదాధ్యయనము చేయనిదే యజ్ఞాది క్రియలు విధయుక్తముగా నెరవేర్పబడవు కదా!

2. శూద్రులు కూడా వైదిక కర్మలలో భాగస్వాములైరను సిద్ధాంతమును చూపు వేద వాక్యములు కలవని శబరుడు మీమాంసపరుస్త్రయములలో, కర్కుడు కాత్యాయన శ్రౌత సూత్రములలో చెప్పిరి.

3. ఈ సందర్భముగా శతపథ బ్రాహ్మణ మును (?) వేద కర్మలందు అగ్ర త్రైవర్ణికులకే అధికారము కలదని జైమిని మొదలైన వారు వాదించగా ఈ ఆచార్యులు ఖండించిరి. అయితే వీరు అగ్ర త్రైవర్ణికులు కారని వీరనాచార్యులని చరిత్రాధారము లున్నవి.

అగ్ర త్రైవర్ణములలో రథములు చేయువారు రథకారులు. రథకారులకా కాలమున అగ్ని నాధానము చేయవలెనని కలదు.

శూద్ర వర్ణమునకు సంబంధించిన కరణ మతము లందు జన్మించి శూద్ర స్త్రీ సంబంధము కల రథకారుడు శూద్రుడని కర్కుడు పరిగణించుచున్నాడు. బౌద్ధాయనుని గౌతముని మతమున రథములు చేయనిచో రథకారుడు వైశ్యుడని అంగీకరింపవలెను.

అయితే మనువునకు యీ ఆచార్యుని ననుకరించి పైనుదహరించిన ప్రమాణము నుండి తొలగినాడు. ఆ పై త్రైవర్ణి కులకు అనంతరము అనంత వర్ణ భార్యలందు కలిగిన పుత్రులు తమ తండ్రులతో కలిగిన పుత్రులు తమ తండ్రులతో సవర్ణులు గాక తల్లి వర్గమునకు చెందుదరని మనవు చెప్పెను. అందువల్ల వారు తమ తల్లులకు చెప్పబడిన సంస్కారములకు మాత్రమే అర్హులని వ్యాఖ్యానము వ్రాసిరి. దీనిని బట్టి రథకారుడు శూద్ర వర్గమునకు చెందిన వాడు. అతడు ద్విజాతీయులకు చెందడు. కావుననే అతనికి పూర్వమున నగ్న్యా ధానము విధిం పవలసి వచ్చినది.

ఇలాగనే నిషాదుడును గూర్చిన ధర్మశాస్త్ర చర్చ కూడా ఈ వ్యాసము నందున్నది. నిషాదులు అడవి బోయవాండ్రని సంస్కృత పాలీ ప్రాకృత వాఙ్మయములో నున్నవి. వీరిను పంచ జనములో

చేరిన వారు శూద్రులని, నిషాదులను పై మూడు వర్ణముల వారితో పాటు చాలా వైదిక కర్మలందు భాగస్వాములనియు జౌపమన్యుని మతమున విశదమగు చున్నది. అగ్ని అయిదుగురు జనులకు సంబంధించినదని, వారు యజ్ఞార్హులనియు ఋగ్వేదములో నున్నది. పవిత్రమగు హోమము అయిదుగురులో నివసించునని యున్నది.

వాజసనేయ సంహితలోని పాంచ జన్య పదవ్యాఖ్యానమున ఉన్వతి మహీధరులు కూడా ఆయీ యైదు గురు వైదిక కర్మలకు శేక్కతులని నిరూపించారు.

బ్రాహ్మణునకు శూద్ర స్త్రీకి పుట్టిన వాడు నిషాదుడని బోధాయనుడన్నాడు. బ్రాహ్మణులకు వైశ్య స్త్రీకి పుట్టిన వాడు నిషాదుడని గౌతముడు నిర్ణయించినాడు. ఏమైతే నేమి అడవిబోయ యైన అనార్యుని ఆర్య సమాజములో చేర్చుకున్నట్లు రుజువగుచున్నది.

ఆపస్తంభుడు తన ధర్మసూత్రములో ప్రకృతి ధర్మములందు తన ధర్మములను సరిగానే నెరవేర్చుచో ఏ వర్ణాశ్రమము వాడైనా తరువాతి పుట్టువు నందు సమనంతర శ్రేష్ఠ వర్ణము కలవాడు అగు చున్నాడు.

యాజ్ఞవల్క్యుడు చెప్పుచున్నాడు 'ఒక వర్ణమునకు నియతమగు కర్మను మఱియొక వర్ణము వాడవలంబించుచో వాడా వర్ణమునకు చెందును'. ఆపత్సమయమునందెవ రైననూ క్రిందివర్ణముల వారి వృత్తి నవలంబింప వచ్చును. అని మనువు అన్నాడు.

అనులోములకు ఉపనయనాధికారము కర్మాధికారమును నున్నవి. వీరందరు శూద్రులే కదా. రక్త సంబంధము వలన కలిగే మార్పు కొందరి మతమున అయిదు తరముల వరకు మఱికొందరి మతమన ఏడు తరములకు వర్ణము సంపూర్ణముగా మారుటను గూర్చిన వివరమును గౌతమ ధర్మ సూత్రములలో మనుస్మృతిలోనూ కూడా ఉన్నవి.

బ్రాహ్మణునకు క్షత్రియ స్త్రీకిని పుట్టిన సవర్ణ కన్య (మూర్ధాభిషిక్త) బ్రాహ్మణుడు పెండ్లాడుచో ఆమె స్త్రీ సంతతి ఏడు తరములు దాకా అటులే చేయుచున్నచో ఆ ఏడవ తరపు ఆడుపడుచు బ్రాహ్మణి యగును. అలానే బ్రాహ్మణునకు క్షత్రియ స్త్రీవలన పుట్టిన వాడు క్షత్రియుడగును. వాడు క్షత్రియ స్త్రీనే పెండ్లాడుచో అతని ఏడవతరము పురుషులు కూడా క్షత్రియులనే పెండ్లాండుచో ఆమె ఏడవ తరమున పుట్టిన వారందరూ క్షత్రియులగుదురు.

సూతుడు గాక మిగిలిన ప్రతిలోమ వారు కర్మ.... అంగీకరింపబడతారని ఆపస్తంబుడు చెప్పిననూ కుల్లూకభట్టు అంగీకరింప కున్నను ఒకానొక శాస్త్రమున ప్రత్యేక విధిచే సూతు డుపనయనమున కర్హుడని హరదత్తు వ్రాశాడు.

అనులోమములో శూద్ర స్త్రీకి పుట్టిన వారు తప్ప మిగిలిన అనులోమములు ఉపనయనార్హులని బోధాయనులు......యాజ్ఞవల్క్యుడు మితాక్షరి ...వేరు వేరు పాక యజ్ఞములకు శూద్రులు అర్హులే గాని మంత్రోచ్చారణము మాత్రము లేదు.

పట్టాభి సీతారామయ్యగారి కాంగ్రెస్ చరిత్ర

డాక్టర్ భోగరాజు పట్టాభి సీతారామయ్య గారు తమ కాంగ్రెస్ చరిత్రలో కాంగ్రెస్ పుట్టక పూర్వం భారత దేశంలోని వివిధ రాష్ట్రాలలో రాజకీయ పరిజ్ఞానమును గూర్చి అక్కడి దేశీయ ప్రముఖులు స్థాపించిన ప్రజా సంఘములను గూర్చి వ్రాస్తూ 1857 సంవత్సరంలో కలకత్తాలో స్థాపించబడిన బ్రిటిష్ ఇండియా అసోసియేషను, బొంబాయిలో స్థాపింపబడిన బొంబాయి అసోసియేషన్ సంగతి చెప్పారు. దక్షిణ భారతదేశంలో రాజకీయ పరిజ్ఞానం 1878 సంవత్సరంలో చెన్నపట్టణంలో స్థాపించబడిన హిందూ పత్రిక తోనే ప్రారంభమైనదని, దానిని స్థాపించిన గౌరవము శ్రీమాన్ ఎం వీరరాఘవాచార్యులు, ఆనరబుల్ పి.రంగయ్య నాయుడు, జి.సుబ్రహ్మణ్యఅయ్యర్, న్యాపతి సుబ్బారావు గార్లకు కలిగిందని వ్రాశారు. ఈ జాబితాలోని వారిలో డి.రంగయ్య నాయుడు, న్యాపతి సుబ్బారావు గార్లు ఆంధ్రులని వ్రాయలేదు. పట్టాభి సీతారామయ్యగారు ఈ మాటలు వ్రాయడంలో హిందూ పత్రిక స్థాపనను గూర్చిన పాత రికార్డులను గాని, 1928 సంవత్సరం అక్టోబర్ 7వ తేదీన ప్రకటింపబడిన హిందూ పత్రిక యొక్క స్వర్ణోత్సవ సంచికను గాని చూసి వ్రాసినట్లు తోచదు.

1928 సంవత్సరంనాటి స్వర్ణోత్సవ సంచికలో హిందూ పత్రిక స్థాపనను గూర్చి వీరరాఘవాచార్యులు గారు వ్రాసిన పెద్ద వ్యాసంలో చెన్నపట్నంలో 1844 సంవత్సరంలో గాజుల లక్ష్మీనరసింహశెట్టి గారనే ఆంధ్ర వర్తకుడు మద్రాసు నేటివ్ అసోసియేషన్ అనే ప్రజా సంఘమును స్థాపించినారని, క్రెసెంట్ అనే పత్రికను స్థాపించారని, ఆనాటి కాలంలో మద్రాసులోను దక్షిణ దేశంలోను కలిగిన రాజకీయ పరిజ్ఞానమును గూర్చిన వివరములు వ్రాసి యున్నారు.

హిందూ పత్రికకు 1880 సంవత్సరం నుండి 1928 సంవత్సరం వరకు విలేఖరిగానున్న గుత్తిలో నివసించే పత్తి కేశవపిళ్ళే గారు 50 సంవత్సరాల జ్ఞాపకాలు అనే శీర్షికతో వ్యాసం వ్రాశారు. అందులో గాజుల లక్ష్మీనరసింహ శెట్టి గారు స్థాపించిన మద్రాస్ నేటివ్ అసోసియేషన్ అనే ప్రజా సంఘమును గురించి, క్రెసెంట్ పత్రికను గురించి ప్రశంసించారు.

1894 సంవత్సరంలో మద్రాస్ లో జరిగిన కాంగ్రెస్సు మహా సభ సమావేశంలో భారత ఆర్థిక పరిస్థితులను గూర్చి పార్లమెంటు వారు విచారించాలనే తీర్మానంపైన శ్రీ ఆవుల చినపార్థసారథి నాయడుగారు, ఆంధ్ర ప్రకాశిక సంపాదకుడు తెలుగులో మాట్లాడుతూ గాజుల లక్ష్మీనరసింహం శెట్టి గారు 50 సంవత్సరాలు క్రిందటనే అటువంటి విచారణ జరపాలని కోరి యున్నారని తమ

ప్రసంగములో చెప్పియున్నారు. ఆ సమావేశం లో పాల్గొనిన పరమేశ్వర పిళ్లె గారు మద్రాసు స్టాండర్డు పత్రికాధిపతి. 1898 లో ప్రకటించిన Representative men of South India అనే గ్రంథంలో సర్ టి మాధవరావు గారు మొదలైన ప్రముఖుల జీవిత చరిత్రతో పాటు గాజుల లక్ష్మీనరసింహశెట్టి గారి జీవిత చరిత్రను కూడా రచించారు. పరమేశ్వర పిళ్ళే గారు రచించిన Representative Indian అనే గ్రంథమును ఇంగ్లాండులో Routledge Company వారు 1904 సంవత్సరంలో ప్రచురించారు. అందులో వివిధ రాష్ట్రములలోని దేశీయ ప్రముఖుల జీవిత చరిత్రలున్నవి. అందులో మద్రాస్ రాజధాని లోని మహా పురుషులలో గాజుల లక్ష్మీ నరసింహశెట్టి గారిని చేర్చి యున్నారు.

1919 సంవత్సరం నుండి 1939 వరకు పట్టాభి సీతారామయ్య గారు జన్మభూమి అనే పత్రికకు సంపాదకులై ఇంగ్లీషులో పత్రికా రచయితగా ప్రఖ్యాతి వహించిన వారు. 1928 సంవత్సరం నాటి హిందూ స్వర్ణోత్సవ సంచికను గాని, పైన చెప్పిన గ్రంథాలను గురించి గానీ తెలియదంటే సబబుగా ఉంటుందా?

కాంగ్రెస్ ప్రారంభ కాలంనాటి ప్రముఖులను గూర్చి వ్రాయడంలో పి. కేశవ పిళ్ళె గారి ని గూర్చి ఐదు పంక్తులు వ్రాశారు గానీ వారు ఆంధ్రదేశానికి దత్తపుత్రులైన ఆంధ్రులని వ్రాయలేదు. అలాగే ఆంధ్రుడు అయిన పనప్పాకం అనంత ఆచార్యులు గారి పేరు ఆనందచార్యులు గారని అరవ వారు చేసిన నామకరణము స్వీకరించారు.

పట్టాభి సీతారామయ్య గారు కాంగ్రెస్ చరిత్ర రచించడములో కాంగ్రెస్ రికార్డులు గాని, సమకాలీన పత్రికలలోని రిపోర్టులు గాని, ఇతర చరిత్రాధారములు పరిశీలించక అనిబిసెంట్ గారు 1915 సంవత్సరం నాడు ప్రకటించిన How India wrought for freedom అనే గ్రంథమును గణేశం కంపెనీ వారు ప్రకటించిన Indian National buildersఈ పుస్తక సంపుటములు జీ. ఎ. నటేశన్ కంపెనీ, మొదలైన వారు ప్రకటించిన మరికొన్ని పుస్తకాలనుండి భాగములు ఎత్తి వ్రాసినందువల్ల చాలా చోట్ల పొరపాట్లు కాంగ్రెస్ చరిత్రలో దొర్లినవి.

శ్రీరాములు ఆది లోనే హంసపాదు అన్నట్లు మొదటి కాంగ్రెస్ సమావేశాన్ని గూర్చి వ్రాయడంలో అనిబీసెంట్ గారి పుస్తకంలోని భాగము కాపీ చేసినందువల్ల ఆ సమావేశానికి మచిలీపట్నం నుండి వెళ్లి అందులో పాల్గొన్న ఆంధ్ర ప్రముఖులైన సింగరాజు వెంకట సుబ్బారాయుడు గారి పేరైనా పట్టాభి గారు ఉదహరించలేదు. ఈ సుబ్బారాయుడు గారు కలకత్తాలో జరిగిన రెండవ సమావేశంలో కూడా పాల్గొన్నారు. 1887 సంవత్సరంలో 44వ ఏట చనిపోగా మద్రాస్ లో జరిగిన కాంగ్రెస్సు సభ అధ్యక్షుడీయనను గూర్చి ప్రశంసించారు. దీనిని గూర్చి నేను వ్రాసిన వ్యాసము జామీను రైతు పత్రికలో 05-08-1983 తేదీన ప్రకటింపబడినది.

దిగవల్లి వేంకట శివరావు

కాంగ్రెస్ చరిత్రలో పట్టాభి సీతారామయ్య గారు ఆంధ్రులు నడిపిన ఉద్యమాలను గూర్చి కానీ, చేసిన త్యాగాలను గూర్చి గాని ఎట్టి తబిసీళ్ళు వ్రాయలేదని అయ్యదేవర కాళేశ్వరరావుగారు నా జీవిత కథ నవ్యాంధ్రము అనే గ్రంథము యొక్క ఉపోద్ఘాతంలో 1959లో వ్రాసినారు.

పట్టాభి గారు ఆంధ్రదేశానికి గొప్ప కీర్తి తెచ్చిన ఉజ్వల ఘట్టాలను ప్రాముఖ్యతను బుద్ధి పూర్వకంగా తగ్గించి వక్ర భాష్యం కూడా వ్రాసిన ఉదాహరణములున్నవి.

1921 సంవత్సరం మార్చి 31 ఏప్రిల్ 1 తేదీన బెజవాడలో జరిగిన అఖిల భారత కాంగ్రెస్ మహాసభలలో మొదటి రోజున ఏర్పాటులు సరిగా లేనందున, ప్రజల ఒత్తిడి వల్ల గాంధీ మహాత్మునికి అపాయం కూడా కలిగే పరిస్థితి కలుగగా కాళేశ్వరరావు గారు మొదలైన వారు ఆంధ్రరత్న దుగ్గిరాలగోపాలకృష్ణయ్య గారి సహాయం కోరగా ఆయన తమ రామదండును తెచ్చి ఇప్పుడు గాంధీనగరం అని పిలువబడే విశాల మైదానములో కష్టపడి బాజులు వెదుళ్లతో ఐదు వీధులు తీర్చి ఐదు ఉపన్యాస వేదికలను అమర్చి షౌకతాలీ మొదలైన నాయకుల ప్రశంసలు అందుకొనగా పట్టాభి గారు ఆంధ్ర రత్న పై గల అసూయాద్వేషాల పురస్కరించుకుని దానిని గురించి కాంగ్రెస్ చరిత్రలో ఏమీ వ్రాయలేదు. బెజవాడ కాంగ్రెస్ సభవారి విశేషాలు వ్రాయలేదు. చీరాల పేరాల సత్యాగ్రహాన్ని గాంధీ మహాత్ముడు స్వయంగా చూసి యంగ్ ఇండియా పత్రికలో ఆంధ్రరత్నను ప్రశంసిస్తూ గొప్ప వ్యాసము వ్రాయగా పట్టాభి సీతారామయ్య గారు వాని ప్రాముఖ్యతను తక్కువ పరచి వక్ర భాష్యంతో ఒకటిన్నర పుటలలో ముగించారు. దీనికి కారణమున్నది. సీతారామయ్యగారు పూర్వము కాంగ్రెస్సులో మితవాద వర్గము వారై 1919 నుండి జన్మభూమి పత్రికలో ఏవేవో వ్రాస్తూ కాలక్షేపం చేసినారని ఆంధ్రరత్న 1922 సంవత్సరంలో ఒక చాటుపద్యంలో హేళన చేసిన దానికి పగబట్టారు.

పట్టాభి సీతారామయ్యగారికి ఆంధ్ర దేశములో మహానుభావులైన కొండా వెంకటప్పయ్య పంతులు గారు, టంగుటూరి ప్రకాశం పంతులుగారు, బులుసు సాంబమూర్తి గారు ఆంధ్రరత్న గారు మొదలైన వారిపైన చాలా అసూయ. కాంగ్రెస్ సంఘ సభలలో ఆయన దుస్తంత్రాలు చేయడమే గాక వారిని నిందించేవారు. ఈ పోట్లాటలను గూర్చి హిందూ పత్రిక విలేఖరి బెజవాడ నుండి పంపిన లేఖలు హిందూ పత్రికలో ప్రకటింపబడినవి. వానిని మామిడిపూడి వెంకటరంగయ్య గారు అనాలోచితంగా తాము రచించిన ఆంధ్రదేశ స్వాతంత్ర పోరాట సంపుటంలో పునర్ముద్రణ చేశారు. గుంటూరు జిల్లాలో పెదనందిపాడు నిరాకరణోద్యమము చాల చాలా గొప్ప ఘట్టము. దానిని గూర్చి కొండా వెంకటప్పయ్య పంతులుగారు తమ స్వీయ చరిత్రలో చాలా వివరాలు వ్రాసి యున్నారు. ఈ పన్నుల నిరాకరణోద్యమము మితవాదులైన న్యాపతి సుబ్బారావు గారికి కిట్టకపోవడంలో ఆశ్చర్యం లేదు. ఆయన దీనిని గురించి చేసిన విమర్శలు హిందూ పత్రిక ప్రకటించినది. హిందూ పత్రికకు ఆంధ్రుల పైన సవతి తల్లి ప్రేమ కదా కాంగ్రెస్సులో

ప్రవేశించిన పట్టాభి సీతారామయ్య గారికి కూడా ఇది ఇష్టం లేదట. అందువల్ల దీనిని గూర్చి వారు గాంధీ మహాత్మునికి తప్పుడు సమాచారాలు అందజేసి ఈ ఉద్యమాన్ని ఆపించడానికి కుట్ర చేసినట్లు కూడా వెంకటప్పయ్య గారి జీవితచరిత్ర లో వ్రాశారు. దీనిని గూర్చి కాళేశ్వర రావు గారు తమ జీవిత చరిత్రలో కూడా (344- 347 పుటలలో) వివరంగా వ్రాశారు.

పెదనందిపాడు ఉద్యమాన్ని ఆపవల్సింది అని గాంధీ గారు కొండా వెంకటప్పయ్య గారికి లేఖ వ్రాసినా వెంకటప్పయ్య గారు మూర్ఛించి ఉద్యమం నడుపుతున్నారని, ప్రభుత్వోద్యోగులకు కరపత్రములు పంచిపెట్టుట ప్రారంభించారు. "దీనిని గూర్చి విచారించగా శ్రీ భోగరాజు పట్టాభి సీతారామయ్య గారు మహాత్ముని వద్దకు పోయి ఇక్కడి ఉద్యమము షరతులకు భిన్నంగా నడుప బడుచున్నదని చెప్పినందువల్ల వారి మాటలు నమ్మి మహాత్ముడు ఉద్యమమునాపి వేయవలసినదని ఉత్తరము వ్రాసి దానిని నాకందచేయవలెనని పట్టాభి సీతారామయ్య గారి కిచ్చినట్లును. ఆయన మరెవ్వరి ద్వారానో నాకిమ్మని పంపగా అది అధికారుల చేత చిక్కినందున వారందలి పత్రములు బొత్తించి ప్రకటించినారని తెలిసినది" (పుట 347)

ఈ పెదనందిపాడు ఉద్యమం విషయంలో గాంధీ మహాత్మునికి వేంకటప్పయ్య గారు తంతినిచ్చి ఉత్తరముతో నడింపల్లి లక్ష్మీనరసింహ గారిని పంపగా మహాత్ముడు తృప్తి చెంది అక్కడి పరిస్థితులు నాకు తెలియవు బాధ్యతంతా మీదే అన్నారుట. తరువాత కొంతకాలానికి గవర్నరు వెల్లింగ్టన్ ప్రభువు ఇంగ్లాండు వచ్చినప్పుడు ఈ పెదనందిపాడు సర్కారులోని పన్నుల నిరాకరోణద్యమంలో బ్రిటిష్ ప్రభుత్వమును కూకటి వేళ్ళతో కదిలించివేసిందని పార్లమెంట్లో చెప్పినారు. కాంగ్రెస్ చరిత్రకారులైన పట్టాభి గారీ ఉద్యమం గురించి చాలా క్లుప్తంగా దీని ప్రాముఖ్యతను తక్కువ చేసి వ్రాయటం శోచనీయమని వెంకటప్పయగారి స్వీయచరిత్రలో వ్రాశారు(పుట 348).

ఏమైతేనేమి గాంధీగారా సమయంలో బార్డోలీ పన్నుల నిరాకరణ తలపెట్టి నందువల్ల ఈ పెదనందిపాడు ఉద్యమాన్ని ఆపవలసి వచ్చింది. దీని విషయంలో మరికొన్ని విశేషాలు కూడా జరిగినవి. పట్టాభి గారి కుతంత్రాలను గూర్చి వేంకటప్పయ్య గారు వ్రాసిన సంగతులన్నీ కాళేశ్వరరావు గారు తమ పుస్తకంలో వివరించారు(చూడు పుటలు 344- 349)

పట్టాభి సీతారామయ్యగారి కాంగ్రెస్ చరిత్రలో చాలా అవకతవకలు వ్రాతలు వ్రాశారు. కాకినాడ కాంగ్రెస్సులో 1923 సంవత్సరంలో జరిగిన కాంగ్రెస్ సమావేశం చాలా ప్రాముఖ్యత చెందిన విషయము. దీని వివరాలు కాంగ్రెస్ వారు అధికారపూర్వకంగా ప్రకటించిన నివేదికలున్నవి. అంతేగాక మన రాజకీయ నాయకులు వ్రాసిన జీవిత చరిత్రలలో ఉన్నది. కాకినాడ కాంగ్రెస్ ఏర్పాటులను దేశ నాయకులు అందరూ మెచ్చుకున్నారు. బులుసు సాంబమూర్తి గారు తమ ఏకైక పుత్రుడు చనిపోవగా దుఃఖమును దిగమ్రింగి ఆయన ఆ కాంగ్రెస్సు సభకు ఏర్పాటులు

చేశారు. కాకినాడ కాంగ్రెస్ ప్రాముఖ్యత అంతా అప్పుడక్కడ వేసిన పెద్ద గుడారము, భోజనాలు ఏర్పాటులో నున్నదని పట్టాభిగారు హేళన చేశారు. శాసన సభలద్వారా సహాయ నిరాకరణం చేయవచ్చునని కాకినాడ కాంగ్రెస్ తీర్మానం చేసినదని హేళన చేశారు.

కొండా వేంకటప్పయ్యగారు, ఆంధ్రరత్న గారు పని మీద పంజాబుకు వెళ్లగా పట్టాభి సీతారామయ్య గారు కాకినాడ అఖిలభారత కాంగ్రెస్ కమిటీకి జరిగిన ఎన్నికలను నిర్వహించారు. ఆ సందర్భంలో గుంటూరు నుంచి ప్రతినిధులు ఎన్నుకోవడంలో వేంకటప్పయ్య గారు ఏఐసీసీ అధ్యక్షులైనందున, ఆంధ్ర దేశ కార్యదర్శియైనందున వారు Ex Officio సభ్యులుగా ఉంటారని తప్పుడు అభిప్రాయాన్ని ఇచ్చి వాని స్థానాల్లో కూడా పట్టాభి గారు ఇతరులను ఎన్నుకునేటట్లు కుతంత్రం చేసినందు వల్ల వారికి తరువాత సభ్యత్వం లేకుండా పోయింది.

కాకినాడ కాంగ్రెస్సు జరిగిన తర్వాత ఆంధ్ర రత్నగారు బెజవాడ వచ్చినప్పుడు నేను స్వరాజ్య పత్రికకు విలేఖరిగా ఆయనను దర్శించి కాకినాడ కాంగ్రెస్సు పై వారి అభిప్రాయాలను గురించి అడిగినప్పుడు పెద్ద స్టేట్మెంట్ ఇచ్చి పట్టాభి గారి ద్రోహమునుగూర్చి చెప్పారు. ఈ interview స్వరాజ్యలోనే గాక ఉత్తర హిందూస్థానం పత్రికలలో కూడా ప్రకటింపబడినది. ఆంధ్రరత్న జీవితాన్ని రచించిన గుమ్మిడదల సుబ్బారావు గారు దీనిని పేర్కొన్నారు.

పట్టాభి సీతారామయ్య గారి కాంగ్రెస్ చరిత్రలోని లోపాలను గురించి 1936 సంవత్సరం మోడరన్ రివ్యూ నవంబరు సంచికలో సురేశ చంద్రసేను గారు పెద్ద విమర్శ వ్యాసం వ్రాశారు. అటు తర్వాత కాంగ్రెస్ చరిత్రను గూర్చిన విమర్శలు చాలా వచ్చినవి. కాంగ్రెస్ చరిత్ర మరోసారి పునర్ముద్రణ జరిగినది గాని అందులో లోపాలను సవరించలేదు.

దీనికి కారణం నా అంత వాడు వ్రాసిన గ్రంథంలో ఎవరు తప్పు పట్టడానికి సాహసిస్తారని ధీమాయేగాక ఆ తప్పులు అంగీకరించ వలసి వస్తే ఇంకా ఇలాంటి తప్పులెన్ని ఉన్నవోయని కాంగ్రెస్ అధిష్టానం వర్గం వారు తనను హేళన చేస్తారని ఆ తప్పులు సవరించకుండానే పునర్ముద్రణ చేసిన అన్యాయానికి పుణ్యం గట్టుకున్నారు.

పట్టాభి గారు మొదట కాంగ్రెస్సు లో మితవాదిగా ఉండేవారు అందువల్ల ఆయన స్నేహితుల్లో అందరూ మితవాదులే. 1919 సంవత్సరం గాంధీ మహాత్ముని సత్యాగ్రహం లో గాని 1920 సం. నాటి సహాయ నిరాకరణలో గానీ పాల్గొనలేదు. 1919 సంవత్సరంలో జన్మభూమి అనే పత్రికను స్థాపించి 1931 సం. దాకా దానిని నడిపారు. ఆయన కృష్ణా జిల్లా ఖద్దరు సంస్థకు కార్యదర్శిగా ఉండేవారు. ఆంధ్ర రాష్ట్ర కాంగ్రెస్ వర్గాలు చాలామందితో ఆయనకు సరిపడేది కాదు. 1930 సంవత్సరంలో ఉప్పు సత్యాగ్రహఉద్యమం లో జైలుకు వెళ్లారు. జైలు నుండి వచ్చిన తర్వాత కాంగ్రెస్సులో ప్రముఖులై కార్యవర్గంలో సభ్యులై 1935లో కాంగ్రెస్ చరిత్ర కారులైనారు. కాంగ్రెస్ చరిత్రలో ఆంధ్ర ఉద్యమాన్ని గురించి గానీ బ్రాహ్మణేతరోద్యమాన్ని గురించి గానీ ఆయన

చర్చించలేదు. కాంగ్రెస్సు అధ్యక్షులు రాజేంద్ర ప్రసాదుగారు కాంగ్రెస్సు చరిత్ర పీఠికలో పట్టాభి సీతారామయ్య గారు వివిధ విషయములపై వెలిబుచ్చిన అభిప్రాయాలతో కాంగ్రెస్సు అధిష్ఠానవర్గానికి సంబంధంలేదని వ్రాశారు.

1885 మొదటి కాంగ్రెస్ సమావేశానికి వెళ్లి పాల్గొన్న సింగరాజు సుబ్బారాయుడు గారిని గురించి నేను వ్రాసిన వ్యాసము రాజమహేంద్రవరం సమాలోచన పత్రికలో 01-07-1983 తేదీన ప్రకటించ బడినది. కాంగ్రెస్సు చరిత్రలో పట్టాభి సీతారామయ్య గారు చేసిన ద్రోహమును గూర్చి నేను వ్రాసిన వ్యాసము నెల్లూరు జమీను రైతులో 02-9-1983,09-09-1983 సంచికలలో ప్రకటింపబడినవి.

గొట్టిపాటి బ్రహ్మయ్యగారు వ్రాసిన లేఖకి నకలు

గొట్టిపాటి బ్రహ్మయ్య
32-2-4 రత్నమాంబ
ప్రజాశక్తి నగర్
విజయవాడ-13
తేది 29-08-1983

ప్రియమిత్రులు, పూజ్యులు శ్రీ దిగవల్లి వేంకట శివరావుగారు

నమస్కారములు

క్షేమం. నేను సంవత్సరం నుండి విజయవాడలో మా మనుమడు కొండపల్లి రామకృష్ణ ప్రసాద్ వద్ద ఉంటున్నాను. తమ ఆరోగ్యాన్నిగూర్చి వ్రాశారు. ప్రస్తుతం ఆరోగ్యంగా వున్నందుకు సంతోషం. వారంరోజుల క్రితం నేనూ మూడు రోజులు డాక్టర్లను పిలిపించుకోవలసి వచ్చింది. మనకు 85 సంవత్సరం వృద్ధాప్యం గదా. శ్రీ వెంకటరత్నం గారికి నమస్కారములు. చిరంజీవులకు ఆశీర్వచనములు. నా జీవన నౌకను గూర్చిన మీ అమూల్య మైన అభిప్రాయమును చదువుకుని ఆనందించాను. డాక్టరు పట్టాభి గారు ఆంధ్రరత్నం గారికి చేసిన అన్యాయాన్ని గూర్చి వ్రాశారు. నేను 1920 సం నుండి 1940 వరకు వారి సన్నిధానంలో వున్నాను. ఎవరైన వారికి "Yes men" గా వున్నంతవరకే వారు మెచ్చుకుంటారు. ఒక సారి Town Hall లో బ్రహ్మయ్యగారు లక్ష్మణునంతటి వారని మెచ్చు కున్నారు. తరువాత ఆయన ఆగ్రహానికి గురియై 12 సంవత్సరాలు అజ్ఞాత వాసం చేశాను. పూజ్యులు శ్రీ ముట్నూరి వారు, చెరుకువాడ వారు కూడా ఆయనకు దూరం కాకుండా తప్పలేదు. ఆయన సన్నిహితులు రమణయ్యగారు మాత్రమే. ఆ నిరంకుశుడుతో మేము ముగ్గురము adjust కాలేకపోయాము. పట్టాభిగారి కుమారుడు వెంకటరత్నం మునిసిపల్ కౌన్సిలుకు రాయుడుగారి సహాయం అవసరం. ఆ విషయంపై కృష్ణాపత్రిక ఆఫీసులో కృష్ణారావు

పంతులు గారు పట్టాభిగారిని వారి ఎదుటనే చాల కటువుగా విమర్శించారు కూడా. మహా త్యాగమూర్తి ఆంధ్రకేసరి ప్రకాశం పంతులు గారిమీద ఎప్పుడు మహాత్మునితోను, శ్రీ పటేల్ తోను చాడీలు చెప్పటమే గదా. 1946 లో ప్రకాశం పంతులుగారికి వ్యతిరేకంగా, కళావారు వగైరా 18 M.L.A ను కూడ గట్టుకుని తాను ముఖ్య మంత్రిగావలెనని ప్రయత్నించారు. నేను ఆంధ్రకేసరివారి వైపునే పనిచేశాను. ఈ సంధర్భములో ఢిల్లీ వెళ్ళాను కూడా పంతులుగారితో కలిసే. అది ఒక గ్రంథం . 1937 సంవత్సరంలో మునిసిపల్ ఛైర్మనుకు ...33ని ఎన్నిక చేయవలసివచ్చింది. గుంటూరు కు శ్రీ ఉన్నవ లక్ష్మీనారాయణ గారిని నేను సూచించాను. ప్రధాన కార్యదర్శిగా. లక్ష్మీనారాయణగారు ఆరునెలలో మెజారిటీని మైనారటీగ దింపువాడని తోసివేశారు. అప్పుడు కార్య సంఘములో ఎవరము ఆయనను ధిక్కరించే స్థితిలో లేము. 1938, 1939 జిల్లాబోర్డు అధ్యక్షుల ఎన్నిక సంధర్భమున మేము అందరము, శ్రీ కళా, పల్లంరాజు, గోపాల రెడ్డి, సంజీవ రెడ్డి, కల్లూరి సుబ్బారావు వగైరా అంతా మా నిర్ణయము ఖచ్చితముగా చెప్పి ఓటింగుకు పెట్టమనునట్టి సంధర్భములో కాంగ్రెస్సు కమిటీలోని సభ్యులు మాకు అనుకాలముగా వుండుట జరిగేది. నేనే ముఖ్య పాత్ర వహించినందున ఆయన ఆగ్రహానికి గురి అయ్యాను. ఇట్టివి ఎన్నో. శ్రీ అనటపల్లి నారాయణరావుగారు ఆయనను బ్రాహ్మణ మేధస్సు వైశ్య హృదయం అన్నారు. ఆంధ్రరత్న హృదయంలేని మేధస్సు అన్నారు 1930 జైలు లో. ఆంధ్ర ఇన్స్యూరెన్సు కంపెనీ Honororium గా నెలకు మూడు వేలు గౌరవ భృతి వచ్చే కాగితముల మీద సంతకాలు చేసి డబ్బు సంపాదించారని వెల్లడి అయింది కదా! అందుకు గాను major ....ని G అవకాశం పోగొట్టుకున్నాడు. ఒక గుమాస్తా ఉద్యోగం పోవటం జరిగింది. ఇట్లా ఎన్నో. పెద్ద వాళ్లు పెద్ద తప్పులు చేస్తారు, చిన్నవాళ్ళు చిన్న తప్పులు చేస్తారు. మిత్రులకు వందనాలు.

భవదీయుడు

గొ.బ్రహ్మయ్య

శ్రీ అయ్య దేవర కాళేశ్వరరావు పంతులు గారి నా జీవిత కథ నవ్యాంధ్రము అనే గ్రంథమునకు 19-03-1954 తేదీన వ్రాసిన ఉపోద్ఘాతంలో " డాక్టర్ భోగరాజు పట్టాభి సీతారామయ్యగారు రచించిన కాంగ్రెస్ చరిత్ర అఖిలభారత ఘట్టములను వాటి తేదీలను జ్ఞాపకం చేసుకొనుటకు మిగుల నుపయోగపడినది కానీ దానిలో ఆంధ్రుల నడిపిన ఉద్యమమును గూర్చి గాని, చేసిన త్యాగమును గూర్చిని గాని ఎట్టి తబ్సీళ్లు లేవు. కేవలము ఆంధ్రజాతి లో కలిగిన చైతన్యము,విప్లవమును గూర్చియె నాకథను పరిమితముచేసినారు. అవసరమైనచోట్ల అప్పటి భారత కథను ప్రాతిపదికగా మాత్రమే తీసుకున్నారు"

గరిమెళ్ల సత్యనారాయణ గారు

మాకొద్దీ తెల్ల దొరతనము అనే సుప్రసిద్ధ దేశభక్తి గేయం రచయిత సత్యనారాయణ గారు శ్రీకాకుళం జిల్లా నరసన్నపేట తాలూకా గోనెపాడ గ్రామం వారు. ప్రియా అగ్రహారం కాపురస్తులు. వారి తండ్రి గరిమెళ్ళ రామకృష్ణ అనే వెంకట నరసింహం గారు తల్లి సూరమ్మ గారు. ఈయనకు ముగ్గురు చెల్లెళ్ళు, నలుగురు తమ్ముళ్ళు. వీరిది పేద కుటుంబం. చిన్నతనంలో వీధి బడిలో చదివి విజయనగరంలోనూ, మచిలీపట్నంలోనూ ఉన్నత విద్య అభ్యసించారు. శ్రీకాకుళం జిల్లాలో నొక భూస్వామియైన కన్నేపల్లి లక్ష్మీనరసింహం గారి ఆర్థికసహాయంతో చదువుకున్నారు. వీరు పట్టభద్రులైన తరువాత గంజాం జిల్లా కలెక్టరు కార్యాలయంలో గుమాస్తాగా చేరారు. అది మాని విజయనగరం ఉన్నత కళాశాలలో ఉపాధ్యాయులైనారు. అటు తరువాత రాజమహేంద్రవరం ట్రైనింగ్ కాలేజీలో శ్రీపాద కామేశ్వరరావు గారి సహాయంతో L T చదువుతూ ఉండగా 1920 సంవత్సరంలో మహాత్మా గాంధీ సహాయ నిరాకరణోద్యమం వలన అది మానేశారు. కురుగంటి సీతారామయ్య గారు ఎం.ఏ. వారి సహధ్యాయులు గా ఉండేవారు.

సత్యనారాయణ గారు మాకొద్దీ తెల్ల దొరతనం అనే గేయం 1921 సంవత్సరంలో రచించారు. గేయాన్ని అరఠావు కాగితములో రెండు ప్రక్కలా అచ్చువేయించి ఒక అణా వెల పెట్టి అమ్మే ఏర్పాటు చేశారు. ఆ అరఠావు కాగితాన్ని కూడా ప్రభుత్వము వారు నిషేధించారు. 1922 సం. లో ప్రకటింపబడిన స్వరాజ్యకీయములు 1, 2భాగములు నిషేధించారు.

కురుగంటి సీతారామయ్య గారు నవ్యాంధ్ర సాహిత్య వీధులలో సత్యనారాయణ గారిని గూర్చి ప్రశంసిస్తూ వ్రాశారు.

సత్యనారాయణగారిమీద రాజకీయ ద్రోహము మోపి 1924 లో వారు రచించిన గేయమును ప్రభుత్వమువారు నిషేధించారు.

సత్యనారాయణ గారు దురదృష్టవంతులు. ఆయనకు సరియైన జీవనాధారం దొరకలేదు. ఎక్కడా ఉద్యోగం చేయలేకపోయాడు. ఆఖరికి పూటకూళ్ల హోటల్ పెట్టుకున్నా లాభంలేక పోయింది. చివరకు భిక్షాటనం కూడా చేయవలసి వచ్చింది. ఆడపిల్లలకు పెళ్లిళ్లు కాలేదు. ఆయనకు దృష్టి లోపం కలిగింది. 1947 సం లో బెజవాడ వచ్చారు. నేను నా మిత్రుడు చెరుకుపల్లి వెంకటప్పయ్య కలిసి రూ 125 పోగుచేసి యిచ్చాము. ఒక పూట మాయింట భోజనం చేశారు.

మా కొద్దీ తెల్ల దొర తనము –దేవా మా కొద్దీ తెల్ల దొరతనము బాబూ మా కొద్దీ తెల్లదొరతనము||

1. పన్నెండు దేశాలు పండుచున్నాగాని పట్టెడన్నమెలోపమండీ
ఉప్పుముట్టుకుంటె దోషమండీ నోట – మట్టీ కొట్టి పోతాడండీ
అయ్యో కుక్కలతో పోరాడి కూడు తింటామండీ మాకొద్దీ||
2. ధనమూ కోసం వాడు దారీచేసుకొని కల్లూ సారాయమ్ముతాడు
మా ముల్లెమూటలు దోచినాడు – ఆలి మెళ్లో పుస్తెలు తెంపినాడు
మా కళ్లా దుమ్మేసినాడు కాటీకి దారిచేశినాడు మా కొద్దీ||
3. కోర్టులంటూ పెట్టి పార్టీలు పుట్టించి స్నేహభావం చంపినాడు
ద్రవ్య దాహము కల్పించినాడు చెడ్డ ఊహలు పెంచినాడు
మా ఆహారములు ద్రుంచి హాహా మనిపించాడు మాకొద్దీ||
4. గాంధీ టోపిపెట్టి పాఠశాలలోకి రావద్దు రావద్దొంటాడు
రాట్నం బడిలో పెట్టవద్దంటాడు టోపీ తీసి వీపుల బాదుతాడు
అయ్యో రాజద్రోహమంట రాట్నంలో ఉందట మాకొద్దీ||
5. ఏడాదికేడాది కెక్కువ శిస్తేసి యీ భూమి నాదేనన్నాడు
మమ్ము కూలీకే దున్నామన్నాడు కడుపు మంటతో చావుమన్నాడు
బానిసలకు వాడు ప్రభువు తానేనన్నాడు మాకొద్దీ||
6. పంటా పోయినాగాని పన్నూలు విడువాక వెంట గెంటికరణాల్నంపుతాడు
వెంట తాహశీల్దారూ నంపుతాడు లేకుంటె ఉద్యోగం దీస్తాడు
హీనులంటూ జీతం తగ్గిస్తాడు మా ఇంటి లోపల ఇట్లు ఇడుముల్లో పెడతాడు మాకొద్దీ||
7. కయ్యాలకే ముందు కాలు దువ్వి వెనుక
దయ్యామై మము మింగుతాడు
వెనుక దయ్యారై మము కాల్చుతాడు
సేనకయ్యో పాపాము కడుతాడు
వెయ్యేల పోలీసు విధులు మరిపిస్తాడు మాకొద్దీ||
8. వర్తకంబునకొచ్చి పట్టణంబులు పట్టి రాజ్యమొకటి అల్లినాడు
దాన్నా రాణీకప్పచెప్పేనాడు రాణి పత్రంబు చించేసినాడు
యీ చిత్రమదే మంటె శిక్షిస్తానంటాడు మాకొద్దీ||
9. వాడి తాతాగారి మూట దాచీ పెట్టినట్లు
ధాటీ చేస్తాడీ దేశంబున పోరాటమాడుతాడాపైన
మొగమాటామూ పడదూసంతైనా
వాడీ పాటూ పడిపోనూ

మాటా చెప్పితే వినడు మాకొద్దీ||
10.నూటా నలభైనాల్గు నోటీసి తగిలించి మాటలాడ వద్దంటాడు
మమ్ము పాటా పాడా వద్దంటాడు
మమ్ము చేటూ తెచ్చుకయిట్లు చెడిపోవ మంటాడు మాకొద్దీ||
11. నూరుమందీ మలబారూ వాసులను
కూరీనాడూ ఒక పెట్టి లోన
నోట నీళ్లు పోయడు దేవుడాన గాలిదూరా నియ్యడించుకైనా
వాడిదారుణమును యిట్లు విరివైతురేమో మాకొద్దీ||
12. మా స్వరాజ్య మందిర స్థాపితమైనట్టి జండాలన్నీ పీకు తాడు
దేశం ముండామోయ వలె నంటాడు వాడి బండాతనమును చూపుతాడు
యీ ఛండాల ప్రవృత్తి స్వీకారించిన కీడు మాకొద్దీ||
13. దండూ పట్టుక వచ్చి తగుదూనమ్మాయంటు దార్లవెంబడి తిప్పుతాడు
కాక జండామీదకి ఎత్తుతాడు దానికి దండాము పెట్టమంటాడు
వాడి గుండూ బలమూ క్రింద కూలా రమ్మంటాడు మాకొద్దీ||
14.మా పరువూ ఊరువూ తీసి బాజారులో ఏలాము
పాటను పాడుతాడోయి నరపురుగులట్టు చూస్తాడోయి
కత్తి బిర బీర త్రిప్పుతాడోయి వీడి అరమారపడు కంటె మరణామె తెరిపోయ మాకొద్దీ||
15.ఎన్నీ జన్మములందు ఏమీ పాపము చేసికన్నూగానక తిరిగినామో
దైత్యులకన్న చెడ్డగ మెలగీనాము ప్రజలయన్నా మెల్ల కుమ్మినాము
నేడు దున్నావలె యిట్లు దొరికితిమి దొరలాకూ మాకొద్దీ||
16.మా చూడియావుల కడుపు వేడి వేడీ మాంసం
వాడీకి బహు యిష్టమంట మా పాడేమొదవుల కోస్తడంట
మతమూ పాడుచేసివేస్త డంట
మా చూడే ఆవులమంద గురిగీయింటికి రాదు మాకొద్దీ||
17.రాట్నాలక్ష్మీ నవ్వురంజిల్లు మోముతో పాడూచున్నది నోటినిండ
కరువు మాడూచున్నది దాని ఎండ పరువు మోపుచూన్నది దాని యండ
స్వేచ్ఛ దిరుగూచున్నది దాని గుండా
దొర్లా తేజం బెల్ల మాడ్చే జండా వుండ మాకొద్దీ||
18. మేజస్ట్రేటులు కూడ మేజిస్టీలను మాని మిణుకు మిణుకూ చూస్తున్నారు
చెయ్యి వణికే శిక్షలు వ్రాస్తున్నారు కాస్త పణమూ కోసము ఇది ఒక పడుపూ
అనుకుంటున్నారు మాకొద్దీ||

19. సత్యా తేజము తోడ స్వేచ్ఛ వధూమణి కారాగారమునందున్నాది
పూల గుచ్ఛములను దాల్చినాది, మీకు ముచ్చాటలను తెల్పుతాది,
యీ చచ్చు రాజ్యం వీడి సరగా జైలుకు రండి మాకొద్దీ||
20. కల్లా బొల్లీ మాటలెన్నీ యాడిన కాని కలుగదు మా కింకా నమ్మకము
నీతి నిలకడలేని దొంగ బకమూ, ప్రజల సంపాదన భక్షించే వృకము,
లోక చరితాలో యిది ఒక్క సాటీలేని మెకము మాకొద్దీ||
21. ఉల్లీ పాయాలాంటి తెల్లా వొళ్లూ వాళ్లకి వల్లా మాలిన జీతాలిచ్చు
నళ్ళ వొళ్లను రక్కూతు వుంటే మెచ్చు బిరుదు లిచ్చేసి పొందు ను మెరమెచ్చు
వాడు నిల్చిన చోటా నెల్లా పొల్చును నీజా రొచ్చు మాకొద్దీ||
22. జపాను తంతుందంట జర్మనీ మింగుత దంట టప్పాలెన్నో కొటుతాడు
యీడిట్టీ టిప్పాలి ముద లేదు కాబోలు యింత కంటె ముప్పుంటాది కాబోలు
అయ్యో నిప్పుల లాంటి మనకు తప్పని చెదలూవచ్చే మాకొద్దీ||

"దేవేంద్ర సత్యార్థి"

బెజవాడలో కీర్తిశేషులు అయ్యదేవర కాళేశ్వరరావు పంతులు గారి మేనల్లుడు తుర్లపాటి వెంకటేశ్వర రావు గారు బారిస్టర్. ఆయన నా కన్నా ముందుగానే బెజవాడలో ప్రాక్టీస్ ప్రారంభించాడు. అడివిరావులపాడు అనే గ్రామంలో వారికి చాలా ఆస్తి ఉన్నది. ఆయనకు మంచి ప్రాక్టీసే ఉండేది. మంచి వాగ్ధాటి కలవాడు.

ఐర్లాండులో చదివాడు. ఉన్నవ లక్ష్మీనారాయణ పంతులుగారికి శిష్యుడు. నాకు మిత్రుడు. ఆయన భార్య రాజేశ్వమ్మగారు మునిసిపలు కౌన్సిల్ లో సభ్యురాలు. మహిళా సభలో ప్రముఖురాలు. మా అక్కగారైన సీతాబాయయ్యమ్మ గారికి స్నేహితురాలు. కాళేశ్వరరావుగారితో నేను సన్నిహితంగా ఉన్నందు వలనా, బారిస్టరుగారు మా ఇంటికి వెనుక మేడలో కాపురం వున్నందు వలనా మాకు మంచి స్నేహం.

ఆయన చాలా మంచివాడు. చాలా తమాషా మనిషి. Man of moods. ఒకకప్పుడు ఖద్దరు నూలు వేసేవాడు. ఒకప్పుడు అవి తీసి పారేసి దొర వేషం వేసేవాడు. ఆయనను నల్ల బారిష్టర్ అనేవారు. కొండపల్లి రామచంద్ర రావు గారు బారిష్టర్ కాకపోయినా ఆయన పేరుగల పాశ్చాత్య నాగరికత వ్యామోహం వల్ల ఎర్ర బారిస్టు అనేవారు.

వెంకటేశ్వరరావు గారుకి నా మీద చాలా ప్రేమ. నేను చెన్నపట్టణంలో చదువుతున్నప్పుడు నాకు తెలుగు సాహిత్యంలో, సంగీతంలో, చరిత్రలో ఆసక్తి ఉన్న సంగతి తెలుసు. ఆయన దగ్గరకు వచ్చిన పాశ్చాత్యులను, ఇతరులను నా దగ్గర తీసుకొచ్చి పరిచయం చేస్తూ ఉండేవారు.

ఒక రోజున దేవేంద్ర సత్యార్థి అనే యువకుడ్ని నా దగ్గరకు తీసుకువచ్చి ఈయన భారత దేశంలో వివిధ రాష్ట్ర భాషలలో గల జానపదాలను పోగుచేస్తున్నాడు. మీకు తెలిసిన తెలుగు పాటలు ఆయనకు చెప్పాలి అన్నారు. సత్యార్థికి 30 సంవత్సరాలుంటాయి. శరీరం బంగారు ఛాయ. నవ్వుమొగము. మీసాలు ఉన్నవి. బంగాళీ వాడో, పంజాబీ వాడో తెలియదు. ఇంగ్లీషు, హిందీ మాట్లాడుతాడు. మంచి ఉచ్ఛారణ. సత్యార్థి నాతో కొన్ని సంగతులు మాట్లాడి మర్నాడు మళ్ళా వచ్చాడు. నాకు అతని పైన సదభిప్రాయం కలిగింది. అయితే ఆ తరువాత కొన్నాళ్ళకు Modern

Review లో ఆతడు ప్రచురించిన India Folk songs వాటిని గూర్చిఅతడు వ్రాసిన వ్యాసాలు చూశాను. అతని వివరాలు నేను తెలుసుకొనకపోవడం చాల పొరబాటు చేశాను. సత్యార్థి నాతో మాట్లాడుతూ తాను సేకరించిన కొన్ని తెలుగు పాటలు వినిపించాడు. అతని కంఠం శ్రావ్యం గా ఉన్నందున చక్కగా పాడాడు.

ఆటకూటమిలో ఆడేవు నెమలి ఆటగాడు వచ్చాడు వేట చాలించు అనే పాట నన్ను తన్మయుణ్ణి చేసింది.

నాకు చిన్నపటి నుంచి తెలుగు సాహిత్యం మీద తెలుగు పాటలు మీద ప్రీతి. మాఅమ్మగారి కంఠం శ్రావ్యమైనది. ఆవిడ తరంగాలు, ఆధ్యాత్మము, భామ కలాపము మొదలైన కృతులు అనేకం పాత పాటలు పాడేవారు. ఆ పాటలు వరసలిప్పటికీ నాకు వచ్చును. నా గొంతుక చాలా బాగుండేది. నాకు చిన్నప్పటి నుండి కొంత రాగ జ్ఞానం ఉండేది. నేను చిన్నప్పుడు పద్యాలు పాడేవాడిని. చెన్నపట్టణంలో 1918 –20 మధ్య విక్టోరియా హాస్టల్ లో నేనున్నప్పుడు తంచి అనే బుద్ధవరపు నారాయణమూర్తి గారు మొదలైన విద్యార్థులు, నా సహాధ్యాయులు ఎరుగుదురు. తంచి వారు బెజవాడ వచ్చినప్పుడు అందరికీ చెప్పారు. కాని నేను అప్పటికి పద్యాలు పాడటం మానేశాను. అందరూ ఆశ్చర్య పడ్డారు.

దేవేంద్ర సత్యార్థి నా దగ్గరకు వచ్చేటప్పటికి నేను ప్లీడర్ ప్రాక్టీస్ చేస్తూ ఉన్నాను. ఆంధ్ర పత్రిక భారతి మొదలైన పత్రికలలో నా వ్యాసాలు వ్రాస్తూ ఉండేవాణ్ణి. కానీ పాటలు పాడడం పూర్తిగా మానేశాను. నేను చెన్నపట్నంలో మా బావ గారి ఇంట్లో ఉండి ఇంటర్మీడియట్ చదువుతుండగా ఆ ఇంటి యజమానురాలి కూతురు, శారదాంబ కృతులు హార్మోనియం మీద పాడేది. ఆవిడ శాస్త్రీయకంగా సంగీతం నేర్చుకున్న మనిషి. మా అక్కగారు కూడా హార్మోనియం కొని గానకళా చంద్రికలు కొని, కృతులు అభ్యసించేవారు. అందువల్ల నాకు ఆ కృతులు, రాగాలు కూడా వచ్చేవి. అవన్నీ చాలావరకు మరిచిపోయాను. జ్ఞాపకం చేసుకుని చెప్పాలని సత్యార్థి గారితో అన్నాను. ఆయన నన్ను వదలక మళ్ళీ మరునాడు వచ్చాడు. నేను మెల్లిగా జ్ఞాపకం చేసుకుని రెండు మూడు పాటలు ఆయనకు చెప్పగా సంతోషించి హిందీ లిపిలో వ్రాసుకున్నాడు. వాటి అర్థము నావల్ల తెలుసుకొని వాటిని గూర్చి చర్చించాడు.

1. ఓ అందగాడా బంగారు మామ చంద్రగిరి చీర్లంపరా|| నీకు నాకు దూరమాయే నల్లగొండలడ్డ మాయె చెప్పరాని దుఖఃమాయె ఓ||

2. అత్తకొట్టె మామ కొట్టె గొడమీద పిల్లివాటై మధ్య మధ్య మగడు కొట్టెరా ఓ||

అనే రెండు పాటలు నేను ఆయనకు చెప్పాను.

ఉన్నవ లక్ష్మీనారాయణ గారు మాలపల్లి లో పాటలను ఒకటి రెండు పాత పాటలు ఛల్ మోహన రంగా అనే పాటను ఇంకో రెండు పాటలను ఉదాహరణ చేశారు. భారతి పత్రికలో గృహలక్ష్మి లోను కొన్ని పాత పాటలు ప్రకటింపబడినవి

1939 సంవత్సరం సెప్టెంబర్ లో ప్రకటించిన కలకత్తా మోడ్రన్ రివ్యూ పత్రికలో నోట్స్ లో Folklore in Andhra Desa అనే శీర్షికతో దేవేంద్ర సత్యార్థి గారు రాజమహేంద్రవరంలో స్థానిక గవర్నమెంట్ ట్రైనింగ్ కాలేజీలో ఆగస్టు 17న తేదీన మంగళవారం నాడు ఆంధ్ర దేశంలోని జానపద సాహిత్యమును గూర్చి ఉపన్యసించి పాత పాటలు కొన్ని పాడటం జరిగిందని వ్రాశారు.

మోడరన్ రివ్యూ 1940 మే నెల సంచికలో ఊర్మిళాదేవి నిద్ర అనే పాటను గూర్చి దేవులపల్లి కృష్ణశాస్త్రి గారి వల్ల వివరాలు తెలుసుకొని అందులోని భాగాలను ఇంగ్లీష్ లోనికి తర్జుమా చేసి సత్యార్ధిగారు ఒక గొప్ప వ్యాసం వ్రశారు

సత్యార్ధిగారు ఆ పత్రికలో ఇంకను కొన్ని సంచికలలో ఆంధ్ర దేశ జానపద సాహిత్యమును గూర్చిన వ్యాసాలు వ్రాసి పాటల కింగ్లీషు తర్జుమా కూడా వ్రాశారు.

దిగవల్లి వేంకట శివరావు

వాడ్రేవు నరసింహారావు గారు[5]

వాడ్రేవు వెంకట నరసింహారావు గారు మా బావగారు వియ్యంకుడు. ఆయన ధవళేశ్వరం కాపురస్తులైన వాడ్రేవు మల్లపరాజు గారి జనక పుత్రుడు. 25-01-1894 తేదీన జన్మించారు. కృష్ణ విగ్రహం లాగా ఉండే పిల్లవాడిని చూసి మా నాన్నగారి ప్రథమ భార్య తమ్ముడైన వాడ్రేవు శ్రీరాములు గారు ముచ్చటపడి 25-04-1896 తేదీన దత్తు చేసుకున్నారు. తండ్రి గారి పేరు పెట్టారు. శ్రీరాములు గారిని వాడ్రేవు అబ్బాయి అని పిలిచేవారు. ఆయన మెట్రిక్యులేషన్ చదివి బందరులో కోర్టు శిరస్తుదారుగా పనిచేశారు. కొన్నాళ్లు జిల్లా మునసబుగా పని కూడా చేశారు. కానీ అది బాగా లేదని వదులుకున్నారు. శ్రీరాములు గారి భార్య మంత్రి ప్రగడ వారి ఆడపడుచు. ఆవిడకు పుట్టింటారు చాలా ధనం ఇచ్చారు. ఆవిడను శేషమ్మ రావు గారు అనేవారు. ఆవిడను నేను బాగా ఎరుగుదను. నరసింహారావు గారు రాజమండ్రి గవర్నమెంటు కాలేజీలో చదువుకున్నారు. సంస్కృతము రెండవ భాషగా అభ్యసించారు. ఆయన చాలా తెలివైనవాడు. గుర్రపు స్వారీ చేసేవాడు. కాలేజీ ప్రిన్సిపాల్ కూల్ డ్రేతో కలిసి గుర్రం పైన షికారు చేసేవాడు. అప్పుడు డిప్యూటీ కలెక్టర్ గా పని చేసిన దావులూరు ఉమామహేశ్వరరావు గారి కుమారుడు దావులూరు ప్రసాదరావు, మంచి స్ఫురద్రూపి. అతడు బి.ఎ క్లాసు చదివాడు. అతను కూడా గుర్రం స్వారీ చేసేవాడు. ఆనాటి దొరలు, పోలీసు సూపరింటెండెంట్లు గుర్రం ఎక్కి తిరిగేవారు. నరసింహారావు గారు 1910 సంవత్సరంలో సాయంకాలం వేళ గుర్రం నడిపించుకుంటూ రాజమండ్రి పోతగట్టు మీద నడుస్తూ అప్పుడప్పుడు నన్ను పలకరించి క్షేమం కనుక్కునేవారు. ఆయన మంచి డ్రెస్ వేసుకొని చెమ్లా చుట్టుకుని ఒక రాజకుమారుడి లాగా ఉండేవాడు. ఆయన చెవులకు రవ్వల దుద్దులండేవి. నరసింహారావు గారి ఇల్లు రాజమండ్రి మార్కండేయ స్వామి దేవాలయం వెనుక ప్రక్క గుండు వారి వీధిలో ఉండేది. అది రెండు మండవాల భవంతి. పూర్వకాలపు సంపన్నులు అందరి ఇళ్ళలో వలనే కచేరీ చావడిలో పాత మేనా సవారీలు, తంజారు(?) వేలాడుతూ ఉండేవి. పాత టేకు భోషణాల

---

[5] వీరు రచయిత, శివరావుగారికి వియ్యంకుడు. అందుచేత బావగారు. రచయిత అక్కగారి పెనిమిటి, బావగారు; బొట్టపాటి పూర్ణయ్యగారు చూ.పుట 115

కావడి పెట్టెలు, పడక గదుల పక్కన నడవలలో ఉండేవి. పడమటిల్లు.... విశాలమైన హాలు మాదిరి వుండేది. దానిని ఆనుకుని వంటగది వుండేది. ధాన్యం దంపడానికి వసారా ఉండేవి. గొడ్ల చావడి వేరుగా ఉండేది. ముట్లు గది వేరు. బాలింతరాళ్ళ గది వేరు. దొడ్లో మంచినీళ్ళ బావి ఉండేది. పైన టేకు చెక్కల సరంబీలు ఉండేవి. కొన్ని సరంబీలపైన అటకలుండేవి.

మధ్యమండువా వెనుక వసారా నుండి పైకి మెట్లు కట్టి టేకు చెక్కలతో నిర్మించిన ఒక చిన్న మేడగది ఉండేది. అందులో బావగారు చదువుకునేవారు. నేను వెళ్ళినప్పుడు నన్ను అక్కడ కూర్చుండబెట్టి కబుర్లు చెప్పేవారు. బావగారికి చిన్నప్పుడే వివాహం అయింది

రాజమండ్రీకి కరణీకం చేసిన సంపన్న గృహస్థుడు సత్యవోలు గున్నేశ్వరరావు గారు రాజమండ్రికి మకుటములేని రాజుగా ఉండేవారు. ఎక్కడ చూసినా వారికిళ్లు వాకిళ్లుండేవి. ఆల్కాట్ తోటలో విదేశ వస్తువులు, బంగళాలుండేవి. చాలా భూములుండేవి. ఆయన తమ కుమార్తె నిచ్చి ఐదు రోజులు మహా వైభవంగా వివాహం చేశారు. భోగం మేళాలు, వీధి భాగవతాలు, హరి కథలు, వినోదములు జరిగినవి. పెళ్లి కుమార్తె సారె పంపడంలో గున్నేశ్వరావు గారు ఇంటి దగ్గర నుంచి గుండు వారి వీధిలో మా వాళ్ళ ఇంటి వరకు రకరకాల వస్తువులతో కావిళ్లు వరుసగా సందులేకుండా కావటివాళ్లు, ఇత్తడి పళ్లెములతో పసుపు కుంకుమ, రవికల గుడ్డలు, పంచదార చిలకలు, చందన బొమ్మలు పెట్టి తీసుకొని వచ్చే ముత్త యిదువలు, వివిధ రకాల ఫలహారాలు తెచ్చే వంట బ్రాహ్మణులు, దారిలో ఇసుకవేస్తే రాలదంటే నమ్మండి. ఆ వైభవం చూడవలసినదేగాని వర్ణింప వీలు కాదు. ఇవతల వాడ్రేవారు జమీందారీ కుటుంబము వారు, అవతల జమీందారులతో తులతూగు సంపన్నులైన యోగ్య ప్రభువులు. ఇంకా చెప్పేదేమిటి?

వారి దాంపత్యం కూడా చాలా అనుకూల దాంపత్యం. అందువల్ల మా బావగారు ఆయన తల్లి యైన శేషమ్మరావుగారు కొంతకాలం చాలా సంతోష సౌఖ్యములను అనుభవించారు. బావగారికి పూర్వ సాంప్రదాయాలు అంటే ఇష్టం. ఇంట్లో మడి ఆచారం ఉండేవి. వ్రతాలు, పండుగలు, పబ్బాలు వైభవంగా జరిగించేవారు. ఇంట్లో దేవతార్చన బ్రాహ్మణులు, వంట బ్రాహ్మణులు ఉండేవారు. నౌకరులు ఉండేవారు. వచ్చి పోయే బంధువులను బాగా మర్యాదలు చేసేవారు. బ్రాహ్మణులకు భోజనం పెట్టేవారు. వారికి భగవంతుడు ఇచ్చిన సంపద సద్వినియోగం చేస్తూ ఉండేవారు. ఇంట్లో పురాణం చదివించేవారు.

అయితే బావగారికి కొంత బాధ కలిగించే పరిస్థితి కలిగింది. మా బావగారు తల్లి గారికి శ్వేత మచ్చలనే బొల్లి కనిపించింది. దానికి ఎన్ని మందులు ఇచ్చినా కుదరలేదు. అది అంటు వ్యాధి కాదు గాని అసహ్యమైనది. బావగారు మంచి వేదాంతి. తన దత్త తల్లి గారికి కనీవిని ఎరుగని వ్యాధికి బాధ చెందుతూ స్వయంగా మందు మాకు ఇచ్చేవారు. ఆమె శరీరానికి అనేక మందులు తన చేతితో రాచేవారు. ఆమె దగ్గర కూర్చునే వారు. ఆవిడ కుమారుని తలా ఒళ్ళు నిమిరేది. మా నాయనే అని ముద్దులాడేది. ఆవిడ మంచం మీదనే కూర్చుండేవారు. ఒక మారు నాతో అన్నారు; గర్భవాసంలో పిల్లలు లేనందువల్ల కదా నన్ను పెంచుకున్నది. అందువల్ల ఆవిడ గర్భవాసంలో ఉన్న పిల్లవాడు ఆవిడకు అందించే ఆనందమును కలిపించడం నాధర్మం కదా! అందువల్ల ఆవిడ మంచంమీద కూర్చుని ఆవిడ నన్ను నిమురుతుంటే సంతోషంతో సహిస్తున్నాను అనేవారు. ఆవిడ పచ్చళ్లు వడ్డించినా అసహ్యించుకునే వారు కాదు.

25-11-1917 నేను చెన్నపట్నంలో ఇంటరమీడియట్ క్లాసు రెండో సంవత్సరం చదువుతుండగా వాడ్రేవు నరసింహా రావు పంతులుగారు చెన్నపట్నం లా కాలేజీలో చదువుతూ 1/21 ఖానాబాగ్ వీధిలో కాపురం వున్నారు. అది తిరువలిక్కేణి లో మా కాలేజీకి వెళ్లే దారిలో బెల్సు రోడ్డు ప్రక్క నుండి అక్బరు సాహేబు వీధికి ఒక బ్రాంచి వీది. అక్కడ నరసింహరావు గారు తల్లిగారు, భార్యా, వంట మనిషి, నౌకరు, సంగీతారావు అనే ఆశ్రితుడు వున్నారు. బావగారి దగ్గర ఒక చక్కని సీమ కుక్క వుండేది. నేను అక్కడకు వెళ్లగా చాలా సంతోషించి నన్ను ఆదరించారు. బావగారు బి.యల్ ప్యాసైన తరువాత హైకోర్టు లో ప్రాక్టీసు చేయకుండా రాజమండ్రీలోనే ప్రాక్టీసు ప్రారంభించారు. అప్పుడాయన దగ్గర సుబ్బారాయుడు గారనే ముదుసలి గుమాస్తా వుండేవాడు. అప్పట్లో రామచంద్రపురం అడిషనల్ మునసబు కోర్టు రాజమండ్రీలో వుండేది. ఆ కోర్టు తాలూకు కేసులెక్కువగా బావగారి దగ్గర వుండేవి. ఆయన మొదటినుండీ బీదవాళ్లకు ఉచితముగా పని చేస్తు ధనవంతుల దగ్గర హెచ్చు ఫీజు పుచ్చుకునేవారు. ఆయనకు మంచి వాగ్ధాటి ఉండేది. కేసులు జాగ్రత్తగా చదివి బాగా ఆర్గ్యుమెంటు చెప్పేవారు. ప్రాక్టీస్ బాగా వృద్ధి చెందినది. ఆయనకు ఒక పెద్ద గుఱ్ఱపు బండి వుండేది. గుఱ్ఱము చాలా పెద్దది. అది బ్రూహం గుఱ్ఱం. గుఱ్ఱపు వాడు ఉండేవాడు. సాయంత్రం నన్ను బండిలో పెద్ద స్టేషన్ వరకు షికారుకు తీసుకొని వెళ్లేవారు. అక్కడ మవ్యాంజీ మానికజీ అనే పార్సివాడి షాపు ఉండేది. అక్కడ లైమ్ జ్యూసు గాని ఆరెంజ్ గాని త్రాగమని బలవంతం చేసేవారు. బావగారికి సంస్కృత సాహిత్యంతో పాటు ఇంగ్లీషు సాహిత్యం పైన చరిత్ర పైన చాలా ప్రీతి. అవి చదివేవారు వినిపించేవారు. ఒక మారు Abbot's Life of Napolean

కొన్ని భాగాలు చదివి వినిపించారు. అభిజ్ఞాన శాకుంతలం, పంచతంత్ర ము మొదలైన పుస్తకాలు ఇప్పటికీ నా దగ్గర ఉన్నవి.

దురదృష్టవశాత్తు బావ గారి ప్రధమ భార్య, గున్నేశ్వరావు గారి అమ్మాయి అకాల మరణం చెందింది. ఆవిడకు పిల్లలు లేరు. ఏలూరులో భారతం సోమయాజులు గారని గొప్ప వకీలు గారు తమ కుమార్తె, విజయలక్ష్మి నిచ్చి పెళ్లి చేశారు. భారతం వారు అసలు ఇంటి పేరు కాదు. అది బిరుదు నామం. అది అలా నిలిచిపోయింది.

విజయలక్ష్మి తెలివైన పిల్ల. చదువుకున్నది. అందమైనది. అయితే ఆరోగ్యం లేదు. ఆ అమ్మాయికి చిన్నప్పటినుండి హిస్టీరియా ఉండేది. మూర్ఛ వచ్చి పడిపోయేది. మా వాళ్లకు ముందు తెలియదు. మా అమ్మగారు రాజమండ్రి వెళ్ళినప్పుడు ఆ అమ్మాయి చాలా కలిసికట్టుగా నుండేది. ఆ అమ్మాయికి మూర్ఛ వచ్చినప్పుడు మా అమ్మగారు ఉపచారం చేసేది. ఆ పిల్ల కొన్నాళ్లకు గర్భం ధరించి కుమారుడు పుట్టాడు అతనికి శ్రీరామమూర్తి అని పేరు పెట్టారు. విజయలక్ష్మికు మూర్ఛలు ఎక్కువైనాయి. ఒక మారు మండువాలో పడిపోగా చేయి విరిగింది. కొన్ని నెలలు కట్టు కట్టవలసి వచ్చింది. మా బావగారి తల్లి అప్పటికి వృధ్ధురాలైపోయారు. ఆవిడ కోడలికేం సపర్యలు చేయగలరు! బావగారికి మనోవ్యాధి పట్టుకుంది. కొన్నాళ్లకు దగ్గు రావడం మొదలు పెట్టింది. అది మందులకు లొంగలేదు. కొందరు స్నేహితుల సలహాను బట్టి చుట్ట కాల్చడం ప్రారంభించారు. అందువల్ల దగ్గు కొంత నయం అయినది. అంతట చుట్ట అలవాటు అయిపోయింది. అది వరకు ఆయిన సిగరెట్లు గాని చుట్టలు గాని ముట్టి ఎరగరు. మా బావగారికి జనక సోదరి మంగాయమ్మ గారు కొచ్చర్లకోట వారి కోడలు. ఆవిడ అప్పుడప్పుడు ఇంట్లో ఉండి సహాయం చేసేది గాని ఎంతకాలం ఉంటుంది. విజయలక్ష్మి గారిని కాపాడుట కష్టమైంది. అందువల్ల బావ గారికి ఇంకొక పిల్లను పెళ్లి చేస్తే ఆవిడ సంరక్షణా, బావగారి సంరక్షణ బాగా జరుగుతుందని శేషమారావు గారికి తోచింది. అంతట చాలామంది పిల్లని ఇస్తామని వచ్చారు. కొండెపూడి సుభద్ర రావు గారి మనవరాలు గురజాడ వారి అమ్మాయి, కమలమ్మ అనే పిల్లను బావగారికి వివాహం చేశారు. ఆ అమ్మాయి చాలా బుద్ధిమంతురాలు. తెలివైనది. ఇంటి పనులన్నీ చేసేది. ఆవు పాలు కూడా పితికేది. ఇంట్లో వంట మనిషి ఉన్నా తాను కూడా కలిపించుకుని వంట చేసేది. బావగారికి కాఫీ అలవాటు లేదు. అందువల్ల నేను రాజమండ్రి వెళ్తే కాఫీకోసం హోటలుకు వెళ్లనీయకుండా కమలమ్మ అక్కగారు కాఫీ చేసి ఇచ్చేవారు. కమలమ్మ గారికి లక్ష్మణరావు అనే పిల్లవాడు పుట్టాడు. కమలమ్మ

గారు ఇల్లు చక్కగా నిర్వహించేవారు. బావగారికి కొంత మనశ్శాంతి ఏర్పడింది. ఆయనకు మనసు బాగా లేనప్పుడు కోర్టులో పనిచేయడం కష్టమయ్యేది. ఇప్పుడు మళ్ళీ ప్రాక్టీస్ వృద్ధి చెందింది.

ఈ స్థితిలో విజయలక్ష్మిగారు చనిపోయింది. 1925 సం. నేను రాజమండ్రి వెళ్లినప్పుడు కమలమ్మగారు బాగున్నారు. రామం, లక్ష్మణరావు పిల్లలు చూడటానికి అప్పల సుబ్బారావు. అప్పల సుబ్బారావు కుటుంబము వారు బావగారి ఆశ్రితులు. అప్పల సుబ్బారావు చిన్నప్పటినుండి గుమాస్తాగా వున్నాడు. అతని తల్లి వచ్చి కొంతకాలం యింట్లో వుండి పిల్లలను సంరక్షణ చేయటం ప్రారంభించింది. బావ గారి చెల్లెలు మంగాయమ్మ గారు కూడా అప్పుడప్పుడు వచ్చి కొంతకాలం ఉండేవారు. కమలమ్మ గారు చనిపోయారు. ఒకమారు రామం, లక్ష్మణరావులు పోట్లాడుకొంటూ ఉంటే బావగారు చూసి చూశావా శివరావు వీళ్ళు ఎలా పోట్లాడుకుంటున్నారో అని బాధపడేవారు. వీళ్ళను పెంచి పెద్ద చేయటం ఎలాగా అని ఆయన చింతించడం ప్రారంభించారు. దిక్కుతోచేది కాదు. ఇలా కొన్నాళ్ళు గడిచింది. భార్యావియోగం మనిషిని కుంగదీస్తుంది. అందులో ఇంటి పరిస్థితుల్లో ఇద్దరు భార్యలు చనిపోయేటప్పటికి బావగారు కొంతకాలం ప్రాక్టీస్ పూర్తిగా మానేశారు. తమ కేసులన్నీ ఇతరులకిచ్చి వేశారు. బావగారి తల్లి శేషమ్మరావు గారు కాలం చేశారు. మంగమ్మగారు, జనక సోదరులు అప్పుడప్పుడు వచ్చి ఆయనను వివాహం చేసుకోమని బంధువులందరూ వేధించేవారు. పిఠానేని వీరన్న గారు బావగారి బావమరిది. ఆయన రామచంద్రపురంలో ప్లీడరు. నండూరి మూర్తిరాజుగారు బావగారి పెదతల్లి కుమారుడు. ఇంకా బోలెడు మంది బలగం వుండేవారు. అందరూ మా బావగారిని మళ్లీ పెళ్లి చేసుకో వలసినదని వత్తిడి చేశారు. 1932 కసింకోట వాస్తవ్యులు మారెళ్ళ సోమేశ్వరరావు గారని సెంట్రల్ ఎక్సైజ్ సూపరింటెండెంట్ గారి చెల్లెలు చల్లాయమ్మ గారిని ఇచ్చి మళ్ళీ వివాహం చేశారు. 1934 సం లో చెల్లాయమ్మ గారికి 14 సంవత్సరములు. 1936 సంవత్సరంలో శేషమ్మ అనే కుమార్తె జన్మించింది

చల్లాయమ్మ గారి పుట్టింటి వారు మారేళ్ల వారు కసింకోట కాపురస్థులు. సోమేశ్వరరావు గారు, రమాపతిరావు గారు, బాపిరాజు గారు ముగ్గురు అన్నగార్లు. తురగా మహాలక్ష్మి గారు అమలాపురం, రాయవరపు వెంకటరత్నమ్మ గారు విశాఖ పట్నం, వెంట్రప్రగడ లచ్చాయమ్మ గారు, శ్రీకాకుళం గోపరాజు రంగనాయకమ్మ గారు కాకినాడ అప్పగార్లు.

1938సం. మా కోడలు విజయలక్ష్మి జన్మించింది .

24-06-1949 మా బావగారు వీలునామాలో నన్ను executor గా నియమించారు.

25-11-1949 బావగారి మరణం.

డాక్టర్ బెండపూడి పేర్రాజు గారు

డాక్టరు పేర్రాజుగారు విశాఖపట్నం కాపురస్తులు. తండ్రిగారి పేరు కూడా పేర్రాజు గారు. తల్లి గారి పేరు కనకమ్మ గారు. ఈ కనకమ్మ గారి అప్పగారైన బుద్ధిరాజు కాంతమ్మ గారి మూడవ కుమార్తె కమల అనే మహాలక్ష్మి నా భార్య. పెద్ద పేర్రాజు గారు మెట్రిక్యులేషన్ దాకా చదువుకున్నారు. ఆయన చామనఛాయమనిషి. ముఖవర్చస్సు బాగానే ఉండేది. కానీ పెద్ద పలువరుస. వారు కాశ్యపస గోత్రులు. ఆపస్తంభ సూత్రులు. లింగ ధారి నియోగి బ్రాహ్మణులు. వీరి తమ్ములు రామమూర్తి గారు, మల్లికార్జున రావు గారు. మల్లికార్జున రావు గారు రాజమండ్రీలో ఎం.ఎ. ప్యాసై ఇంగ్లీషు సహాయ ఉపన్యాసకులుగా ఉండి పింఛన్ పుచ్చుకున్నారు. విశాఖపట్నంలోనే డాబాతోటలో ఇల్లు కట్టుకున్నారు. పేర్రాజుగారు 1904 సంవత్సరం శ్రీరామనవమి నాడు జన్మించారు.

పెదపేర్రాజు గారికి చెంగల్రావు పేట విశాఖపట్నంలో ఇల్లు వుండేది. తరువాత డాక్టర్ పేర్రాజు గారు ఆ ఇంటిని తమ్ముడు కన్నబాబు అనే సన్యాసిరాజు గారికి వదిలేసి విశాఖపట్నం డాబా తోటలో ఒక చిన్న కొండపైన ఒక దివ్య భవనం నిర్మించారు. అటు తర్వాత దాని పక్కగా విశాలమైన ఇల్లు, హాలు కట్టించారు. డాక్టర్ గారి ఇంటిని ఆనుకొని కార్ షెడ్ దాని పైన ఒక డాబా గది ఉండేవి. డాక్టర్ గారు అన్నదమ్ములు ఐదుగురు. పేర్రాజు గారు, కన్నబాబు అనే సన్యాసిరాజు గారు, రామ్మూర్తి గారు, శివప్రసాదరావు, సర్వేశ్వరరావు, సుబ్బారావు. సర్వేశ్వరరావు గారు ఎంబిబిఎస్ ప్యాసైన తరువాత రేడియాలజిస్ట్ సివిల్ సర్జన్ గా సెటిల్ అయినారు. ఆయనకు మా పెద్ద అమ్మాయి పాపాయినిచ్చి పెళ్ళి చేశాము.

పెద పేర్రాజు గారికి పాదం వంకరగా ఉండేది. అందువల్ల అయన కుంటు కుంటూ నడిచేవారు. అలాగే విశాఖపట్నం జిల్లా బోర్డు కార్యాలయంలో హెడ్ గుమాస్తాగా పనిచేసేవారు. ఆయనకు కొద్దిపాటి ఆస్తి, భూములు ఉండేవి. వారు కష్టపడి పేర్రాజు గారికి విద్య చెప్పించారు. అప్పట్లో మా మామగారు బుద్ధిరాజు మూర్తి రాజు గారు సంపన్నులుగా ఉండేవారు.. వారికీ చంగల్ రావు పేటలో ఇల్లు ఉండేది. మా అత్తగారికి పెదపర్రాజు గారు మేనమామ కుమారుడే. బీరకాయ పీచు బంధుత్వాలు ఒకరికి ఒకరు సహాయంగా ఉండేవారు. చిన పేర్రాజుగారు

జ్ఞాపకాలు (2వ భాగం)

MBBS ఐనాక బెజవాడలో జరిగిన ఆంధ్ర విశ్వవిద్యాలయం మొదటి కాన్వకేషన్ లో డిగ్రీ పుచ్చుకున్నారు.

అప్పుడు మా అన్నయ్య గారి రెండవ కుమారుడు డాక్టర్ దిగవల్లి సుబ్బారావు హెల్త్ ఆఫీసరుగా కొత్తగా ఉద్యోగంలో చేరాడు. పేర్రాజు గారు తాము కూడా అలాగా హెల్త్ ఆఫీసర్ పని చేస్తే బాగుంటుందనుకున్నారు. మేము బందరు కాల్వ వైపు షికారు వెళ్ళినప్పుడు మాతో అన్నారు.

పేర్రాజు గారు విశాఖపట్నం వెళ్లిన తరువాత హార్బర్లో అసిస్టెంట్ డాక్టరుగా పని దొరికింది. అక్కడ మెడికల్ ఆఫీసర్ కింద కొన్ని రోజులు పని చేశారు. సేవకావృత్తిలో కష్ట సుఖాలు బాగా తెలిసి వచ్చాయి. కింది ఉద్యోగి చాలా కష్టపడి పనిచేయటం పై ఉద్యోగి మేర్భానీ పొందడం మామూలే కదా.

డాక్టర్ పేర్రాజు గారు చాలా నీతిపరుడు దయార్ద్ర హృదయుడు. పరోపకార బుద్ధి కలవాడు. ఆయన రోగులపట్ల చాలా దయగా శ్రద్ధగా వైద్యం చేసేవాడు.

విశాఖపట్నంలో ముప్పిడి వెంకయ్య గారు అనే నాయుడు గారు కాంట్రాక్టు పనులుచేస్తూ ధనవంతుడైనాడు. పేర్రాజు గారు వారి ఇంట్లో వైద్యం చేయగా వెంకయ్య గారికి ఆయనపై చాలా గౌరవం కలిగింది. డాక్టర్ గారు మీరు సొంత ప్రాక్టీస్ పెట్ట రాదటండీ అన్నారు. దానికి డబ్బు కావాలండి అన్నారు పేర్రాజు గారు. అంతే, వెంకయ్య గారు నేను 500 రూపాయలు మీకు అడ్వాన్స్ చేస్తాను ప్రాక్టీస్ పెట్టండి అని ప్రోత్సహించారు. పేర్రాజు గారు చంగల్రావు పేటలో తమ సొంత ఇంట్లోనే ప్రైవేట్ ప్రాక్టీస్ ప్రారంభించారు. ఆయన సుగుణ సంపద, రోగుల పట్ల ప్రదర్శించే సానుభూతి, శ్రద్ధ, జాగ్రత్తలు త్వరలోనే ఫలించినవి. రోగులు పేర్రాజు గారిని గురించి ఇలా చెప్పేవారు; ఆయన హస్తవాసి మంచిదనే మాట వ్యాపించింది. నిజానికి ఇంగ్లీషు వైద్యంలో నాడి చూడవలసిన అవసరం చాలా తక్కువగా ఉండేది. స్టెతస్కోప్ తోనే ఎక్కువగా పని వుంటుంది. దేశంలో ఆయుర్వేదం ప్రభావం వల్ల అందరూ ముందుగా నాడి చూడమని చేయి జాస్తారు. డాక్టర్లు కూడా చూస్తారు. దీని వల్లనే చెయ్యి చూస్తే రోగం చప్పున కుదురుతుందని, వారి హస్తవాసి మంచిదని చెప్పడం జరుగుతుంది .

పేర్రాజు గారు ఉదయాన్నే లేచి స్నానం చేసి దేవుడు గదిలో పీటల మీద కూర్చుని కొంచెంసేపు ధ్యానం చేసి విభూతి కుంకుమ పెట్టుకొని వీధి గదిలో చిన్న పేము టేబుల్ దగ్గర కూర్చునేవారు. వారు లింగ ధారులే కాక వీరశైవులు కూడా. అందువల్ల పేర్రాజు గారు స్మార్తుల వలే శివ కేశవులను పూజించేవారు. పైగా ఆయన శ్రీరామనవమి నాడు జన్మించినందు వల్ల శ్రీరామనవమి భక్తితో

చేశెవారు. పేర్రాజు గారిచేత వైద్యం చేయించుకున్న స్త్రీ పురుషులకు ఆయన దైవ భక్తి బాగా ఆకర్షించేది. ఇప్పటివలె టాబ్లెట్ ఇంజక్షన్లు హెచ్చుగా వాడేవారు కాదు. ఇంగ్లీషుమందుల టింక్చర్లు కాంపౌండరు కలిపి ఇచ్చేవాడు.. డ్రెస్సింగు వగైరాలు డాక్టర్లు స్వయంగా చేసేవారు. త్వరలోనే పేర్రాజు గారికి ప్రాక్టీస్ వృద్ధి అయినది. ఉద్యోగం మానేశారు.

వారి తండ్రి గారికి పింఛను పుచ్చుకోవడానికి ఇంకా కొన్ని మాసాలు ఉన్నా ఆయన కుంటు కుంటూ ఆఫీసుకు వెళ్లి సాయంత్రం దాకా పనిచేయటం పేర్రాజు గారుకి కష్టమనిపించేది. అందువల్ల ఆయన నాన్న, నువ్వు ఆఫీసుకు వెళ్ళకు పింఛన్ తీసుకొమని చెప్పి పురమాయించారు.

తమ పెద్ద తమ్ముడు కన బాబు అనే సన్యాసి రాజుగారు బి.ఏ పాస్ అయినారు. రెండవ తమ్ముడు రామ్మూర్తి గారు ఇంజనీరు పరీక్ష ప్యాసు కాగానే బోర్డులో ఉద్యోగం, మూడవ తమ్ముడు ప్రసాదరావు గారు ఇంటరు ప్యాసవగానే ఇంజనీరింగు కోర్సు లో ప్రవేశ పెట్టారు. నాలుగవ తమ్ముడు సర్వేశ్వరరావు గారిని కాకినాడలో బి. యస్.సి చదివించారు. పేర్రాజు గారి తల్లి కనకమ్మ గారు స్ఫురద్రూపి. గుండ్రని ముఖం .నుదుటిమీద పెద్ద కుంకుమ బొట్టుతో ఎక్కువ నగలు లేకపోయినా అందంగా ఉండేవారు. ఆవిడ చేతి వంట అత్యద్భుతంగానుండేది. ఆవిడ తన అప్ప చెల్లెళ్ల పట్ల, బంధువుల పట్ల చాలా ప్రేమగా ఉండేవారు. పూర్వకాలపు సాంప్రదాయాల ప్రకారం వ్రతాలన్నీ విధిగా జరిగించేవారు. పేర్రాజు గారి మామగారు చాగంటి సన్యాసి రాజు గారు. తాశిల్దార్ పని చేశారు. తమ కుమార్తె, కాంతమ్మ గారిని పేర్రాజు గారికి ఇచ్చి పెళ్లి చేశారు. కాంతమ్మ గారు చామన ఛాయ. అత్తగారి పట్ల చాలా అభిమానంగా ఉండేది. ఈ కాంతమ్మ గారు నా భార్య కలిసి ఫస్ట్ ఫారం చదువుకున్నారట. ఆవిడ బాగా ఇంటి పనులు చేసేవారు. వీరందరూ చెంగల్రావు పేటలోనుండే టప్పుడే మా మామగారు మూర్తి రాజుగారు కాలం చేశారు. అప్పుడు నేను నా భార్య విశాఖపట్నం వెళ్లాం. వీరింటికి ఎదురుగ చిన్నఇంట్లో మాఅత్తగారున్నారు. మా అత్తగారు పేర్రాజుగారికి పెదతల్లి. ఆవిడ చాలా బాగా బతికిన మనిషి అని, ఆస్తి అంతా పోయినదని పేర్రాజు గారు ఆవిడను బాగా చూసేవారు. ఆవిడను అక్కడమ్మ అని పిలిచేవారు. మా మామ గారు పోయిన తరువాత ఆవిడ పేర్రాజు గారింట్లోనే వుండేది.

పేర్రాజుగారి ప్రాక్టీస్ బాగా వృద్ధి చెందినది. నెలకు ₹1000 పైన సంపాదించడం ప్రారంభించారు. అక్కడినుంచి క్రమ క్రమంగా నెలకు 5000– 6000 రూపాయలు ఆర్జించేవారు. ఇంకా కొన్నాళ్ళకు లెక్కలేనంత సొమ్ము ఆర్జించేవారు. జమీందారులు, వర్తకులు, ఉద్యోగులు అందరూ పేర్రాజు గారి దగ్గర మందు పుచ్చుకునేవారు.

ఈ స్థితిలో చెముడు జమిందారుగారికి పేర్రాజు గారు గృహ వైద్యుడైనారు. ఆయన చాలా సొమ్ము ఇచ్చేవారు. చెముడు జమిందారు గారు అకాల మరణం చెందిన తరువాత చెముడు రాణీగారికి పేర్రాజు గారు డాక్టరుగానే గాక సలహాదారులుగా కూడా అయినారు. ఆవిడ ఆయనకు చాల ధన మిచ్చారు. త్వరలోనే మోటరు కారు కొన్నారు. స్వయంగా నడిపేవారు. తరువాత ఇంకొక కారు కూడా కొన్నారు. డ్రైవరుని పెట్టారు. డాబా తోటలో ఒక కొండమీద దివ్య భవనం కట్టించారు. అందులో రెండు అంతస్తుల హాలు నిర్మించారు. వారి తమ్ముడు, కన్నబాబుని తమ ఆస్పత్రులకు మేనేజ్ మెంటులో పెట్టారు. తరువాత కొన్నాళ్ళకు పేర్రాజు గారు విశాఖపట్నంలో రాజంపేట వీధిలో నున్న చెముడు రాణీగారి హవేలీ డాబా ఇంటిలో తమ ఆసుపత్రి పెట్టారు. అప్పుడాయన వద్ద ఇద్దరు నర్సులు, నలుగురు కాంపౌండర్లు పనిచేసేవారు. ఆసుపత్రిలో చాల గదులుండేవి. అందులో రోగులకు వసతి ఇచ్చేవారు.

నా భార్యకు 1954 సంవత్సరంలో చాలా జబ్బు చేసింది. కింగ్ జార్జి ఆసుపత్రిలో ప్రవేశం దొరకలేదు. అయితే పేర్రాజు గారి ఆస్పత్రిలోనే ఒక గది వసారా దానికి ఆనుకుని వున్న దొడ్డి మాకు ఇచ్చారు. నా భార్యకు Intestinal Tuberclosis వలన రక్త విరోచనాలయ్యేవి. బతుకుతుందనుకోలేదు. పేర్రాజు గారు ఎంతో కష్టపడి చికిత్స చేశారు. విశాఖపట్నంలో మూడు నెలలు ఉన్నాం. ఆ తర్వాత బెజవాడ వచ్చాం. డాక్టర్ సూరపనేని చంద్రమౌళి గారు పేర్రాజు గారి సలహాతో వైద్యం చేశారు. డాక్టరు కొమర్రాజు అచ్చమాంబ గారు మాకు ఒక నర్సును పంపించారు. దైవానుగ్రహం వల్ల బతికింది. ఆవిడ జబ్బులో రెండుమారులు తన స్వంత ఖర్చులతో ఫస్టు క్లాసులో బెజవాడ వచ్చి వెళ్లారు.

పేర్రాజుగారు 1942 లో విశాఖపట్నంపైన జపానువాళ్లు బాంబు వేసినప్పుడు అనకాపల్లిలో కొంతకాలం ఉన్నారు. అక్కడ ఒక ఇల్లు కొన్నారు. అక్కడ ఉన్నప్పుడే వారి చెల్లెలు రత్నమ్మకి వివాహం చేశారు. తరువాత చెల్లెలు కాంతమ్మ గారికి చాలా కాలం క్రిందటనే వివాహమైనది. ఆమె భర్త కాదంబరి జోగారావు గారు. కలెక్టరు కచేరీలో ఇంగ్లీషు హెడ్ క్లర్కు గా పని చేసి తరువాత డిప్యూటీ కలెక్టరుగా పని చేశారు. ఆయన చాలా మంచివాడు. ఆయన కుమార్తెకు పేర్రాజు గారి తమ్ముడు డాక్టర్ బెండపూడి సుబ్బారావు M.A., Ph.D కిచ్చి పెళ్లి చేశారు. అతడు బరోడా యూనివర్సిటిలో ప్రొఫెస్సరై ఆర్కియాలజీ రిసెర్చిలో గొప్ప పేరు పొందాడు[6] . అతను 1961

[6] Archeological Survey of India has published the book authored by him, "The Personality of India" (1958). This book was cited in 15th Edition of Enclopedia Britanica Macropedia Vol 9 on page428. in the chapter on Hisotory of Indian Sub continent.

దిగవల్లి వేంకట శివరావు

సంవత్సరంలో రైలు ప్రయాణం మధ్యలో అకాల మరణం పొందాడు. అతని శవమును బెజవాడలో మా ఇంటికి తీసుకుని వచ్చి దహనం చేయించినారు.

పేర్రాజుగారు విశాఖపట్నం అనకాపల్లి మధ్య నేమర్తి లో 2 ఎకరాలు పొలం కొని అక్కడ ఒక చిన్న ఇల్లు కట్టారు. అక్కడ విశాఖపట్నం నుంచి సరదాగా వచ్చి ఒకరోజు ఉండేవారు. నేను, నా భార్య పిల్లలు కూడా ఒక మారు అక్కడికి వెళ్ళాం.

పేర్రాజు గారికి కవుల పైన సంగీతం, సాహిత్యం పైన చాలా గౌరవం. వారిని తమ ఇంట్లోనే ఉంచుకునేవారు. సత్కరించేవారు. రాజకీయ నాయకుడైన ఆత్మకూరి గోవిందాచార్లు గారు వేసవి కాలంలో పేర్రాజుగారింటికి వచ్చి అక్కడే గ్రంథ రచన చేసేవారు. బెజవాడ లో ఎస్ ఆర్ ఆర్ కాలేజీలో పనిచేసిన జొన్నలగడ్డ సత్యనారాయణ మూర్తి గారు, వాల్తేరులో నిడదవోలు వెంకట్రావు గారు పేర్రాజుగారింట్లోనే వుండి చదువుకున్నారు. డా దివాకర్ల వెంకటావధానిగారు కొంతకాలం విశాఖపట్నంలో తెలుగు పండితులుగా పనిచేశారు. అప్పుడు పేర్రాజు గారి దగ్గరకు తరచుగా వచ్చేవారు. వారికొక పుస్తకం అంకితం చేశారు.

పేర్రాజుగారు తమ తండ్రిగారిని, తల్లిగారిని ఎంతో ప్రేమతో చూస్తూ గౌరవించేవారు. వారి వార్ధక్యంలో చాలా సుఖ పెట్టారు. పేర్రాజుగారిల్లు ఎప్పుడు వెళ్ళినా పెళ్లిల్లు లాగ ఉండేది. వారింట్లో వంటలక్కలు, నౌకర్లు చాలామంది ఉండేవారు. వారి ఇంట్లో బంధువులు స్థిరంగా వుండి భోజనాలు చేసేవారు. వాళ్ల పిల్లలకు చదువు చెప్పించేవారు. పెళ్లిళ్లు చేసేవారు

పేర్రాజు గారికి నా మీద గౌరవం. నేను విశాఖపట్నం వెళ్తే నన్ను వెంటనే వెనక్కు రానిచ్చేవారు కాదు. రోజూ తాము రోగులను చాడ్డానికి వెళ్లేటప్పుడు నన్ను కారులో కూచ్చో పెట్టుకుని తీసుకుని వెళ్లేవారు. ఆసుపత్రిలో తమ ప్రక్కన కూర్చుండబెట్టి కబుర్లు చెప్పేవారు. పేర్రాజుగారు మధ్యాహ్నం రెండు గంటలు పాటికి భోజనం చేసి విశ్రాంతి తీసుకుని మళ్లీ సాయంత్రం బయలుదేరి రోగులను చూసి ఆసుపత్రి రాత్రి 9- 10 గంటలకి వచ్చి భోజనం చేసేవారు. రాత్రిళ్లు కొంచం సేపు సంగీతము విని పడుకోపోయేటప్పుడు ఏవో గ్రంథాలను చదవడం చేసేవారు.

పేర్రాజుగారు 27-0 5-1973 తేదీన స్వర్గస్తులైనారు. వారి షష్టిపూర్తి 20-04-1964 తేదీన విశాఖపట్నంలో జరిగింది. నన్ను ఆహ్వానించారు కాని నేను వెళ్లలేదు.

జ్ఞాపకాలు (2వ భాగం)

గాంధీజీ బహూకరించిన రాట్నం

బెజవాడ కాపురస్థురాలును, సుప్రసిద్ధ విదుషీమణియును, ప్రజా సేవకురాలుయును. యశఃకాయయును నగు శ్రీమతి బొడ్డపాటి సీతాబాయమ్మ గారికి గాంధీ మహాత్ముడు అహ్మదాబాదులో సబర్మతి సత్యాగ్రహ ఆశ్రమమందునందు 18-03-1928 తేదీ ఆదివారం నాడు తాను స్వయంగా అనుదినము నూలు వడకు రాట్నమును తన దివ్య హస్తములతో ఇచ్చి ఆశీర్వదించెను. అప్పటినుండి 20-05-1948 తేదీన స్వర్గస్తురాలగువరకు దానిపైన నూలు వడకుచుండుటయే గాక అనేక రీతుల ప్రజాసేవ చేసి మహాత్ముని వలన పొందిన దీక్షను స్థారకముగావించి ధన్యురాలైనది.

సీతాబాయమ్మ గారి అసలు పేరు సీతాసుందరి. ఆమె కాకినాడ కాపురాస్థులగు దిగవల్లి వెంకటరత్నం పంతులు గారి తృతీయ పుత్రిక. 24-10-1895 తేదీన జన్మించెను. 1907 సం. కృష్ణాజిల్లా కాపురస్థుడై అప్పుడు మైసూరులో టెలిగ్రాఫ్ మాస్టరుగా ఉండినట్టి పూర్ణయ్య పంతులుగారికిచ్చి వివాహం చేశారు. ఆయన భారత దేశమునందనేక నగరములలో పనిచేసి 1928లో అహ్మదాబాద్ లో టెలిగ్రాఫ్ సూపరింటెండెంట్ పనిచేయుచూ ఆ సంవత్సరం ఏప్రిల్ నెలలో ఉపకార వేతనం పొందిరి. సీతాబాయమ్మ గారు చిన్నప్పుడు చదివిన చదువు చాలా కొలదిపాటిది. అయితే వివాహమైన పిమ్మట భర్తతో అనేక పట్టణంలో కాపురం చేయుచు అక్కడి దేశాచారాలను చూచుట వలన గొప్ప లోకజ్ఞానమును, వివిధ భాషలను మాట్లాడు శక్తి సంపాది శక్తియును సంపాదించడమే గాక తన తీరిక వేళలందు ఆంధ్ర మహాభాగవతమును, వీరేశలింగం గారి గ్రంథములను, చిలకమర్తి లక్ష్మినరసింహం గారి గ్రంథములను, ఆ కాలమున విజ్ఞాన చంద్రిక మండలి వారును ఆంధ్ర ప్రచారిణి సంఘం వారు ప్రకటించిన గ్రంథములను, ఆంధ్ర పత్రికలను, ఆంధ్రపత్రిక సంవత్సరాది సంచికలను శ్రద్ధగా చదువుతూ గొప్ప భాషా జ్ఞానమును, విజ్ఞానమును సంపాదించారు. ఆమె అరవము, కన్నడము మలయాళం, మహారాష్ట్రము, హిందీ లోనగు భాషలలో అనర్గళముగా మాట్లాడుటయేగాక ఇంగ్లీషును చదువుట, వ్రాయటయు నేర్చుకొనెను. ఆమెకు సాహిత్యమునందే గాక సంగీతమునందును, వంట మొదలగు ఇంటి పనులందును, కుట్టు పని, అల్లిక పని, శిశుపోషణము రోగిశుశ్రూష మొదలగు పనుల నందు గొప్ప ప్రావీణ్యముండెను. ఆమెకు మంచి జ్ఞాపక శక్తియు, నిశితమైన బుద్ధి బలము ఉండినందున ఏ విద్యనైనను సులభముగ నేర్వగలుగుచుండెను.

భాషా వైదుష్యం

తరువాత ఆమె బెజవాడ లోను ఆంధ్రదేశంలోని వివిధ ప్రాంతములం దొసగిన ఉపన్యాసములను భారతి, ఆంధ్రపత్రిక మొదలగు పత్రికలందామె వ్రాసిన వ్యాసములను విన్నవారికి, చదివినవారికి ఆమె ప్రతిభ ఆశ్చర్యం కలిగించుచు ఆమె యందు సదభిప్రాయం కలిగి ఉండిరి. 15-11-1943 తేదిన శ్రీ చిలకమర్తి లక్ష్మీనరసిం గారు నాకు వ్రాయుచు "ఈమధ్య మీ అక్కగారు తమ జీవిత చరిత్ర వ్రాయదల్చుకున్నట్లు నాకు రాసినారు ఆమె దానిని వ్రాసినదా?" అని ప్రశ్నించరి. ఆమె తన స్వీయచరిత్రను వ్రాసినది గాని దురదృష్ట వశమున ఇంతవరకు నది ప్రకటింపబడలేదు. 1921 లో గాంధీ మహాత్ముడు బెజవాడకు వచ్చినప్పుడు జరిగిన స్త్రీల సభలో ఆయన దర్శనం చేయు భాగ్య మామెకు కలిగెను. ఆయన ఉపన్యాసములను వినినప్పటి నుండియు తనకు చేతనైన రీతిగా ప్రజా సేవ చేయవలెననే కోరిక కలిగెను. కానీ ఆమె భర్త గారు ప్రభుత్వ ఉద్యోగి అవుట వలన ఒక ప్రాంతము లో నుండక అనేక ప్రాంతములలో పనిచేయుట వలెన ఆమెకు తగిన అవకాశం లభింప లేదు. పై చెప్పిన రీతిగా ఆయన 1928లో ఉపకార వేతనమును పొంది బెజవాడకు వచ్చి స్థిరనివాసం ఏర్పరచుకొనిన పిమ్మట నాయవకాశం ఆమెకు లభించెను.

ప్రజా సేవ

అప్పటినుండి ఆమె అనేక మహిళా సంఘముల నందును ప్రజాసంస్థలందును సభ్యురాలై అనేక విధములుగా ప్రజాసేవ చేయసాగెను. ఆమె మహిళా సంక్షేమ ఆరోగ్య శిశు సంరక్షణ కార్యక్రమంలోను, గ్రంథాలయోద్యము నందు చాలా కష్టపడి పనిచేయుచుండెను. ఆ కాలమున బెజవాడలో స్త్రీల క్లబ్బుల్లో మహిళా సంఘమునందామె ప్రముఖురాలుగానుండి మున్సిపాలిటీ వారి సహాయంతో ప్రసూతి శిశు సంరక్షణ కేంద్రం నడుపుతుండెను. బీదవారి శిశువులకు ఉచితముగా పాలు పోయుటలోనూ, వారి పిల్లలకు తలంటి బట్టలను ఇచ్చి ఆదరించుటలోనూ ఆమె స్వయంగా పనిచేయుట చూచి చాలామంది ఆశ్చర్యపడుతూ ఉండేవారు. డాక్టర్ దిగవల్లి సుబ్బారావు గారు హెల్త్ ఆఫీసర్ గా ఉండగా నీమె బెజవాడలో హెల్త్ అండ్ బేబీ వీక్ అనబడు ఆరోగ్య శిశువు వారోత్సవాలను జయప్రదంగా నిర్వహించెను. బెజవాడ మహిళా సంఘముననే గాక అఖిల భారత సంఘ కార్య క్రమం నందు కూడా ఆంధ్ర మహిళ ప్రతినిధిగా కలకత్తా మొదలగు పట్టణములకు పోయి పాల్గొనెను. రెండవ ప్రపంచ సంగ్రామ సంధర్భమున ప్రభుత్వం వారు దేశ రక్షణ కొరకు నెలకొల్పిన అధికార అనధికార సంఘములందును ఆమె పనిచేసి మెప్పుగాంచెను. బెజవాడలో కొన్ని సంవత్సరములు గౌరవ సేజిస్ట్రేటుగా ఉండి తన బుద్ధి కౌశలం చేతను, న్యాయదృష్టితోను అతి సమర్ధతో పనిచేసెను. ఆ కాలములో సీతాబాయమ్మ గారు అధికార అనధికార వర్గంలో కూడా చాలా గౌరవింబడుచుండిరి. పూర్ణయ్య సీతాబాయమ్మ గార్లకు ఇరువురు కుమార్తెలను నలుగురు కుమారులను కలిగిరి. వారి కుమారులు ఆనందరావు గారు భారత సైన్యమున ఆర్టిలరీ శాఖలో

మేజర్ పదవిను పొంది పనిచేయుచున్నాడు. రెండవ కుమారుడు డాక్టర్ అమృత రావు గారు లెఫ్టినెంట్టు కర్నల్ గానున్నారు. మూడవ కుమారుడు శ్రీనివాసరావు, నాలుగో కుమారుడు రవీంద్రనాథ్ గారు కూడా పెద్ద పరీక్షలందుత్తీర్ణులై ఉద్యోగము చేయుచున్నారు. కుమార్తెల్లో శాంతాబాయి ఆంధ్ర విశ్వవిద్యాలయంలో ఉన్నత విద్యను అభ్యసిస్తూ మరణించెను. రెండవ కుమార్తె ప్రేమ విద్యాభ్యాస కాలముననే మరణించెను. సీతాబాయమ్మ గారు క్యాన్సర్ వ్యాధి వలన 1948 మె 20వ తేదీన పూనా నగరము నందు దివంగతురాలైనది. శ్రీ పూర్ణయ్య పంతులుగారు చాలాకాలం ఇతర భాషా ప్రాంతము నందు ఉద్యోగము చేసి 1920లో బెజవాడ టెలిగ్రాఫ్ ఆఫీస్ కు డిప్యూటీ సూపర్డెంట్ గా వచ్చిరి.

గాంధీ దర్శనం

అది సహాయ నిరాకరణ మహోద్యమం కాలము. గాంధీ మహాత్ముడు 1921 మార్చి 31వ తేదీన బెజవాడలో జరిగిన అఖిలభారత కాంగ్రెస్ కమిటీ సభల నిమిత్తము వచ్చి తిలక్ స్వరాజ్య నిధికి ఒక కోటి రూపాయలు ప్రోగు చేయుటకును, ఒక కోటి మంది కాంగ్రెస్ సభ్యులను ప్రోగు చేయుటకు, ఇరువది లక్షల రాట్నములను నెలకొల్పి ఖాదీ ప్రచారం చేయుటకును, ఒక సంవత్సరంలో స్వరాజ్యము సంపాదించుటకును మహాత్ముడు దీక్ష వహించి అనేక సభలలో మహోపన్యాసములు గావించిరి. ఆ కాలమున మహాత్ముని దర్శించి తరించుటకు లక్షోపలక్షల ప్రజలు విరగబడి వచ్చుచుండిరి. ఆయన సందేశము విని స్త్రీ పురుషులు యథాశక్తిని ఆయన ఉద్యమమునకు తోడ్పడుటకు ఉత్సహించుచుండిరి. ఆ సందర్భమున బెజవాడలో టెలిగ్రాఫ్ ఆఫీస్ ఆవరణ గోడకావలవున్న మున్సిపల్ రహదారి బంగళాలో స్త్రీల సభ జరిగెను. ఆ సభ యందు మహాత్మడు పన్యసించెను. అప్పుడా టెలిగ్రాఫ్ ఆఫీస్ వెనుక భాగమున శ్రీ పూర్ణయ్య గారు కాపురం ఉండిరి. సీతాబాయమ్మ గారు తన రెండవ కుమార్తెను మార్చి2వ తేదీన ప్రసవించి బాలింతరాలుగా ఉండేది. అయినను అంత దగ్గరలో అంతటి మహాపురుషుడు వచ్చి ఉపన్యసించుచుండగా ఆయనను దర్శించకుండానుండుట కెట్లు మనసొప్పును?. అందువలన ఆమె అతి సాహసముతో ఆ సభకు పోయి మహాత్ముని దర్శనం చేసి వచ్చెను. భగవంతుని అనుగ్రహము కలుగుటకు ముందు భక్తులకు కష్టములు కలుగునట్లే మహాత్ముని దర్శనానంతరం ఆయన అనుగ్రహం కలుగు లోపల సీతాబాయమ్మ గారికి కొన్ని కష్టములు కలిగెను

ప్రభుత్వ ఆగ్రహం

గాంధీ మహాత్మునికి దేశంలో గొప్ప పలుకుబడి కలిగి సహాయ నిరాకరణ ఉద్యమం విజృంభించుచుండగా చూసి బ్రిటిష్ ప్రభుత్వం వారు దానిననచుటకు అనేక కఠిన చర్యలను గైకొన సాగిరి. ఉద్యమమున చేరిన వారికి కఠిన శిక్షలు విధించిరి. సభలను నిషేధించిరి. ప్రజలను భయపెట్టుటకు అనేక నిర్బంధ చర్యలు ప్రారంభించిరి. ప్రభుత్వ ఉద్యోగులకు మహాత్ముని పై నెంత

జ్ఞాపకాలు (2వ భాగం)

భక్తియున్ననూ, లోపలనెంత దేశాభిమానమున్నూ వారు సభలకు పోవుటకు వీలు లేదు. తిలక్ స్వరాజ్య నిధికి చందాలిచ్చుటకు వీలు లేదు. ఖద్దరు ధరింపకూడదను నిషేధాలు లేకున్నను దానిని ధరించినచో పై అధికారుల ననుమానింతురు. ఉద్యమము తీవ్రముగా వ్యాపించుట చూచి ప్రభుత్వ ఉద్యోగుల భార్యలను గాని, వారి బిడ్డలు గాని, వారి పై ఆధారపడిన వారు గాని సహాయ నిరాకరణం మహోద్యమమందే విధముగా పాల్గొన్నను కూడా ప్రభుత్వం వారు ఉద్యోగుల పైన చర్య తీసుకొన సాగిరి. అటువంటి పరిస్థితులలో సీతాబాయమ్మ గారు చేసిన సాహస కృత్యము వలన ఆవిడ భర్త గారికి చిక్కులు గలుగటలో ఆశ్చచర్యమేమున్నది! దీనికి తోడు ఆ సమయమున బెజవాడ టెలిగ్రాఫ్ ఆఫీసులో పని చేయు ఉద్యోగులలో కొన్ని విశేషములు జరిగెను. సుబ్బారావు, రాజారావను ఉద్యోగులిరువురు ఖద్దరు ధరించుచుండెను. వీరు గాంధీ టోపీలు కూడా ధరించి తిరుగుట వలన పోలీసు అధికారులకు కన్నెర్రగా ఉండెను. ఆ ఆఫీసులో తిలక్ స్వరాజ్య నిధికి చందాలు ప్రోగు చేయబడినట్లు తెలియవచ్చినది. ఆఫీసులోని ఉద్యోగుల క్లబ్బునకు తెప్పించు పత్రికలలో ఆంధ్రపత్రిక, హిందూ, బొంబాయి క్రానికల్ పత్రికలు సహాయ నిరాకరణ ఉద్యమం పట్ల అభిమానము కలవి. ఆ కాలమున ప్రభుత్వ భక్తులలో ఒక పక్షం వారు ప్రకటించు జస్టిస్ పత్రికను తెప్పించుటకు ఆఫీసులో కొందరు అంగీకరింప నందువలన కక్షలు ముదిరినవి. పూర్ణయ్య పంతులుగారు సౌమ్యులుగా నుండిననూ అధికారమును బట్టి తన క్రింద ఉద్యోగులు తప్పు చేసినప్పుడు కఠినముగా మందలించుచుండిరి. అందువలన కొందరు ఆయనను ద్వేషించిరి.

నేరారోపణ

అంతట ఎవరో ఆయన పైన లేనిపోని సంగతులు కల్పించి ఆకాశరామన్న ఉత్తరములను పైవారికి పంపిరి. ఆయనపై మోపబడిన సామాన్య నిందనలను పైవారు నమ్మక పోయినను సహాయ నిరాకరణోద్యమమునందు అభిమానము చూపుచుండిరన్న నిందను గూర్చి మాత్రము చాలా తీవ్రంగా ఆలోచించిరి. ఆయనను గూర్చి కొంత రహస్య విచారణ చేసిరి. ఆయన భార్య గాంధీ మాహాత్ముని సభకు వెళ్లి ఒక బంగారు గొలుసు సమర్పించెనని ఎవరో చెప్పిరి. ఆఫీసు లో తిలక్ స్వరాజ్య నిధి ప్రోగు చేయుట, ఉద్యమం ప్రోత్సహించు పత్రికలు తెప్పించుచు జస్టిస్ పత్రికను తెప్పించకుండుట మొదలగు సంగతులునే గాక బెజవాడలోని అయ్యదేవర కాళేశ్వరరావు గారు, దాసు మధుసూధన రావు గారు మొదలగు కాంగ్రెస్ నాయకులు ఆయనకు స్నేహితులని, సైన్యముల రాకపోకల మొదలగు రహస్యం గూర్చి వారికాయన తెలుపుచుండెననీ, ఇంక నేమేమొ సంగతులు కల్పించి చెప్పిరి. దీనికి తోడు ఆ సమయమున కాకతాళీయయముగా జరిగిన మరికొన్ని సంగతులు వలన కూడా పూర్ణయ్య గారి పైన అధికారుల నుమానపడిరి. 17- 11- 1921 తేదీన వేల్స్ యువరాజు(Prince of Wales) బొంబాయిలో దిగిన రోజున ఆయన భారత దేశ పర్యటనకు వ్యతిరేకులగు కాంగ్రెస్ పక్షాల వారు ఎవరో కొన్ని నల్లజండాలను బెజవాడలో అక్కడక్కడ కట్టుటలో

కొన్ని టెలిగ్రాఫ్ స్థంభమునకు కట్టిరి. దీనిని ఒక దొరసాని చూసి పూర్ణయ్య గారికి చెప్పగా ఆయన కనబడిన వాటిని తీసివేయించిరి. కానీ అధికారులు అంత మాత్రమున తృప్తిచెందక ఇది కూడా ఆయన పైన ఒక నేరముగా మోపిరి. ఇదే సమయమున ఆయన దురదృష్టవశమున దిగవల్లి వేంకట శివరావుకి ఆయన స్నేహితుడు 9-01-1922వ తేదీ గల పోస్ట్ కార్డు డిప్యూటీ సూపరింటెండెంటు టెలిగ్రాపు కేర్ ఆఫ్ కు వ్రాయబడిన ఉత్తరము పోలీస్ డిప్యూటీ సూపరింటెండెంట్ కు పొరబాటున బట్వారా చేయబడెను. అందులో ఎట్టి వివరములు లేకుండిననూ ఆ ఉత్తరము వ్రాసిన చెరుకుపల్లి వెంకటప్పయ్య తన బావ గారు, డా. బ్రహ్మజొస్యుల సుబ్రహమణ్యం గారు సహాయ నిరాకరణమునకు శిక్షింపబడిరను సంగతిని వ్రాసి ఉండెను. అంతట పోలీసు వారు విచారించి మీ ఇంటనున్న బావమరిది స్నేహితుని బావగారు సహాయనిరాకరణోద్యమమున శిక్షింపబడెను కావున మీకు కూడ ఆ ఉద్యమమునందభిమానము యుండవలెననిరి. టెలిగ్రాఫ్ శాఖలోని పై అధికారులు పూర్ణయ్య గారిని 15- 3- 19 22న తేదీన సస్పెండ్ చేసి ఆయనను సంజాయిషీ చెప్పమనిరి. ఆయన పైన డిపార్ట్మెంటల్ ఎంక్వయిరీ ప్రారంభించారు. చాలా విచారణ జరిగిన పిదప మూడు నెలలకా ఉత్తర్వును రద్దుచేసి ఆయనను మద్రాసుకు బదిలీ చేసిరి. ఈ చిక్కులవలన భార్యా భర్తలిరువురకునూ ఆరోగ్యము చెడి చాలా జబ్బు చేసి దైవానుగ్రహం వలన స్వస్థత చెందిరి. తరువాత పూర్ణయ్య పంతులుగారు 1923 నుండి మద్రాసు, సోలాపూర్, లాహోర్ మొదలగు నగరములో పనిచేసి, 1928 నాటికి అహ్మదాబాద్ లో టెలిగ్రాఫ్ సూపరింటెండెంటు గా ఉండిరి. అప్పుడు గుజరాతు రాష్ట్రమున సంభవించిన గొప్ప వరదలలో ఆయన చాలా కష్టపడి పని చేసి టెలిగ్రాఫ్ శాఖ అధికారుల మన్ననలను పొందిరి. పూర్ణయ్య పంతులుగారు ఏప్రిల్ లో ఉపకార వేతనం పొంది బెజవాడకు తిరిగి వచ్చుటకు ముందు ద్వారక, మధుర, పుణ్యక్షేత్రములను దర్శించుటయే గాక మహాత్ముని దర్శనము కూడా చేసిరి.

గాంధీజీ రాట్నం

పూర్వము 1921 లో మహాత్ముని దర్శించుట వలన కలిగిన చిక్కులను తలుపునకు తెచ్చుకొని పై అధికారుల అనుమతిని పొందిగాని మహాత్ముని దర్శించుటకు రానని సీతాబాయమ్మగారు అనగా పూర్ణయ్య గారు పోస్టు మాస్టర్ జనరల్ గారి అనుజ్ఞను పొందిరి. వీరుభయులు మహాత్ముని దర్శింపగా ఆయన చాలా దయతో మాట్లాడిరి. అప్పుడు సీతాబాయమ్మగారు సబర్మతి ఆశ్రమమున మహాత్ముని దర్శనమునకు జ్ఞాపక చిహ్నముగా నొక రాట్నమును తెచ్చుకొనదలచిరి. రాట్నమును మీ చేతుల మీదుగా ఇచ్చి నాకు ఖాదీ విద్య అక్షరాభ్యాసము చేయవలెనని ప్రార్థించగా ఆయన అంగీకరించి తాను స్వయంగా నూలు వడుకుచుండిన స్వంత రాట్నమునే ఆమెకు తన దివ్య హస్తములతో నిచ్చి ఆశీర్వదించిరి. సీతబ్బాయమ్మ గారు అప్పటి నుండియు చాలా సన్నని నూలు వడుకుచుండిరి. మొదట తీసిన నూలంతయు మహాత్మునికి సమర్పించి తరువాత తీసిన నూలును

పూర్వం నుండి శ్రద్ధగా ఖద్ధరు ధరించు వారికి బట్టలు వేసుకొనమని ఇచ్చుచుండరి. అట్టి వారిలో యశః కాయులగు డాక్టర్ ఘంటసాల సీతారామ శర్మ గారు ఒకరు, నేనొకడను. సీతాబాయమ్మ గారు మహాత్ముని రాట్నముతో సాగిన ప్రజా సేవాదీక్షను సార్ధకమొనరించి ధన్యురాలైనది. సీతాబాయమ్మగారి ఉత్తరం నకలు

అహమదాబాదు

1923 ఏప్రిల్ 28

చిరంజీవి శివరావునకు,

నీవు నా పేరున పంపిన దక్షిణాఫ్రికా చరిత్ర అందినది. మిక్కిలి సులభశైలిని , అందరికీ తెలియునట్లు, పండితులకు తీసిపోనట్లు వ్రాసితివి. నీ పుస్తకమును గురించి శ్రీ బావ గారితో నేను ఇచ్చిన అభిప్రాయమే భారతి వ్యాసమున వ్యాఖ్యానము చదివిన యడల వేరే నా అభిప్రాయము నీకు వ్రాయన క్కర్లేదు. నా మాటలనే వారు ముద్రించిరన్న సందేహం నాకు కలిగినదన్న చాలును. మహాత్ముని చూచుటకు నేను పి. ఎం. జి (పోస్టుమాస్టర్ జనరల్) అనుజ్ఞలేనిదే నేను రాననగా శ్రీ బావ గారు వారికి వ్రాసి వారి పర్మిషన్ పొందిరి. మామూలుగా పేరు మోసిన స్థలములకు వెళ్ళినప్పుడు దాని జ్ఞాపకార్థం ఏమైనా తీసుకొని వచ్చుట నాకు అలవాటు. ఇప్పుడునూ అదే ప్రకారము ఆశ్రమ జ్ఞాపకార్థం ఏమి తెచ్చుటయని ఆలోచించుచుండగా బావగారు రాట్నం తెచ్చుకోమని సలహా యిచ్చిరి. కానీ నాకు ఆ రాట్నము, ఖద్దరు వ్యాపకమునకు మూలపురుషుడైనట్టియు, చరక పరిశ్రమకు పునరుద్ధారకుడైననట్టియు, ఖాదీ గురువగు మహాత్మున చేతులతో పుచ్చుకోవాలని ఉన్నది. ఈ సంగతి ఆయనను నేనడగదలిచితని మీకు అభ్యంతరం మున్నదా అని బావగారినడుగగా అభ్యంతరము లేదు నీవు అడగవచ్చును నేనునూ ప్రయత్నించెదననిరి. మేమందరము మార్చి మూడో వారంలో ఆశ్రమమునకు గాంధీజీని చూచుటకు వెళ్ళితిమి. అప్పుడు నా అభిప్రాయం ఈ రీతిని మహాత్ముని కెరిగించితిని. నాకు రాట్నం తీసి కొనవలనని అభిలాషగా వున్నదనియూ, ఆ రాట్నమును ఖాదీ గురువులగు మీ చేతితోనే నేను పుచ్చుకోవడమనే ఉద్దేశంతో ఇంత కాలము చరఖాను తాకనైనా లేదనియు, మా దేశమందు అక్షరాభ్యాసం పిల్లలకు గురువుల వద్దనే జరుగుననియూ, నాకున్నూ ఖాదీ అక్షరాభ్యాసము చేయగలందులకు కోరుచున్నానని చెప్పగా ఆయన మిక్కిలి సంతసించి నీకు నేను తప్పక చరఖా నిచ్చెదననిరి. ఎప్పుడు రమ్మంటారని అడుగగా నీకు ఎప్పుడు వీలుంటే అప్పుడు రమ్మని చెప్పారు. చరఖా పురమాయించి చేయించమని హిందూ కరెస్పాండెంటుతో చెప్పి ఇంటికి వచ్చితిమి. మరి పది దినములకి రాట్నం తయారైనదా అని కబురంపగా కనుక్కుని చెప్పెదనని మర్నాడు మహత్మాజీ తన సొంత రాట్నము ఆమెకు ఇచ్చెదనని చెప్పినారని, ఈ దినమే వచ్చి పుచ్చుకోమని పై కరస్పాండెంట్ కబురు చేయగా మధ్యాహ్నం నేనునూ బావగారున్నూ వెళ్లితిమి. సుమారు 5

గంటల వరకు రమ్మని కబురు రాగా లోనికి వెళ్లితిమి. మహాత్ముడు నిలుచుని సంతోషంతో అతి మర్యాదగా ఆదరముగా "రండి రండి రావాలి" అని చేతులు జాపి పిలిచి కూర్చోమని తానును క్రింద చిన్న పరువుపై కూర్చుండెను. పిల్లలు రాలేదమని అడిగారు. ఆడుకుంటున్నారని అని చెప్పితిని. "నీవు రాట్నం కావాలంటివే ఇదిగో నీకు నేను ఎందుకోసం నా రాట్నం ఇచ్చుచున్నానో చెప్పు' మనెను. " నాయందలి దయచేత" నంటిని. " దయచేతనా? ప్రేమతో ఇచ్చుచున్నాను నా కుమార్తెకు, ప్రతి దినమును తప్పక దారము తీయవలెను" అని చెప్పి ఆ రాట్నం ఆశ్రమంలో మొట్టమొదట చేసిన కొత్త మోస్తరుదనియు తయారైనప్పటినుండి నేను దారము తీయుచున్నాననియు ఇంకను దాని వివరములు చెప్పి దగ్గరగా ఈడ్చి "ఇంద తీసుకొని వెళ్ళు" అని చెప్పెను. తమ చేతితో నాచేతికివ్వమనగా ,నవ్వుతూ నీ చేతికివ్వవలెనా అని నవ్వుతూ మోకరించి నిలుచునివున్న నాచేతికివ్వగా నేను పుచ్చుకుని ఆయన దయకు అపరిమితముగా సంతోషించి నమస్కరించితిని. దాని ఖరీదు నన్నడుగలేదు. నేనూ ఇవ్వలేదు. నాకు తోచినదాయన పాదాల మీద నుంచి తెచ్చుకుంటిని. సంవత్సరాదినుండి దారము తీయుచున్నాను. 1500 గజముల దారం తీసితిని. ఇక్కడ తీసే దారమంతా మహాత్మునికి ఇవ్వదల్చితిని. ఆయన సొంత రాట్నం నాకు బహుమతి ఇచ్చినందుకు ఆశ్రమ వాసులే గాక విన్న వారందరూ ఆశ్చర్యపడుతున్నారు. చూసినవారు సుమారు నూరు రూపాయలు విలువ ఉంటుందని అంటున్నారు. శ్రీ అమ్మగారు నామీద కోపం చేత ఉత్తరం వ్రాయడం లేదని తల్చెదను. కొద్దిగా ఆవకాయ మాగాయ పెట్టి ఉంచమనీను, నమస్కారములనీ చెప్పవలెను. చి. కమల, ఆనందం, అమృత లకు, నీకు నా ఆశీర్వచనములు. రేపు రాత్రి బయలుదేరి ద్వారకకు వెళుతున్నాము. వివరములు వచ్చిన వెనుక వ్రాస్తాను. చిరంజీవి పిల్లలు, మేము ఆరోగ్యంగా ఉన్నాం. మేము తిరిగి వచ్చినప్పటికి నీ జవాబు వచ్చి ఉంటుందని తలుస్తాను. వారం రోజుల్లో తిరిగి వచ్చెదను. గ్రహించవలెను

బో|| సీతాబాయ్

శ్రీ పూర్ణయ్య గారి ఇంగ్లీషు ఉత్తరానికి తర్జుమా

అహమదాబాదు

23-03-1928

ప్రియమైన శివరావుకు,

1928 మార్చి నెల భారతిలో నీ పుస్తకమును గూర్చిన విమర్శను చూచి మేము సంతోషించితిమి. ఈ మధ్యను మేము మహాత్మజీ దర్శనము చేసినప్పుడు వారికి అంకితమైన నీ

దక్షిణాఫ్రికా చరిత్ర అందినదాయని అడిగితిని. అది చేరినట్లు తమకు గుర్తు ఉన్నదని అయితే తమకు తెలుగు రానందువలననూ, దానిని చదివి చెప్పు వారు ఎవరునూ ఆశ్రమమున లేనందు వల్లనూ దానిని గూర్చి చెప్పజాలకున్నామనిరి. ఆయన అనేక ముఖ్య కార్యములందు నిమఘ్నులైనందు వల్ల ఆయనకు తీరుబడియెలేదు. కార్ఖానా నుండి వచ్చినది మొదలు మహాత్మజీ స్వయంగా నూలు వడుకుచున్న రాట్నామాయన సీతకు బహుమతిగా ఇచ్చారని విని నీవు సంతోషింతువు. ఇది చాలా గొప్ప అనుగ్రహమని ఆశ్రమంలోని వారందరూ తలుచుచున్నారు. ఈ రాట్నము చాలా శ్రేష్టమైనది. ఇది గత ఆదివారం 18-03-1928 నాడు జరిగినది. ఆయన చాలా సౌమ్యుడు,నిగర్వి.

బొ పూర్ణయ్య

మా శాంత

మా బావ గారి జ్యేష్ట కుమార్తె శాంతాబాయి 19-12-1913 తేదీన చెన్నపట్నం కచ్చాలేశ్వర అగ్రహారంలోని 35వ నంబరు అక్షంతల కుప్పమ్మ గారి ఇంట్లో పుట్టినది. అప్పుడు నేను కలకత్తా వెళదాం అనుకున్న ప్రయాణమును మాని వేసి చెన్నపట్నం వెళ్లాను(రాజమండ్రి నుంచి)

శాంత పుట్టినప్పుడు చాలా బలహీనంగా చిన్న గాజు బొమ్మలాగా ఉన్నది. దానికి హార్ట్ జబ్బు ఏర్పడినది. పిల్ల చాలా నాజూకుగా ఉండేది. మంచి స్ఫురద్రూపి. అఖండమైన తెలివితేటలు. చిన్నప్పటినుండే మంచి యుక్తాయుక్త విశేషణ జ్ఞానం ఉండేది. మా బావగారు మా అమ్మ అని ముద్దులాడేవాడు. అది పుట్టిన తర్వాత తనకు ప్రమోషన్ కలిగిందని తన ఐశ్వర్యానికి అదే కారణమనుకొని ఆదిలక్ష్మి అని పిలిచేవాడు. అదివరకు బ్రహ్మ సమాజ పద్ధతిలో నడిచిన జీవిత విధానాన్ని సనాతన ధర్మంలో దింపి వేశాడు. వ్రతాలు పూజలు అన్ని ఆచరించేవాడు.

శాంతకు కూడా తన తల్లిదండ్రుల మీద చాలా ప్రేమ. అది ఎన్నడూ ఏడ్చేది కాదు. ఇంటి ఆవిడ కుప్పమ్మ గారు, ఆవిడ కుమార్తె శారదాంబ గారు శాంతను ఎత్తుకుని ముద్దులాడేవారు. శాంత మెల్లిగా ప్రాకనేర్చి, నడవనేర్చి తప్పటడుగులు వేసేనాటికి మంచి గౌనులు, డ్రస్సులు కొనేవాడు మా బావ. మెడలో బంగారు గొలుసు, చేతులకు గాజులు చేయించాడు.

శాంత దినదినాభివృద్ధి చెందినది. అక్షరాభ్యాసం అయినది. దానికి తెలుగు ,ఇంగ్లీషు చక్కగా వచ్చేది. ఉచ్చారణ చాలా స్పష్టంగా ఉండేది. కాన్వెంట్ స్కూల్లో చదివేది. అనిబిసెంట్ ప్రఖ్యాతి విని "బిసెంటు బామ్మ" అనేది. బొంబాయిలో బాంద్రాలో ఉన్నప్పుడు 1919 సంవత్సరం లో జలియన్వాలాబాగ్ ఘోర కృత్యము జరిగినప్పుడు గాంధీ గారు సత్యాగ్రహం ఉద్యమాన్ని నడపగా బిసెంట్ ఆయనకు వ్యతిరేకించింది. అంతట మా శాంత "ఛీ బిసెంటు బామ్మా అని పిలవ వద్దు" అని స్కూలుకు తీసుకుని వెళ్లే జాదు బాబుతో అనేది!

లాహోర్[7] లో కూడా కొన్నాళ్లు కాన్వెంట్ స్కూల్ లో చదివి బెజవాడకు వచ్చిన తరువాత కాన్వెంట్ స్కూలు Entrance Examination ప్యాసైనది. ఇంగ్లీషులో తెలుగులో మంచి మార్కులు వచ్చేవి. అప్పట్లో బెజవాడలో మా బావ గారి ఇంటికి ఎదురుగా ఆంధ్ర యూనివర్సిటీ రిజిస్ట్రార్ C.D.S బెల్లు గారు కాపురం ఉండేవారు. ఆయన పిల్లలతో మా శాంత స్నేహం. వారంతా కాన్వెంటు స్కూలులో చదివేవారు.

కాన్వెంట్ స్కూల్లో ఆడపిల్లలు కూడా ఒక విధమైన నీలవర్ణము తెలుపు గౌను యూనిఫారం వేసుకోవాలని Mother Superior ఆజ్ఞాపించగా శాంత మొదట కొన్నాళ్లు వేసుకుంది గాని తరువాత అది బాగా లేదని మానేసింది. అంతట మదర్ సుపీరియర్ బ్రాహ్మణ పిల్ల అనిపించావు అని నిందించిందంట. ఆ మాట శాంత బాధపడి తండ్రితో చెప్పింది. మా బావ యూరోపియన్ దొరల మాదిరిగా డ్రెస్సు వేసుకునేవాడు. తానూ దొరలాగే ఉండేవాడు. పైగా బట్టతల కూడా. అయితే ఆయనలో మార్పు వచ్చింది. రిటైర్ అయిన తర్వాత మంచి జరీ అంచు పంచలు కట్టేవాడు. కోటు తలపాగ ధరించేవాడు. మంచి జరీ ఉత్తరీయం వేసేవాడు. మన శాంతకి ఒక ఉత్తరం వ్రాసి మదర్ సుపీరియర్ కివ్వమన్నాడు. అంతట ఆవిడ మా బావ గారి ఇంటికి వచ్చింది. అప్పుడు స్కూలు విశేషములు మాట్లాడడంలో ఆవిడ కొంచెం అమర్యాదగా మాట్లాడిందట. అంతట మా బావ మొఖము కందగడ్డ అయిపోయి "ఓసి ఆడ ఊర కుక్క! ఏమనుకున్నావ్? మా శరీరంలో ప్రవహిస్తున్నది స్వచ్ఛమైన ఆర్యజాతి రక్తం. మీ మాదిరి కంత్రి జాతి అనుకున్నావా?" అని గట్టిగా కేకలు వేశారట మదర్ సుపీరియర్ హడలిపోయి క్షమాపణ కోరి వెళ్లిపోయిందట.

శాంతను నేను 1931 సంవత్సరంలో మైసూరు తీసుకువెళ్లి మహారాజా వారి స్త్రీల కళాశాలలో ఇంటర్మీడియట్ క్లాసులో ప్రవేశ పెట్టాను. శాంత హాస్టలులో భోజనం చేసేది. దానికి అక్కడ భోజనం సరిపడలేదు. కొద్ది రోజుల్లో తిరిగి వచ్చింది. 1933 సంవత్సరంలో మా అమ్మగారు శాంతను తీసుకొని కాశీకి వెళ్లింది. అక్కడ బెనారస్ విశ్వవిద్యాలయంలో చేరింది. శాంతకు మంచి మార్కులు వచ్చేవి. అప్పట్లో అక్కడ గుమ్మడిదల దుర్గాబాయి (Durgabai Deshmukh) కూడా చదివేది. శాంతకు ఆవిడతో స్నేహం అయింది. యల్లంరాజు శాస్త్రి గారి కుమారుడు రామచంద్ర రావు కూడా ఆ విశ్వవిద్యాలయంలో బిఎస్. సి చదువుతున్నాడు. ఒకసారి ప్రయాణంలో మొగల్ సరై స్టేషన్ దగ్గర కొంతమంది ఆడవాళ్లను రైలు పేట నుంచి దింపుతూ వాళ్ళ సామానుతో పాటు శాంత సామాను కూడా ప్లాట్ఫారము మీదకి దింపివేశారు. మా శాంత రైలు కదులుతుండగా ప్లాట్ఫారం మీదకు దూకింది. ఇంతలో రామచంద్ర రావు అది చూసి గార్డుతో చెప్పి రైలు ఆపించాడట. తర్వాత

[7] Her father was in transferable service of Telegrph Dpt. and worked in several places; Calicaut, Madras, Mumbai Lahore. He had retired in 1928 as Superintendent of Telegrph Dpt at Bezawada

దిగవల్లి వేంకట శివరావు

మళ్లీ ప్రయాణం సాగింది. శాంత బెనారసు విశ్వవిద్యాలయం కాన్వకేషన్ వర్ణిస్తూ తండ్రికి 18 - 12-1933 తేదీన ఇంగ్లీషులో వ్రాసింది. అది చాలా బాగుంటుంది.

Santa Bai's letter to her father, Purnayya Garu
Ladies hostel
Benares
18th December 1933

My dear father,

I received your MO for Rs 20/- and also the letter with many thanks. The envelope containing the packet of letters of all the dear ones at home is really a bundle of treasure to me as all of them are conveyors of happy intelligence. My dear father! I do not know how to thank the Almighty God for letting me have such a good parents like you and mother. I am really fortunate of all the kindness and love you bestowed on me. I can never recall a single instant even in which any of my silly requests are not granted. Please do not think that I am writing all this just because you have allowed me to go to Calcutta. I write it because I have been feeling it and feel so forever.

you ask me to let you know all about our convocation and I shall do so gladly.

On the 11th December from 2:30 p.m. to 7:30 p.m. A very large pendal or shamiyana was erected in our University grounds and all was artistically decorated with garlands of Marigold everywhere. There is a very extensive Amphitheater belonging to the varsity and the pendal was erected attached to it. Many students ennlisted themselves as volunteers. All the male Professors of the University dressed up in a special uniform. White pants, tight like those worn by Mohamadans, white long coats and very mild pink coloured turbans or Chamlas. They were looking very smart and prominent. Many prominent Indians were present on the occasion. The chief among whom were Sir Tej Bahadur Sapru who presented Sir Siva Swamy Iyer, advocate of the Madras High Court to the Vice Chancellor BHU who honoured him by confirming upon him the honorary title of Doctor of Laws. Acharya Profulla Chandra Ray was awarded the honourary title of degree of Doctor of Letters and Sir Jagadish Chandra Bose was given the title of Doctor of Science. Lady Bose and many other distinguished ladies and gentlemen were present to make the function a success. Rajah Sir Motichand was also present. He is the Rajah of Benares. This University is manufacturing so many graduates and postgraduates just like a printing machine which automatically prints numberless papers daily. But what is the fate of all these poor fellows who go out of this varsity especially in these days of unemployment and economic depression. God only knows. Anyway, it is not for us to bother about that.

There were many competitions in connection with the Convocation. There was an All India Hindi Sanskrit and English debate for college students. Competitors from many parts of India came over to carry away the prizes. Unfortunately no student from South but after all it is no joke coming all the way for such a contest. First prize was awarded to one Christian boy from Lucknow University and the trophy went to the Allahabad student. Lucknow candidate spoke exceptionally well. Allhabad comes next in rank. This is the result of the English debate. I did not go to the other debates and hence I do not know the results. Lady students were allowed to compete but unfortunately I could not do so as I did not get a partner. Two people were asked to be sent from each institution one for and one against. Two girls gave their names and I did not get another girl to stand with me. So I have to give up the idea against my will. There was no election or anything of that kind. Any pair can compete. All my professors and principal forced me and when they found that I fail to get a partner they were sadly disappointed. They said that I would have got not only the ladies prize but also the first prize of the boys. Hard luck for Poor me! Better luck next year. I hope. It is something very credible speaking in front of thousands of boys and other visitors. Lady Bose came to see our hostel and give us a small speech on the present condition of women. She pointed out how girls of today neglect their health. And not take nourishment and asked us not to be among such. Also she advised to get over provincial feelings and more about in a sisterly way with girls of other provinces. She gave us a lot of advice and in the end asked us to give our opinion of an ideal woman.

Nobody got up and Mrs Venkateshwaran seeing the deadly silence on the part of the girls proposed publicly that I should give my opinion of the ideal women of today. There were so many girls who had that very day took their B.A and M.A but they were all silent.

That morning I took head bath and plaited my hair in a hurry to go to the Convocation. I was dressed in a silk Sari and blouse. She came in the evenng and I had no time to wash or change. I got up from my place went to her and told her that an ideal woman in spite of her education should not neglect that duties of wife, mother and woman ; that she should try to raise the suffering sisters of her country from their lowely position and that she should take an active part in reducing some of the social evils. The old lady was quite pleased with me. I came to her running and went away in a like manner. She asked the principal who the little girl was with curls flying about and fairy like in appearance who came and boldly gave out her opinion. There were many ladies with her and they, like her pleased with the "little girl with curls flying ". They asked some of the other girls and learned all about me. Their calling me a "little girl" is what tickled me to laughter the most.

Sir Siva Swami Iyer also delivered a lecture on the duties of women in the convocation. Ray and Malaviya delivered lengthy lectures. The former delivered the convocation address. There were so many lectures, dramas and competitions during the convocation week. I attended just a few. I became a volunteer on the convocation day and did as much as I could to provide ladies with the seats, supply drinking water etc. There were various other functions to describe for which I have neither time nor patience. So you will excuse me. I am glad that boys have come home. I have somehow lost their addresses and I am unable to communicate with them. I forgot their room numbers and that is what I wish to know. They will never get their letters without room number I am told. Kindly give them my best wishes and ask them to excuse me for not writing to them. I received Ananda's letter. I wrote to Subbu first. He must have left Madras by then.

How are you getting on? Are you keeping good health? Have you got any new activities? I will leave Banares on the afternoon of 26th at 4.30 p.m and arrive at Calcutta about 6:30 a.m. So kindly ask mother to be in station at 6:00 a.m. on the 27th morning. If she does not come to meet me right in time there I will become helpless as I do not know the station well and it is the first time I shall be travelling alone. So please ask mother to turn up at the station at 6:00 a.m. sharp on 27th.

Now I will end this voluminous letter of mine with many good wishes to all for the ensuring Christmas and New Year. I wish you all merry Christmas and happy and prosperous New Year. I wished you before hand as I shall not be writing to you in this year again.

By now you must be quite tired of reading my long letter. I shall wind it up without further delay. Once again with best wishes to all.

I remain
Yours affly
Santa
20/12/ 33

My sister's daughter Santa Bai was born on 19th December 1913. She was a delicate creature she had congenital heart disease and she did not grow up as a robust girl. She was a very sensitive and docile girl. She was very intelligent and was affectionate to everyody. I liked her very much. She studied in the Convent and passed VIII th class in 1931. I took her to Mysore 1931 to admit her in the University. She could not get on with the food and environment there. She then joined the Banaras Hindu University 1933 -36. She afterwards joined the Andhra University in B.A Hons class. She was writing lettrs to her father and mother regularly and some times to me. She died on 5-02-1941 practically in my hands[8]. I was attending on her from morning till she died at 6:45 p.m.

శాంత తండ్రికి చాలా ఉత్తరాలు వ్రాసింది. అవన్నీ ఇంగ్లీష్ లోనే వ్రాసింది. తల్లికి వ్రాసినది ఉత్తరాలు తెలుగులో ఉన్నవి. ఆ ఉత్తరాలన్నీ నేను జాగ్రత్తపరిచి ఒక డైరీలో చేర్చినాను. వీటిని అచ్చు వేస్తే మంచి గ్రంథమవుతుంది. శాంత కాశీలో ఉండగానే 1936 జనవరిలో మా రెండో మేనకోడలు ప్రేమ(14వ ఏట 19-01-1936 తేదిన) చనిపోయింది. అది కూడా చాలా తెలివైనది కాన్వెంట్ స్కూల్లో చదివేది .ఇంగ్లీష్ లో మంచి కవిత్వం రాసేది .ఆ పద్యాలు కొన్ని ఒక ఇంగ్లాండ్ దేశ సంకలనంలో అచ్చు పడినవి.

One of her poems[9]

---

[8] Her father Purnaiah garu died in 1939

[9] This poem was printed on the first page of the book, 'Uncle Tom' a Telugu translation by Digavalli Venkata Siva Rao published in 1936

అంకుల్ టామ్ కథ

అమెరికా దేశపు 'హారిజనులు' అనదగిన నీగ్రో
బానిసల ఘోరదుస్థితిని లోకమునకు వెల్లడించి
బానిసత్వమును బాపుటకు తోడ్పడిన
'అంకుల్ టామ్సు కాబిన్' అను సుప్రసిద్ధ
ఆంగ్ల నవలకు తెలుగు.

అనువాదకుడు:
దిగవల్లి వేంకటశివరావు.

IN MEMORIAM

MY LITTLE DAUGHTER "BABY" aged 7
who died of typhoid on 14-11-35.

In this world all things do die,
No need to sigh
And wish things to stay,
For, we too pass away —
Pass away as a dream.
Lights will cease to burn
When the sustaining oil is over;
Men to corpses turn,
When the heart beats no more;
Birds may cease to twitter,
Friendships with graves forgotten,
It all may seem little :
No need to sigh,
For, we too soon die.
From Light to dim Darkness
All things will fade
And die in the shade ;
Mortal things will die;
No need to sigh.

The promising author of this poem—
my niece "PREMA" aged 14—
also passed away on 19-1-36.

—SIVA RAO.

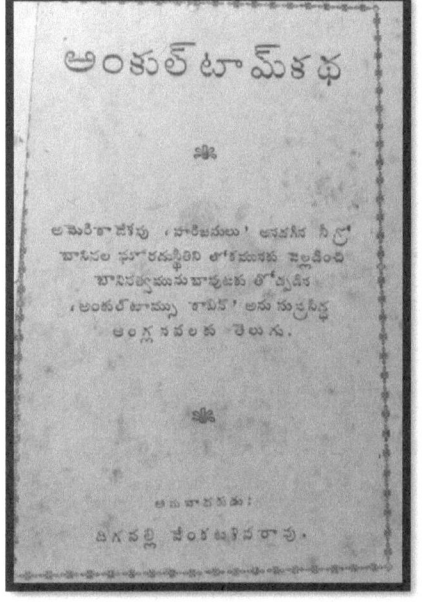

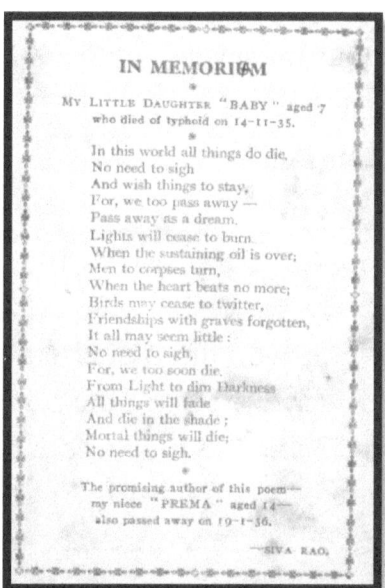

పైన చూపిన ఫొటోలో వ్రాసియున్న పద్యమునకు నకలు

In this world all things do die

No need to sigh

And wish things to stay,

For, we too pass away-

Pass away as a dream.

Lights will cease to burn

When the sustaining oil is over;

Birds may cease to twitter,

Friendships with graves forgotten,

It all may seem little:

No need to sigh,

For, we too soon die.

From lights to dim Dakrness

All things will fade
And due ub the shade;
Mortal things will die;
No need to sigh

శాంత తమ్ముడు అమృతరావుకు 1937 సంవత్సరంలో విస్సా అప్పారావు గారి అమ్మాయి గౌరమ్మను ఇచ్చి పెళ్లి చేశారు. అక్కడ అప్పుడు అప్పారావు గారు రాజమండ్రి ఆర్ట్స్ కాలేజి లో ప్రిన్సిపాల్ గా ఉన్నారు. తర్వాత ఆయన విశాఖపట్నంలో ఆంధ్ర యూనివర్సిటీ కాలేజీ ప్రిన్సిపాల్ అయినారు. అప్పుడు శాంత ఆంధ్ర యూనివర్సిటీ కాలేజీలో బి.ఎ ఆనర్స్ క్లాసులో చేరింది. అక్కడ హాస్టల్ వార్డెన్ ప్రవర్తన బాగా లేక ఆవిడను ధిక్కరించిన వారిలో శాంత కూడా ఉన్నది. శాంత వ్రాసిన ఉత్తరాలలో ఆ హాస్టల్ వార్డెన్ చేసే అక్రమ చర్యలు వివరించింది. శాంత 1941 సంవత్సరం ఫిబ్రవరి 5వ తేదీన స్వర్గస్థురాలు అయినది. ఆ రోజున మధ్యాహ్నం నుంచి సాయంత్రం దాకా నేను ఉన్నాను. అది చనిపోయిన సాయంత్రం ఐదు గంటలకు నా స్నేహితుడు చెరుకుపల్లి వెంకటప్పయ్య కూడా ఉన్నాడు. అతన్ని టప్పయ్య అనిపిలిచేది. శాంతను నేనే స్మశానంకు తీసుకొని దహనం చేసి వచ్చాను.

మా బుల్లెప్ప

నాకు సవతి అక్కగార్లు ఇద్దరుండేవారు. అందువల్ల నా సోదరిని బుల్లెప్ప అనేవాడిని. బొడ్డపాటి సీతాబాయి అని ప్రఖ్యాతి చెందిన సీతా సుందరి నా సోదరి. నాకన్నా మూడేళ్లు పెద్దది. ఆవిడని నేను అలా పిలవడం వల్ల మా ఇంట్లో అందరూ అలాగే పిలిచేవారు. మా అక్కయ్య 1895 సంవత్సరం డిసెంబర్ 24న జన్మించింది. నాకు కోటు కుట్టిస్తే, తనకు కూడా కుట్టించమనేది. కొవ్వూరులో మా నాన్నగారు మేజిస్ట్రేటు గా ఉండగా మా బుల్లెప్ప ఆచంట నాగరాజు గారి స్కూల్లో మూడో క్లాస్ చదివింది. అప్పుడు కచేరీలో షరాఫ్ గా ఉండిన అడవి కృష్ణయ్య గారి కుమారుడు, అడవి బాపిరాజు కూడా మా అక్కతో పాటు ఆ స్కూల్లో చదివాడు. బాపిరాజు కూడా 1895 సంవత్సరంలో జన్మించిన వాడే. అతడు కవి, నవలాకారుడు, చిత్రకారుడు, అయినాడు కదా!ఆ కాలంలో స్కూళ్లలో ఇనస్పెక్టర్లు పాఠశాల తనిఖీ చేయటానికి వచ్చి చదువుకునే పిల్లలను ప్రశ్నలు అడిగేవారు. ఆ కొత్త వారి మొహం చూసి బెదిరి ఏడ్చిందట! మా బుల్లెప్ప చిన్నతనంలో రుక్మిణీ కళ్యాణం పాటలు పాడటం నాకు బాగా జ్ఞాపకం. తన స్నేహితులతో ఆడుకునేది. అడవి బాపిరాజు కూడా వారితో ఆడుకునేవాడు.

మా బుల్లెప్పకు 14-06-1907 తేదీన వివాహం అయింది. అప్పటికి మా నాన్నగారి సంపద అడుగంటినందువలన రెండవ పెళ్లి వాడైనా మా బావగారు బొడ్డపాటి పూర్ణయ్య గారికి ఇచ్చి పెళ్లి చేశారు. అప్పటికి ఆయనకు 34 సంవత్సరాలు వయస్సు. మా బుల్లెప్ప జాతకం చాల గొప్పది. ఆవిడ 30 సంవత్సరాలు ఐదవవతనం చేసింది. గొప్ప ఐశ్వర్యం అనుభవించింది. నలుగురు మగపిల్లలు, ఇద్దరు ఆడపిల్లలను కన్నది. మా బావతో పాటు క్యాలికట్టు, మద్రాసు, సేలం, సోలాపూర్, బొంబాయి, లాహోర్ మొదలైన పట్టణాల్లో కాపురం ఉన్నందువల్ల అరవం, కన్నడ, మలయాళం, మహారాష్ట్ర భాషల్లో ధారాళంగా మాట్లాడేది. తెలుగులో విజ్ఞాన చంద్రిక గ్రంథాలు, ఆంధ్రపత్రిక సంవత్సరాది సంచికలు, ఆంధ్ర భాషాభివర్ధిని గ్రంథాలు, ఇంకా చిలకమర్తి వారి గ్రంథాలు, వీరేశలింగం గారి గ్రంథాలు చదివి మంచి పాండిత్యం సంపాదించింది. ఆవిడకు మంచి లోకజ్ఞానం కలిగినది. అనేక విషయాలను గూర్చిన విజ్ఞానము కలిగినందువల్ల ఏ విషయం గూర్చి ఏమైనా ఒక గంట ఉపన్యాసం ఇవ్వగలిగేది. ఇంగ్లీషు పత్రికలు చదవగలిగేది. ఆవిడ బెజవాడలో ఆంధ్ర మహిళా సంఘంలో ప్రముఖ సభ్యురాలుగా ఉండేది. ఆనరరీ మేజిస్ట్రేటుగా ఉండేది. ఆవిడ గ్రంథాలయ సభలకు అధ్యక్షత వహించి అనేక సభలలో మాట్లాడింది. కలకత్తాలో

జరిగిన మహిళా సభలకు, conferences కు వెళ్ళింది. ఆవిడ భారతి, ఆంధ్రపత్రికలోనూ కొన్ని వ్యాసాలు వ్రాసింది. ఆవిడ జీవిత చరిత్ర వ్రాసింది గాని అది ప్రకటింపబడలేదు. ఆవిడ పుత్రులు పారవేసినారు.

మా బుల్లెప్ప కంఠ స్వరం సన్నమైనది కాదు. అందువల్ల ఆమె హార్మోనియం పైన చాలా కృతులు వాయించినా నోటి పాట అంత శ్రావ్యంగా ఉండేది కాదు. 1921 సంవత్సరంలో గాంధీ గారు బెజవాడ వచ్చినప్పుడు టెలిగ్రాఫ్ ఆఫీసు పక్క మున్సిపల్ రహదారి బంగళాలో స్త్రీల సభలో ఉపన్యాసం చేయడానికి రాగా అప్పటికి కొద్ది రోజుల కిందట రెండవ కుమార్తెను కన్న బాలెంతరాలైనను టెలిగ్రాఫ్ ఆఫీసు మట్టి గోడకు రెండు పక్కల రెండు కుర్చీలు వేయించి వాటి మీదుగా దాటి సభకు వెళ్లి వచ్చింది. దాని ఫలితంగా మా బావగారికి ఉద్యోగం సస్పెండ్ అయ్యింది[10].

1928 సంవత్సరంలో మార్చి నెలలో మా బావగారు అహ్మదాబాద్ లో పించను పుచ్చుకోబోయే ముందు సబర్మతి ఆశ్రమంలో గాంధీ మహాత్ముని దర్శించడానికి మా బావగారు మా అక్కగారు ఆశ్రమానికి వెళ్లారు. అప్పుడు మహాత్ముడు మా బుల్లెప్పకి తాను స్వయంగా వడికే రాట్నమును బహూకరించారు! ఆ రాట్నము పైన ఆవిడ సన్నని నూలు వడికి, బట్టలు నేయించి నాకు, నా స్నేహితుడైన డాక్టర్ ఘంటసాల సీతారామ శర్మ గారికి ఇచ్చేది.

[10] చూడు 12వ ప్రకరణము గాంధీ బహూకరించిన రాట్నం

మా బావగారు బొడ్డపాటి పూర్ణయ్య గారు

శ్రీ దాసు విష్ణు రావు గారు తమ స్వీయ చరిత్రలో తమ కుటుంబాన్ని గురించి బంధు వర్గాన్ని గురించి వ్రాస్తూ బొడ్డపాటి పూర్ణయ్య గారు, వారి తమ్ముడు వెంకట్రామయ్యగారిని గురించి వ్రాశారు (అది ఇంకా ప్రకటింపబడలేదు). ముక్కామల లక్ష్మీనరసింహంగారనే ఆయన దాసు గంగరాజు గారికి బంధువు. ఆయన జ్యోతిష్యం తెలిసినవాడు. ఆయన 1854 ప్రాంతంలో అల్లూరు వచ్చి చేరినారు. 1860 సం. ప్రాంతాల్లో అల్లూరులోనే చనిపోయారు. అప్పటికి దాసు శ్రీరాములు[11] గారికి 14 సంవత్సరాలు. ఆయన విద్యా వినయ సంపత్తిని చూసి లక్ష్మీనరసింహ గారు తన జ్యోతిష్యాది గ్రంథములను శ్రీరాములు గారికి కాళ్లు కడిగి దానం చేశారు. లక్ష్మీనరసింహ గారికి కొన్ని ఇనాములు ఉండేవి. ఆయనకు సుబ్బారాయుడు గారనే కుమారుడు, గుండుమెడ బాపమ్మ, దుల్లా రాజమ్మ అనే ఇద్దరు కుమార్తెలుండిరి. సుబ్బారాయుడు గారి భార్య పాతూరి వారి ఆడపడుచు మంగమ్మ గారు. ఈ దంపతులకు అన్నపూర్ణమ్మ అనే కుమార్తె యుండెను. గుండమెడ బాపమ్మ బాల్యంలోనే ముండమోసినది. దుల్ల రాజమ్మ గారికి సీతారామయ్య, నరసింహ గార్లను ఇద్దరు కుమారులు. పెద్ద కుమారుడు సీతారామయ్యగారికి పైన చెప్పిన అన్నపూర్ణనిచ్చి వివాహం చేశారు. సీతారామయ్య గారికి సంతానం లేదు. తండ్రి పోయిన తర్వాత గుండమ్మ గారే తమ కుటుంబాది వ్యవహారాలు చక్కబెట్టుకోవాల్సి వచ్చింది. గుడివాడ, కైకలూరు అధికార స్థానమునకు పోయి తాశీల్దారు మొదలైన ఉద్యోగస్తుల ఆడవారితో స్నేహం చేసి ప్రాపకం సంపాదించుకొన గలుగుచుండెను. ఇట్టి సంచారములలో ఒకప్పుడు సుమారు 1875 ప్రాంతంలో గుడివాడకు పోయినప్పుడు ఆ ఊరిలో అల్లూరి కాపురస్తులు బొడ్డపాటి వెంకటరామయ్య అను వారికి పూర్ణయ్య, వెంకటరామయ్య అను తల్లి తండ్రులను కోల్పోయిన అసువులు ఇద్దరు ఉండిరి. తల్లిదండ్రులు పోగా విశాఖపట్నం లోనున్న మేనత్త వచ్చి అసువులు ఇద్దరినీ తనతో విశాఖపట్నం తీసుకొని పోవుటకు ప్రయత్నించుచుండగా ఇద్దరిలో రెండవ వాడైన వెంకటరామయ్యను తనకిచ్చిన ఎడల అపుత్రకురాలైన తన మేనకోడలు అన్నపూర్ణమ్మ పెంచుకొనునని అడుగుగా ఆ పిల్లల మేనత్త

[11] మహా కవి శ్రీ దాసు శ్రీరాములు (1846-1908)

వప్పుకుని ఆ పిల్లవానిని బాపమ్మ గారికి ఇచ్చినది. ఇట్లీ బాపమ్మ గారా వెంకట్రామయ్యను ఒకటిన్నర సంవత్సరములు యీడువానిని తెచ్చి తన మేనకోడలికి పెంపున కిచ్చినది. వెంకట్రామయ్య అల్లూరులో స్థిరపడినాడు. ఈ వెంకటరామయ్యగారికి జన్మతః అన్నగారైన పూర్ణయ్య గారు టెలిగ్రాఫ్ డిపార్ట్మెంట్లో వృద్ధిలోకి వచ్చి టెలిగ్రాఫ్ సూపరింటెండెంటు గా నెలకు రూ. 700 వరకు జీతం తీసుకుని 1928 లో రిటైర్ బెజవాడలో గృహ నిర్మాణం చేసుకొని సంతానముతో ఇప్పుడు సుఖంగా ఉన్నారు. వెంకట్రామయ్య గారు పైన చెప్పిన దుల్లా సీతారామయ్య గారి కొడుకుగా నరసింహయ్య అని వ్యవహరింపబడెను. ఈయన 01-01-1876 సం. లో జన్మించినారు.

మా బావగారి చిన్నపేటనే తండ్రిగారు అటు తరువాత తల్లిగారు చనిపోయినారని వారిని గూర్చి తనకేమీ తెలియదని, తాను 5వ ఏటనే తను కృష్ణా జిల్లా గుడివాడ తాలూకాలోని గ్రామమునుండి విశాఖపట్నం వచ్చి వీధి బడిలో తన మేనత్త కూమార్తెలైన మంగమ్మ, పున్నమ్మలతో కలిసి చదువుకుని అటు తరువాత అప్పట్లో హిందూ హైస్కూలు అని ఇటీవల Mrs. A V N College అనబడి వ్యవహరింపబడే పాఠశాలలోచదివి తన 15 వ ఏటనే మెట్రిక్యులేషన్ పాసై 17 వ ఏటనే విశాఖ పట్నం లో టెలిగ్రాఫ్ Signaller గా చేరినారని, 1891 సం కాకినాడ వచ్చి 4 సంలు అక్కడ ఉద్యోగము చేశామని, అటుతరువాత ఏలూరు, శ్రీకాకుళము మొదలగు పట్టణాలలో పనిచేశామని మాబావగారు జీవిత చరిత్రలో సంగ్రహముగా వ్రాశారు. తమ తల్లితండ్రుల పేర్లు జ్ఞాపకము లేదు. ఏ సంవత్సరం జన్మించినది కూడ తెలియదు, బహుశః 1873సం. జన్మించి యుండవచ్చునని కొన్ని ఉత్తరాల వల్ల తెలిసింది.

మా బావగారు కాకినాడలో ఉద్యోగము చేసినందువల్ల మా కుటుంబము సంగతి తెలిసింది. మా బావగారు 1893 లో మల్లవల్లి వారి అమ్మాయి, రాయుడమ్మని వివాహం చేసుకున్నారు. ఆవిడ 1906 సం. లో కాకినాడలో చనిపోయింది. మా బావగారు మా అక్క సీతాసుందరిని 14-06-1907 తేదీన వివాహం చేసుకున్నారు.

1907 సంవత్సరం నాటికి మా బావగారికి 34 సంవత్సరాలు వయస్సు. ఆయన స్పురద్రూపి పచ్చని శరీరం. మంచి ముఖ వర్చస్సు కలవాడు. గుండ్రని ముఖము. మీసాలు ఉండేవి. తలమీద వెనుక ప్రక్క మధ్యగా బట్టతల ఏర్పడినది. సూట్ బూట్ వేసుకొనేవారు. టెన్నీసు ఆడేవాడు. ఆయనకు

చార్లెస్ డికెన్స్ రచించిన పిక్విక్ పేపర్స్ అనే గ్రంథం చాలా ప్రీతి. ఆ కాలంలో ద్వితీయ వివాహం చేసుకునే వారికి ఈడేరిన ఆడపిల్లలు దొరికే వారు కారు. మా బావగారు బ్రహ్మ సమాజంలో సభ్యులుగా ఉన్ననూ వితంతు వివాహం చేసుకోవడానికి ప్రయత్నించలేదు.

మా అక్క సీతాసుందరి (మా బుల్లెప్ప) 1895 సంవత్సరంలో జన్మించింది. మా నాన్నగారు ఆమెకు తగిన సంబంధం ప్రయత్నిస్తున్నారు. వాడ్రేవు రంగారావు కుమారుని తన జనక సోదరి దొడ్డంపేట జమీందారిణి వాడ్రేవు రంగనాయకమ్మ గారు దత్తు చేసుకున్నారని మా నాన్నగారిని నమ్మించి ర్యాలీ సోమసుందరం అనే అతను రూ 1200 రొక్కము తీసుకున్నాడు. కానీ అప్పటికింకా జమీందారిణీ గారు దత్తు చేసుకోలేదు. సోమసుందరం చేసిన మోసం బయటపడింది. మా నాన్నగారు ఖిన్నులైన్నారు. అప్పుడు మా నాన్నగారికి స్నేహితుడిగా ఉండిన మంజూలూరి సీతారామయ్య గారు మా నాన్నగారికి మా బావగారి సంగతి చెప్పి ప్రయత్నించమన్నారు. మా నాన్నగారు మా బావగారికి ఉత్తరం వ్రాశారు. మా కుటుంబం పైన గల గౌరవంతో మా బావగారు మానాన్నగారి ఉత్తరం చూచుకుని పిల్లను కూడా చూడకుండా పెండ్లి చేసుకోడానికి అంగీకరించారు. ఇంతలో గిట్టని వారు మా బావగారికి పిల్ల అనాకారి అని, జబ్బు మనిషి అని ఆకాశరామన్నఉత్తరాలు వ్రాశారు. అయినా మా బావగారు చలించక పిల్లని చూడడానికి తాను రానవసరం లేదని, ఫోటోలోని పిల్లకు లోపం గాని అనారోగ్యం కానీ లేక పోతే తప్పక చేసుకుంటానని మా నాన్నగారికి జవాబు వ్రాశారు.

14- 6 -1907 తేదీన కాకినాడలో వైజర్సు సుబ్బారావు గారి ఇంట్లో వివాహం జరిగింది. మా బావగారు కొవ్వూరు వెళ్లి మా అన్నయ్య తిమ్మరాజు గారిని చూశారు. విశాఖపట్నం వెళ్ళి పాత స్నేహితులను కలుసుకున్నారు. కాలికట్టుకు రమ్మనమని మా నాన్నగారిని కోరి తాను కాలికట్టుకు[12] వెళ్లారు. మా నాన్నగారు, మా అమ్మ గారు, బుల్లెప్ప(సీతాసుందరి) నేను కాకినాడ నుంచి మద్రాస్ కు వెళ్లి అక్కడి నుంచి 29- 2- 1907 తేదీన కాలికట్టుకు చేరాము . కొద్దిరోజులు సంతోషంగా కాలక్షేపం చేశాం. ఇంతలో మా నాన్నగారికి జబ్బు చేయగా తిరిగి మద్రాస్ కి వచ్చాం

[12] అప్పట్లో పూర్ణయ్యగారు కాలికట్టు లో Telegraph Master గా పనిచేస్తున్నారు

. మా అన్నయ గారు కొవ్వూరులో తాశీల్దారుగానున్నారు. ఆయన వచ్చి మమ్మల్ని కొవ్వూరు తీసుకెళ్లారు. మా నాన్నగారు 1908 మే 28 తేదీన కొవ్వూరులో స్వగృహంలో స్వర్గస్థులైనారు.

అప్పటికి మా నాన్న గారికి ఆస్తి అంతా పోగా ఇంకా 3000 రూపాయలకు పైగా బాకీలు మిగిలి ఉన్నవి. వాళ్లు ఇక్కడ వుంటే ఋణదాతలు మీ ఆస్తి జప్తు చేస్తారని బంధువులు మా అన్నగారికి తిరి పెట్టారు. అంతట మా అన్నయ్య గారు మమ్మల్ని తీసుకొని వెళ్లవలసిందని మా బావగారికి ఉత్తరం వ్రాశారు. మా బావగారు వచ్చి మమ్మల్ని14-06- 1908 తేదీన కాలికట్టుకి తీసుకొని వెళ్లారు. అక్కడ ఐదారు నెలలు ఉన్నాం. ఇంతలో మా తల్లి గారి తండ్రి ఆస్తిని బాకీ డిక్రీల కింద జప్తు చేయగా దానికి claim పెట్టటానికి కాకినాడ వెళ్ళాం. మళ్ళీ 19-11-1908 తేదీన కాలికట్టుకు వచ్చాము అప్పటికి నాకు చదువు లేదు. మా బావగారు నాకు ఒక దొర చేత ప్రైవేట్ ట్యూషన్ చెప్పించి కాలికట్టు నేటివ్ హైస్కూల్లో 25-01-1910 తేదీన ఫస్ట్ ఫారంలో చేర్పించారు.

మా బావగారు 1910 సం.లో శలవు పుచ్చుకుని కృష్ణాజిల్లా లో బంధువులను చూసి, నూజివీడులో మా అన్నయ గారిని కూడా చూసి వచ్చారు. ఇంతలో మా బావగారికి బెంగళూరు బదిలీ కాగా నన్ను బెంగళూరులో రావ్ బహద్దర్ ఆర్కాట్ నారాయణ స్వామి మొదలియార్((R.A.N.S.M) హైస్కూల్లో చేర్చారు. ఒక నెలలోనే మళ్ళీ మా బావగారికి సేలం బదిలీ అయినది. నా చదువు పాడైపోతుందని మా అమ్మగారిని , నన్ను రాజమండ్రి పంపించారు. నేను 01-12-1910 తేదీన రాజమండ్రి హితకారిణి స్కూల్లో మూడో టరంలో మళ్లీ ఫస్ట్ ఫారంలో చేరాను. ఆ సంవత్సరం నా అదృష్టం వల్ల S S LC స్కీము వల్ల డిసెంబరులో జరగవలసిన పరీక్షలు మార్చి లో జరిగినవి. నేను ప్యాసైనాను.

మా బావగారికి 1911 సంవత్సరంలో చెన్నపట్నం బదిలీ అయింది. ఆయన చెన్నపట్నంలో 1912 సంవత్సరం నుండి 30 నంబరు కచ్చాలేశ్వర అగ్రహారం అక్షింతల కుప్పమ్మ గారి ఇంట్లో కాపురం ఉన్నారు. 17-03-1912న మా బావగారు రాజమండ్రి వచ్చి నాకు ఉపనయనం[13] చేశారు. 19-12- 1913 తేదీన మా మేనకోడలు శాంత పుట్టింది. 17- 7- 1915 తేదీన మేనల్లుడు ఆనందరావు జన్మించాడు. 30- 10- 1916 అమృతరావు పుట్టాడు. నేను 1916 మార్చి నెలలో

[13] ఈ ఉపనయనానికి కందుకూరి వీరేశలింగం పంతులు గారు వచ్చారని రచయిత డైరీలో వ్రాసుకున్నారు

ఎస్.ఎస్.ఎల్.సి పాస్ అయినాను. 1916 జులై నెలలో మా బావగారు నాకు మద్రాసు ప్రెసిడెన్సీ కాలేజీలో సీటు సంపాదించగా నేను ఇంటర్మీడియట్ క్లాసులో చేరి వారి ఇంట్లోనే ఉండి చదువుకొన్నాను. అప్పట్లో నా స్నేహితుడు చెరుకుపల్లి వెంకటప్పయ్య తన పినతండ్రి చెరుకుపల్లి సుబ్బారావు గారి ఇంట్లో అచ్చారప్పన్ వీధినుండి మా కాలేజీలో చదివేవాడు

మార్చి నెలలో మా బావగారికి మద్రాసు నుంచి 1918 సంవత్సరం జూలైలో సోలాపూర్ ట్రాన్స్ఫర్ అయింది. అక్కడి నుంచి పది నెలలలో బొంబాయి బదిలీ అయినది. ఆయన 10-08-1918 లో కొన్ని నెలలు కాకినాడలో ఉన్నారు.

1919 సంవత్సరం ఏప్రిల్ నెలలో నాకు వేసవి సెలవులు ఇవ్వగా నేను బొంబాయి లో మా బావగారి ఇంటికి వెళ్లాను. అక్కడ ఉండగానే పంజాబ్ దురంతాలు జలియన్వాలాబాగ్ వధలు జరిగినవి. నాతో పాటుగా నా స్నేహితుడు, క్లాస్మేట్ బొంబాయి వచ్చాడు అతని అన్న గారి ఇంట్లో ఉండి ఎల్.ఎల్.బి చదివాడు.

మా బావగారు 1920 సంవత్సరం ఆఖరున బెజవాడలో టెలిగ్రాఫ్ డిప్యూటీ సూపరింటెండెంటు గా అయినారు. 1921 మార్చి రెండవ తేదీన మా మేనకోడలు ప్రేమ అక్కడ ఆఫీస్ క్వార్టర్సులో పుట్టింది.

మా బావగారు నాన్ కోఆపరేటివ్ నాయకులతో స్నేహంగా ఉన్నారని, మా అక్కగారు గాంధీ గారి నిధికి చందా ఇచ్చారని, తమ కార్యాలయానికి వచ్చే వార్తా పత్రిక, జస్టిస్ పత్రిక ఆపి బొంబాయి క్రానికల్ తెప్పించారని, తాము బెజవాడలో నిర్మించే ఇంటికి గవర్నమెంట్ సామాను ఉపయోగిస్తున్నారని అబద్ధాలతో బెజవాడ వారి ఆఫీసు లోని బ్రాహ్మణేతర ఉద్యోగులు కొందరు మా బావగారి విరోధులు గవర్నమెంటుకి అర్జీలు పంపగా, మా బావ గారిని ఉద్యోగం నుండి సస్పెండ్ చేశారు. 15-03-1922 తేదీన సస్పెండ్ చేశారు. విచారణ చేసి 13-06-1922న మళ్లీ ఉద్యోగం ఇచ్చారు

7-08-1922 తేదీన మా మూడో మేనల్లుడు శ్రీనివాసరావు జన్మించాడు. 1922 సంవత్సరంలో మా బావగారికి మద్రాసు బదిలీ అయినది. 16-05-1925 తేదీన సోలాపూరు కు బదలీ, 10-02-1926 న లాహోరుకు బదిలీ అయింది. 26- 3- 1927 న అహ్మదాబాదు transfer

అయింది. 1928సం. లో రిటైర్ అయినారు. 25-05-1928 తేదీన కుటుంబంతో బెజవాడకు వచ్చి స్థిరపడ్డారు. 1932సం.లో మా నాలుగో మేనల్లుడు రవీంద్రనాథ్ జన్మించాడు.

నేను 1922 నవంబర్ నుండి ప్లీడర్ గా ప్రాక్టీసు చేస్తున్నాను. మా బావ గారి ఇంట్లోనే కాపురం ఉన్నాను. కొంత భాగం అద్దెకు ఇచ్చారు. 10-06-1925 తేదీన నా మేనల్లుడు ఆనందంని బెజవాడలో చదువు నిమిత్తము నా దగ్గరకు పంపించారు. ఆ తర్వాత అతని తమ్ముడు అమృత రావుని కూడా పంపించారు. వీరిద్దరినీ నా భార్య చాలా ప్రేమతో ఆదరించేది. వాళ్లుకూడా నా భార్య పట్ల ప్రేమ చూపించేవారు.

మా బావగారు రిటైరు అయి వచ్చిన తరువాత కాలక్షేపం కావడానికి కొన్ని గౌరవ హోదాలు చేసేవారు. మిర్జాపురం రాజా గారు జిల్లా బోర్డు ప్రెసిడెంటుగా నుండగా ఈయన డెలిగేటు ప్రెసిడెంట్ గా ఉండి వ్యవహారాలు చక్కబెట్టేవారు.

రామ మోహన ఆయుర్వేద ఔషధాలయానికి అధ్యక్షులై ,మందులు తయారీ వగైరాలలో ఉచితంగా పని చేసేవారు. ప్రతిరోజు అక్కడికి సాయంత్రం నాలుగు గంటలకి వెళ్లేవారు. మా బుల్లెప్ప కూడా పబ్లిక్ వర్క్సు చేయడం సరదా. ఆవిడ బెజవాడ మహిళా సంఘంలో ప్రముఖురాలై బీదవాళ్ల పిల్లలకు తలంటి కూడాపోసేది. తన గ్రంథాలు అన్నిటిని ఆ సంఘానికిచ్చినది. ఆమె బెజవాడ ఆనరరీ మెజిస్ట్రేట్ గా కూడా చేసింది. కలకత్తా All India Women Conference కి ప్రతినిధిగా వెళ్ళింది. బెజవాడలో Baby week నిర్వహించినది. ఇంకా అనేక కార్యాలు చేసింది. గవర్నర్ భార్య దగ్గిర నుంచి ఉత్తరం వస్తే పొంగిపోయేది.

నేను కాంగ్రెస్ నాయకులైన అయ్యదేవర కాళేశ్వరరావు గారు, డాక్టర్ ఘంటసాల సీతారామ శర్మ గారితో కలిసి రాజకీయాల్లో పాల్గొనేవాడిని. నేను రచించిన రాజకీయ పుస్తకాలకు నాపైన 1930 సంవత్సరంలో ఆగస్టు నెలలో Sedition case CrPC108 కేసు పెట్టారు. రెండవసారి కేసు పెట్టడం వల్ల మా బావగారికి నా ఇల్లు నిర్మించటానికి ఇయ్యవలసిన రూ 5000 బదులుగా ఇంటినే మా అమ్మగారు వ్రాసి ఇచ్చేశారు. అయితే నన్ను ఆ ఇంట్లోనే ఉండనిచ్చారు.

దిగవల్లి వేంకట శివరావు

29-11-1939 తేదీన మా బావగారు బెజవాడలో స్వర్గస్తులైనారు. వారి పట్ల నాకు ప్రేమ, కృతజ్ఞత ఉన్నది. ఆయన ఎన్నడూ నన్ను ఒక్క మాట అనలేదు. పైగా నా మీద చాలా దయతో ప్రేమతో మా ఇంటికి వచ్చి నా భార్యను పలకరించేవారు.

మా బావగారు నీతిపరుడు, దయార్ధ్ర హృదయుడు, పరోపకారి, నిష్కర్మషుడు. ఆయన ఎప్పుడు ప్రయాణించినా 2nd క్లాసులో కుటుంబంతో ప్రయాణం చేసేవాడు. డాబు దర్పం ప్రదర్శించేవాడు. కొంచెం పొగిడితే ఉబ్బి పోయేవాడు.

మా బావ పాత మెట్రిక్యులేటు. ఆయనకు ఇంగ్లీషు సాహిత్యంలో చాలా ఆసక్తి ఉండేది. మంచి ఇంగ్లీష్ వ్రాసేవాడు. మంచి దస్తూరి. ఆయన దగ్గర ప్లూటార్కు జీవితము, ఎమర్సన్ వ్యాసాలు మొదలైన పుస్తకాలు ఉండేవి. సంస్కృతంలో ఉపనిషత్తులుదేవి. అయనవల్లనే నాకు ఇంగ్లీషు పుస్తకాలు చదవాలనే అభిలాష కలిగింది. ఆయన నాకు సులభమైన పుస్తకాలు కొని ఇచ్చేవారు. లైబ్రరీ నుంచి Donquixote అనే గ్రంథం తెచ్చిఇచ్చారు. డికెన్స్ Pickwick papers ఆయనకు చాలా ఇష్టం. ఆయన వల్లనే నేను డికెన్స్ గ్రంథాలు చదవాలని అభిలాష ఏర్పడింది. నేను డికెన్స్ గ్రంథాలు అన్ని చదివాను. ఆయన Punch, Strand Magazine , Illustrated London Weekly మొదలైన పత్రికలు తెప్పించేవారు. నా దురదృష్టం వల్ల నేను ఆయన జీవించి ఉండగా తగినంత ప్రేమ, కృతజ్ఞత చూపించలేదని అనుకుంటూ ఉండేవాడిని. అయితే మా బావ జబ్బులో నేను కోర్టు మానేసి సేవ చేశాను. ఆయన చనిపోయిన తర్వాత ఆయన ఉత్తర క్రియలు జాగ్రత్తగా జరిపించాను. ఆయన కుటుంబంలో కలిగిన చిక్కులు తీర్చాను. వారి మధ్య కలిగిన కలతలకు నేను విచారించి వారి క్షేమ లాభాల కోసం అనేక విధాలుగా కృషి చేశాను. ఈ సంగతి వారికి తెలియక పోవచ్చును. మా బుల్లెప్ప తో నాకు అప్పుడప్పుడు తగాదాలు వచ్చేవి. ఆవిడ నోరు మంచిది కాదు. హృదయం మంచిది. ఆవిడకు నేను అనేక విషయాలలో తోడ్పడ్డాను. ఆవిడకు కూడా నామీద చాలా ప్రేమ. చివరి రోజుల్లో నా చేయి పట్టుకొని మంచం మీద పడుకునేది. నేను రాజమండ్రి వెళ్తాను అంటే మళ్ళీ ఎప్పుడు వస్తావనేది. ఆవిడకు క్యాన్సర్ వ్యాధి వల్ల పూనహ లో అమృతరావు దగ్గర చనిపోయింది.

మా బావ గారి పిల్లలలో[14] శాంత 1941 సంవత్సరంలో చనిపోయింది. ప్రేమ 1936 సంవత్సరంలో చనిపోయింది. మగ పిల్లల్లో ఆనందరావు మిలటరీలో చేరి మేజర్ గా రిటైర్ అయ్యాడు. హైదరాబాదులో ఇల్లు కట్టుకొని ఉన్నాడు ఇద్దరూ మొగపిల్లలు ఒక ఆడపిల్ల.

రెండవ వాడు అమృతరావు. Major General గా I.M.S రిటైరయ్యాడు. చెన్నపట్నంలో ఇల్లు కట్టుకొని అక్కడ ఉన్నాడు. విస్సా అప్పారావు గారి కుమార్తె (మొదటి భార్య) వల్ల ఒక ఇద్దరు కుమారులు. రెండవ భార్య ఒక మిలటరీ నర్సు. క్రిస్టియన్. ఆవిడవల్ల కొడుకు, కూతురు. మూడవ కొడుకు శ్రీనివాసరావు M.Sc Tech D.R.DO Scientist గా రిటైర్ అయ్యి హైదరాబాద్ లో ఉన్నాడు బెజవాడలో ఇంటి పై మేడ కట్టాడు. నాలుగవ కుమారుడు రవీంద్రనాథ్ B.Sc (Electrical) ఇంజనీయర్. జైపూర్ లో Malviya Regional Engineering College, లో డీన్ గా వున్నాడు.

---

[14] బొడ్డపాటి పూర్ణయ్య గారి పిల్లలు రచయిత ఈ వ్యాసము వ్రాసిననాటికి జీవించియుండిరి. కాని ఇప్పుడు వారందరూ కీర్తిశేషులు

దుగ్గిరాల రాఘవ చంద్రయ్య సచ్ఛాస్త్రి

శ్రీ దుగ్గిరాల రాఘవ చంద్రయ్య గారిది కృష్ణాజిల్లాలోని అంగనూరు. వారిది విద్వత్ కుటుంబం. రాఘవ చంద్రయ్య కూడా సంస్కృతాంధ్రం చదువుకున్నాడు. 1923- 24 సంవత్సరం బెజవాడలో స్వరాజ్య పత్రిక నడిపేవాడు. అందులో నేను వ్యాసాలు వ్రాసేవాడిని. అతడు చిన్నప్పుడు స్కూల్లో చదువుతుండగా రచించిన విజయనగర సామ్రాజ్యంన్ని శ్రీ కొమర్రాజు లక్ష్మణరావు గారు చూసి సంతోషించి రాయచూరు యుద్ధము, పాతాళ భైరవి మీద కూడా విజ్ఞాన చంద్రికా మండలి వారి పారితోషికమునిచ్చి ప్రోత్సహించారు. విజయనగర సామ్రాజ్య చరిత్రలో లక్ష్మణరావు గారి చేయి కూడా ఉంది. రాఘవ చంద్రయ్య గారు గాంధీ మహాత్ముని సహాయ నిరాకరణ కాలం నుండి చనిపోయే వరకు ఖద్దరు ధరించేవాడు. రాఘవ చంద్రయ్యకు నా మీద, నా మిత్రుడు డాక్టర్ ఘంటసాల సీతారామ శర్మ గారి మీద ప్రేమ, గౌరవం ఉండేది. మమ్మల్ని సద్బ్రాహ్మణులనేవాడు. రాఘవ చంద్రయ్య గారికి బ్రాహ్మణులపైన ద్వేషం రావడానికి కొన్ని కారణాలు ఉన్నవి. 1919 సంవత్సరంలో మద్రాస్ సభలో ఆంధ్ర గ్రంథాలయ సంఘానికొక ప్రెస్సు ఏర్పాటు చేయాలని తీర్మానించారు. శ్రీ ప్రకాశం పంతులుగారు 300 రూపాయలు విరాళం ఇచ్చారు. అంతట ఒక లిమిటెడ్ కంపెనీ స్థాపించి దానికి షేర్లు వేయడానికి రాఘవచంద్రయ్య గారు చాలా కష్టపడిఊళ్ళవెంటతిరిగి చేయించాడు. ఆంధ్ర గ్రంథాలయ లిమిటెడ్ అనే పేరుతో మంచి ముద్రాక్షర శాల బెజవాడలో స్థాపించబడింది. ఆంధ్ర గ్రంథాలయాలోద్యమంలో తిరుగుతూ ఆనేక గ్రంథాలయాల స్థాపనకు కారకుడైన అయ్యంకి వెంకటరమణయ్య గారు కూడా దానిలో డైరెక్టర్ గా ఉన్నారు. ఆయన మంచి వ్యవహార దక్షుడు. గ్రంథాలయ కాన్ఫరెన్సులు నిర్వహించినా, ఏ పనిచేసినా స్వలాభం కొంత పొందేవాడు. అందుకోసం తెప్పించిన సరంజామా వగైరాలకు లెక్కలు చెప్పేవాడు కాదు. ఇప్పుడు గ్రంథాలయ ముద్రాక్షశాల కంపెనీలో తన మిత్రులను బినామీ వాటాదారులుగా చేర్చి సమావేశాలు జరిగించినట్లు బనాయించి నష్టం చూపించి ఆ కంపెనీని లిక్విడేటు చేయించి ఆది తన స్వంత ప్రెస్సు గా చేసుకున్నాడు. రాఘవచంద్రయ్యకు దిగ్భ్రమ కలిగింది. ఆశాభంగం కలిగింది. ఈ ద్రోహం వెంకటరమణయ్య గారే గాక బ్రాహ్మణులందరూ కుట్ర చేసి జరిగించినట్లు తోచింది. ఇదిగాక రాఘవచంద్రయ్య జైల్లో ఉండగా అక్కడ శ్రీ బులుసు సాంబమూర్తి గారు స్వాతిశయంతో రాఘవచంద్రయ్యను అమర్యాదగా మాట్లాడి అవమానించారట. అతనికి చాలా కోపం వచ్చింది. ఈ బ్రాహ్మణులంతా గర్వపోతులు.

బ్రాహ్మణాధిక్యతను ప్రకటిస్తూ బ్రాహ్మణేతరులనందరినీ అవమానిస్తారు. వీళ్ళు దుర్మార్గులు, దురాచారులు అనే భావం అతనికి కలిగింది. తీవ్రమైన బ్రాహ్మణ ద్వేషం బ్రాహ్మణాధిక్యతను సహించలేకపోయాడు. బ్రాహ్మణ ఆచారాలను ,సంప్రదాయాలను దూషిస్తూ "అష్టాదశ పాపియగు బ్రాహ్మణనితో సహాయ నిరాకరణ చేయుము" అనే శీర్షికతో తెలుగులోనూ ,ఇంగ్లీషులోనూ కొన్ని వందల పుటలు గల రెండు గ్రంథాలు రచించాడు. దానిని బ్రాహ్మణేతరులు ప్రమాణ గ్రంథముగా నెంచి బ్రాహ్మణులు జరిగించే 18 పాపాలను గురించి చెబుతూ దూషిస్తూ ఉండేవారు.

రాఘవచంద్రయ్య బ్రాహ్మణులు దుర్మార్గాలను గురించి మహాభారతం వలె 18 పర్వాల వ్యాసం రచించాలని పూనుకున్నాడు. అందులో ఒక పర్వానికి బ్రాహ్మణ నక్క పర్వమని పేరు పెట్టాడు. దానిని ముద్రించి నాకు చూపించాడు. అంతట నేను నీ పాండిత్యాన్ని దుర్వినియోగం చేస్తున్నావు. మన వేదశాస్త్ర పురాణేతిహాసాలకు అంతరార్థాలు చెప్పగలవాడవు దానిని గురించి వ్రాయక ఇలాంటి తుచ్ఛమైన రచనలు చేస్తున్నావు. నీది రాక్షస ప్రకృతి. నీ పొట్ట చీల్చాని అన్నాను. అప్పుడు అతడు నీవు నన్ను ఏమన్నా కోపం రాదు. నీవు సద్బ్రాహ్మణుడవు నేను సచ్ఛాస్త్రిని అన్నాడు. రాఘవ చంద్రయ్యను ఆ కాలంలో అందరూ సచ్ఛాస్త్రి అని వ్యవహరించేవారు.

రాఘవ చంద్రయ్య 31- 7- 1961 తేదీన గాంధీ మహాత్ముని ఇంగ్లీషు ఆత్మకథను కొని తెచ్చి నాకు బహూకరించాడు. ఎందుకు దీనిని కొని నాకు ఇస్తున్నావని అంటే నీకు ఇవ్వాలని బుద్ధి పుట్టిందని దానిమీద నా పేరు వ్రాసి ఇచ్చాడు. వందేమాతరం ఉద్యమంలో రాఘవ చంద్రయ్య జైలుకు వెళ్లి ఆ కాలంలో రాజకీయా బాధితుడిగా అర్హుడైనందువల్ల నీలం సంజీవరెడ్డి గారు ముఖ్యమంత్రిగా ఉండగా ఆశ్రయించి బెజవాడలో ఆసుపత్రి దగ్గరలో మంచి నివేశన స్థలము సంపాదించి అందులో ఒక మంచి బిల్డింగ్ కట్టి తన ప్రెస్సును పెట్టుకున్నాడు. రాఘవ చంద్రయ్య కుటుంబంలో సామరస్యం లేదు. భార్యా పిల్లలు చెప్పిన మాట వినేవారు కాదు. అతని కుమారుడు తెలివైన వాడే. కాలేజీ లెక్చరర్ గా చేరి కయ్యాళి వల్ల అది మానుకున్నాడు. చిన్న కుర్రవాడు దౌర్జన్యంగా వచ్చి ప్రెస్సు,బిల్డింగు ఆక్రమించాడు. రాఘవ చంద్రయ్య ఇంట్లో ఉన్న కొన్ని బాండ్లను వాళ్లు తీసుకు పోతారేమోనని నా దగ్గర దాచుకున్నాడు. రాఘవ చంద్రయ్య కాలికి దెబ్బ తగిలి కుంటుకుంటూ తిరిగేవాడు. అప్పుడప్పుడు వచ్చి తన పాట్లు నాతో చెప్పుకునే వాడు. గవర్నరు పేటలో ఒక చిన్న ఇల్లు కొనుక్కుని తనూ,భార్య కాపురం ఉండేవారు. పెద్ద కుమారుడు ఉద్యోగం మానిన తరువాత దాంట్లోనే వుండేవాడు. కానీ వారి మీద నమ్మకం లేదు.

1963 సంవత్సరంలో రాఘవచంద్రయ్య నెహ్రూ పట్టాభిషేకం అనే ఒక నాటకం రాశాడు. దానికి ఉత్తర భారతమని కూడా పేరు పెట్టాడు. ప్రథమ భారతం పాండవ కౌరవ యుద్ధం అని, రెండవభారతమిది అని అన్నా ఈ నాటకాల్లో బ్రిటిష్ ప్రధాని, రాజప్రతినిధి, కాంగ్రెస్సు నాయకులు, స్త్రీ పురుషుల పాత్రలు, గాంధీ గారు మాత్రమే కాక శ్రీకృష్ణుడు, వ్యాసుడు, బ్రహ్మదేవుడు, నారదుడు,

దేవ పురోహితులు, ఇంద్రుడు, యముడు, సరస్వతీ దేవి, పార్వతీ దేవి మొదలైన వారు కూడా పాత్రులుగా వస్తారు. దీనిని పంచమహా కషాయంగా తయారు చేశాడు. మాజీ గవర్నర్ బూర్గుల రామకృష్ణారావు గారు దీనికి తొలిపలుకు వ్రాసి ముద్రణకు రూపాయలు 500 ఇచ్చారు. దివాకర్ల వెంకటావధాని గారు రెండు పేజీల పండితాభిప్రాయం వ్రాశారు. రాఘవచంద్రయ్యను ప్రశంసించారు. కాంగ్రెస్ కథ చాలా బాగా రాఘవచంద్రయ్యకు తెలిసినదే గాని పట్టాభి సీతారామయ్య గారి కాంగ్రెస్ చరిత్రను ఆధారంగా చేశాడు. రాఘవ చంద్రయ్య బ్రాహ్మణులను తిట్టి తిట్టి తుదకు వారి సహకారంతో, ప్రశంసలతో నాటకం రచించి ముద్రించాడు.

ఈ నెహ్రూ పట్టాభిషేకమును రచించడంలో రాఘవ చంద్రయ్య ఉద్దేశ్యం ఏమిటో చెప్పడం కష్టం. ఇంకొక చిత్రమైన సంగతి నా దృష్టిలోనికి వచ్చింది. అప్పట్లో రాష్ట్రపతిగానున్న సర్వేపల్లి రాధాకృష్ణన్ గారితో రాఘవచంద్రయ్య ఉత్తర ప్రత్యుత్తరాలు జరుపుతూ, రాధాకృష్ణన్ గారు తనకు వ్రాసిన ఉత్తరాలను బెజవాడ అధికారులకు చూపుతూ తన వ్యవహారాలలో పనులు జరిగించు కొనడానికి ఉపయోగించుకునేవాడు. రాధాకృష్ణన్ గారు కూడా బ్రాహ్మణుడే కదా! దీనివల్ల నాకర్థమైనదేమి టంటే రాఘవచంద్రయ్య తన పుస్తకంలో బ్రాహ్మణుల గుణాలను గూర్చి వర్ణించడం కేవలం అప్పట్లో బ్రాహ్మణేతరోద్యమ నాయకులను, జస్టిస్ పార్టీలోని వారి మెప్పుదల కోసమే గాని నిజంగా అతనికి బ్రాహ్మణ ద్వేషము అనేది లేదని, అతడు ఆడిందంతా నాటకం అని నాకు తోస్తుంది. అతనికి డబ్బు కక్కుర్తి ఉండేది. తన ప్రెస్సుకు పని సంపాదించాలని కూడా కొన్ని ఎత్తులు ఎత్తేవాడు. చివరకు తన కుమారుని వల్లనే భంగపడ్డాడు. నాతో అతడు చెప్పడంలో తన భార్య తన కుమారుల పక్షం గానే మాట్లాడుతుందని. ఆమెను నమ్మడానికి వీలు లేదని అనేవాడు.

మొత్తం మీద అతడు దురదృష్టవంతుడు. అతనికి గల పాండిత్యానికి, అతడు చేసిన త్యాగానికి అతనికి గౌరవం రాలేదు. అతని రచనలకు తగిన గౌరవం రాలేదు. అతని గ్రంథాలను పాఠ్య గ్రంథాలుగా పెట్టించు కొనడానికి కూడా తంటాలు పడేవాడు. విజయనగర సామ్రాజ్యం గాక ఇంకొక నవలను కూడా వ్రాశాడు. వెంకటేశ్వర స్వామిని గూర్చి సంస్కృతాంధ్రంలో ఒక శతకము వంటిది వ్రాశాడు. ఇంకెన్నో కొన్ని గ్రంథాలు కూడా వ్రశాడు. నాకు చూపించాడు, వినిపించాడు కానీ నాకు జ్ఞాపకం లేదు.

భావ కవిత్వం

"గానయోగ్యము, ఆత్మ నాయకము, వ్యంగ్య ప్రధానము , ఏక భావాశ్రయమునగు లఘు రచన భావకవిత్వమని తెలియనగుచున్నది". అని పాటిబండ మాధవ శర్మ గారు శ్రీముఖ భారతి పుష్యమాసంలో వ్రాశారు.

భావ కవిత్వమనే మాట ఎలా పుట్టిందో చెప్పడానికి వీలు లేదు. అనేకమైన కవనములను చెప్పే వారూ, వాటిని మెచ్చుకునే వారూ దానిని భావ కవిత్వం అనడం ప్రారంభించారు.

రాయప్రోలు సుబ్బారావు గారు కష్ట కమల మనే తమ కావ్యములో నవ్య కవిత అన్న పదం కూడా వాడినారు.

ఏమైతే నేమి ఈ మాట బాగా వ్యాప్తిలోకి వచ్చింది. శతావధాని వేలూరి శివరామశాస్త్రి గారు భావ కవిత్వమును గూర్చి భారతి పత్రికలో వ్యాసం వ్రాశారు. శ్రీ అక్కిరాజు ఉమాకాన్త విద్యాశేఖరులకీ కవిత్వం రుచించలేదు. వారు రచించిన నేటి కాలపు కవిత్వము అనే గ్రంథంలో దీనిని విమర్శించి అయోమయ కవిత్వం అన్నారు. ఆయన విమర్శ చూసిన తరువాత దానికి జవాబు చెప్పలేకపోయారు.

భావ కవిత్వం అనే మాట వదలి నవ్య సాహిత్యమనే పదం వాడటం ప్రారంభంచారు. ఏమైతే నేమి 30 సంవత్సరాల పాటు ఈ నవ్య సాహిత్య కవులు ఎవరో ఒక ప్రేయసిని ఉద్దేశించి ఆపసోపాలు పడుతూ ఆమెను గూర్చి కవిత్వం చెప్పడం అలవాటైపోయింది. ఇది మితిమీరి ఒక విధమైన పిచ్చిగా పరిణమించింది. దీన్ని గూర్చి కాటూరి వెంకటేశ్వరరావు గారు ఎగతాళి చేస్తూ గొప్ప వ్యాసం వ్రాశారు. అసలు కవిత్వం అంటే ఏమిటి అనే చర్చ చేసిన అలంకారికులు చెప్పే సిద్ధాంతాలను, పాశ్చాత్య దేశాల కవులు, విమర్శకులు లిరికల్ పొయిట్రీని గూర్చి వ్రాసిన వ్రాతలను మన యువకవులు పొగుడ్తూ అందులోని ప్రశస్తములైన లక్షణాలన్నీ తమ కవిత్వంలో ఉన్నవని అంటూ ఉంటారు. చాలామంది నవ్య సాహిత్య కవులు రవీంద్రనాధ్ ఠాగూరు గారిని వరవడిగా పెట్టుకుంటారు. బంగాళీ వారివలే తల దువ్వుకుంటారు. సిగరెట్లు తాగుతూ కవిత్వం చెప్తారు. తమ కవిత్వాన్ని అర్థం చేసుకోలేని వారిని గూర్చి జాలిపడతారు.

ఒక సందర్భంలో వేలూరు శివరామశాస్త్రి గారిని గొప్ప భావకవి అని పేరుగాంచిన రాయప్రోలు సుబ్బారావు గారు రమ్యాలోకంలోని ఒకటి రెండు పదాలలోని మాటలకు అర్థం అడుగగా ఈ విధమైన కవిత్వంలోని కొన్ని మాటలకు అర్థాలు ఉండవండి అన్నారు! ఏమైతేనేమి,

ఈ భావకవితా రచనలు అనేక రూపాలు దాల్చి చివరకు పేలవమైన వచన రచనలకు దిగి అధ్యాహార్యములుగా చాల పదాలు వదలి ఊహించుకొనండి అని గీతలు గీస్తూ వ్రాసే కవిత్వ విధానాలుకూడా బయలుదేరాయి.

ఇటీవల కేవలం పామర భాష అశ్లీలాలు ఉపయోగిస్తూ వ్రాసిన కవితలు కూడా ముద్రించబడుతూ ప్రశంసింపబడుతున్నవి.

జస్టిస్ పార్టీ ప్రభుత్వం

బ్రిటిష్ రాజ తంత్రజ్ఞులు భారత దేశంలో తమ సామ్రాజ్యం స్థిరంగా ఉండగలందులకు విడదీసి పాలించే విధానాన్ని అవలంబించారు. 1857 విప్లవానంతరం కొంతకాలం మహమ్మదీయులే ఆ విప్లవానికి కారకులనే భావంతో వారిని చాలా హింసలు పెట్టారు. కానీ తరువాత కొంతకాలానికి సయ్యిద్ అహ్మద్ ఖాన్ గారి నాయకత్వం క్రింద మహమ్మదీయులు జాతీయ కాంగ్రెస్ ఉద్యమానికి సుముఖులుగా ఉండటం గమనించి హిందూ ప్రాబల్యము గల కాంగ్రెస్ కు వ్యతిరేకంగా బ్రిటిష్ భక్తులుగా నుండగలందులకు మహమ్మదీయులను చేరదీయసాగిరి. వందేమాతరం ఉద్యమానికి కారణమైన వంగరాష్ట్రం విభజనము ఈ ఉద్దేశంతోనే చేశారు. తూర్పు వంగరాష్ట్రంలో మహ్మదీయ జనాభా అధికంగా ఉండేది.

వందేమాతరం ఉద్యమం తరువాత దానిని అణచివేయడానికి బ్రిటిష్ వారు నిర్బంధ విధానాలను ప్రయోగించడమే గాక 1909 సంవత్సరం మింటో మార్లే రాజ్యాంగ సంస్కరణలను చేసి శాసన సభలలో దేశీయులకు ప్రాతినిధ్యమిచ్చే సందర్భంలో మహమ్మదీయులకు ప్రత్యేక ప్రాధాన్యమిచ్చారు.

1914 సం. ప్రపంచ యుద్ధారంభమైన తర్వాత భారతదేశానికి బ్రిటిష్ సామ్రాజ్యంలో గౌరవ స్థానమిస్తామని చెపుతూనే కాలహరణం చేశారు. లోకమాన్య తిలక్, అనిబీసెంట్ గార్ల హోమ్ రూలు ఉద్యమాన్ని అణిచివేయడానికి దమన నీతిని ప్రారంభించారు. పత్రికా ప్రకటన స్వేచ్ఛ లేకుండా చేశారు. ఒక వంక భారత దేశానికి క్రమానుగంతగా బాధ్యతాయుత ప్రజా పరిపాలన ఇస్తామని రాజ్యాంగ కార్యదర్శి ఆగస్టు 20వ తారీకున ప్రకటించగా దేశంలో అరాచకీయోద్యమాన్నిఅణచటానికని చెబుతూ ప్రజల మానవ స్వత్వాలనే హరించే రౌలటు శాసనం చేశారు.

గాంధీ మహాత్ముడు ఆరంభించిన సత్యాగ్రహమును అణచటానికి పంజాబులో జలియన్వాలాబాగ్ లో ప్రజలను వధించి మార్షల్ లా ప్రవేశపెట్టి దేశంలో భయానక పరిస్థితులు కల్పించి 1919 మాంటెగు ఛమ్సఫోర్డు రాజ్యాంగ సంస్కరణలంటూ ద్వంద్వప్రభుత్వ విధానాన్ని ప్రవేశపెట్టారు. అన్నిముఖ్య అధికారాలు బ్రిటిష్ గవర్నర్ కార్యాలోచన సభ్యుల క్రిందనే యుంచి కొన్ని స్వల్పాధికారాలు మంత్రులు చలాయించే ద్వంద్వప్రభుత్వ విధానం స్థాపించారు (Diarchy)

మాంటేగుఛంమ్స్ ఫోర్డు రాజ్యాంగ సంస్కరణల ననుసరించి 1919 సంవత్సరంలో బ్రిటిష్ పార్లమెంటులో చేసిన ఈ ఇండియా రాజ్యాంగ చట్టం ప్రకారము కేంద్ర కార్యాలోచన సభాయుతుడైన గవర్నర్ జనరల్ యొక్క సర్వాధికారాలకు లోబడి వివిధ రాష్ట్రాల్లో ముఖ్యమైన ప్రభుత్వ అధికారాలన్నీ కార్యాలోచన సభాయుతుడైన గవర్నరుకే ఇవ్వబడినవి. వీరు రాష్ట్ర శాసన సభకు భాద్యత వహించరు. కొన్నిఅప్రధానమైన ప్రభుత్వాధికారాలు నిర్వహించడానికి శాసన సభలకు భాద్యతవహించే మంత్రులకివ్వబడినవి. ఈ విధమైన "దయార్కీ" అనే ద్వంద్వ విధానమేర్పరచారు.

మంత్రులకు ట్రాన్స్ఫరు చేయబడిన విషయాలు

(1) స్థానిక వ్యవహారాల శాఖ (2) మునిసిపాలిటీలు, జిల్లా బోర్డు ఉద్యోగులు, వైద్యులు, ఆసుపత్రులు (3) కాశీ విద్యాలయం, కొన్ని విశ్వ విద్యాలయాలు (4) రోడ్లు, బ్రిడ్జీలు, ట్రాములు మున్నగు పబ్లిక్ వర్కులు, అయితే వ్యవసాయం పల్లం సాగునీటి పారుదల మున్నగునవి చేరవు. అవి రిజర్వుడు(5) చెరసాలలు (6) సహకార సంస్థలు(7) సారా దుకాణాలు, అబ్కారీ వ్యవహారాలు అయితే ఇందులో నల్ల మందు చేరదు (8) మద్రాసు, వంగ రాష్ట్రములలో అడవులు చేరవు(9) పరిశ్రమల అభివృద్ధి శాఖ, పరిశోధనా వ్యవస్థ , వృత్తి విద్య

తొమ్మిది పెద్ద – రాష్ట్రములు 6 చిన్న రాష్ట్రములలోను గవర్నరుకు సర్వాధికారములున్నవి.

మద్రాసు రాజధాని లో 1917 సంవత్సరంలో బ్రాహ్మణేతర ఉద్యమం ప్రారంభమైనది బ్రాహ్మణులు తమకు అన్యాయం చేశారని బ్రాహ్మణేతరులు ఆందోళన ప్రారంభించారు .ఈ సందర్భంగా బ్రిటిష్ ప్రభుత్వ ఉద్యోగులైన ఐ సి ఎస్ వర్గం వారు బ్రాహ్మణేతర్లకు మద్దతు చేశారు. కొందరు బ్రిటిష్ పత్రికల వారును వారికి తోడ్పడ్డారు. మద్రాస్ రాజకీయాల్లో బ్రాహ్మణేతరులు బ్రిటిష్ ప్రభుత్వ భక్తులై గాంధీ మహాత్మునికి విముఖులైనారు.

1919 నుండి 1924 సంవత్సరం వరకు మద్రాస్ గవర్నరుగా పనిచేసిన విల్లింగ్డన్ ప్రభువు కాలంలో 1919 సంవత్సరంలో Sir Alexander Gordon Cordew అనే I.C.S ఉద్యోగి తాత్కాలికంగా గవర్నర్గా ఉన్నాడు. 1924 సంవత్సరంలో ఇంకొక ఐ.సి.ఎస్ ఉద్యోగి,టాడ్ హంటర్ (Charles Gerorge Tod Hunter) తాత్కాలిక గవర్నర్ గా ఉన్నాడు. వీరూ బ్రాహ్మణేతర పక్షపాతులే. అలెగ్జాండరకార్డ్యూ బ్రాహ్మణేతర ఉద్యమాల్లో జస్టిస్ పార్టీ స్థాపనకు మూల పురుషులలో నొకడుగా నుండి డాక్టరు ఎ.ఎన్ నాయర్, పిట్టి త్యాగరాజు సెట్టి గారికి స్నేహితుడుగా ఉన్నాడు. జస్టిస్ పార్టీని ఆ కాలంలో పిట్టిచెట్టినాయర్ పార్టీ అని వ్యవహరించేవారు.

1919 సం. జరిగే శాసనసభ ఎన్నికలను కాంగ్రెస్ పక్షం వారు బహిష్కరించగా వారే అధిక సంఖ్యలో ఎన్నికైనారు. ఆ కాలంలో జస్టిస్ పార్టీ నాయకులలో భూస్వాములు, జమీందారులు

ప్రముఖులుగా ఉండేవారు. జన సామాన్యానికి ఆస్తిని బట్టి నిర్ణయించబడిన ఓటు హక్కులే. స్త్రీలకు ఓటు హక్కు లేదు.

జస్టిస్ పార్టీ వారిని మంత్రులుగా transfer subjects నిర్వహించడానికి ప్రభుత్వ గవర్నరుగా అలెగ్జాండర్ Alexander Cordewగారు సంతోషంతో ఆహ్వానించాడు. ఈ సందర్భంలో అతడు ఒక తమాషా చేశాడు. బ్రిటిష్ పార్లమెంటు సంప్రదాయాన్ని అనుసరించి అధిక సంఖ్యాక పక్ష రాజకీయ నాయకులు మంత్రివర్గాన్ని నియమించే ప్రజా ప్రభుత్వ సంప్రదాయాన్ని మద్రాసు లో ప్రవేశపెట్టాడు. దాని ప్రకారం పిట్టి త్యాగరాయ సెట్టి గారు ముఖ్యమంత్రి కావచ్చు గాని ఆయన వెనుకకు తగ్గి P. సుబ్బరాయనం గారిని ముఖ్య మంత్రిగను, రామారాయనింగారిని, కుర్మా రెడ్డి నాయడు గార్లను సహాయ మంత్రులగను నియమించాడు. సుబ్బరాయనం గారు చనిపోగా 1920 సంవత్సరంలో రామారాయనిం గారు ముఖ్యమంత్రిగా కుర్మారెడ్డి నాయుడు గారితో అన్నే పరశురామ పాత్రో గార్లను మంత్రులుగా నియమించారు. ఈ ముఖ్యమంత్రి పద్ధతి ఇతర రాష్ట్రాలలో లేదు.

కార్డ్యూ గారి రాజ్యతంత్రం ఫలించినది. ఈ జస్టిస్ పార్టీ ప్రభుత్వం తమకు బ్రిటిష్ వారు ప్రసాదించిన సర్వాధికారాలను స్వతంత్రంగా నిర్వహించకుండా గవర్నర్ కార్యాలోచన సభ వారితో కలిసి క్యాబినెట్టుగా వ్యవహరించి బ్రిటిష్ ప్రభుత్వంగానే వ్యవహరింప సాగిరి! ఏక క్రియా ద్వ్యర్థి కరీ అని బ్రిటిష్ వారిపథకం పారినది. జస్టిస్ పార్టీ మంత్రులు గాంధీ ఉద్యమాన్ని అణచటానికి బ్రిటిష్ ప్రభుత్వానికి తోడ్పడసాగిరి. విల్లింగట్టన్ ప్రభువు, కార్డ్యూ గారు ప్రారంభించిన సంప్రదాయాన్ని కొనసాగించారు.

ముఖ్యమైన అధికారాలన్నీ గవర్నర్ జనరల్, గవర్నర్ క్రిందను వారి తాబేదారులైన బ్రిటిష్ పరిపాలక వర్గమువారి చేతిక్రింద వుంచుకుని వారికి వశవర్తులైన ఒకరిద్దరును .... committee ....బిచ్చగాండ్రకు నాలుగు మెతుకులు వెదజల్లినట్లు కొన్ని చిల్లర అధికారాలను మాత్రం రాష్ట్ర మంత్రులకు ట్రాన్స్ఫర్ చేసిన ద్వంద్వ ప్రభుత్వ విధానం క్రింద జస్టిస్ పార్టీ మంత్రులు పనిచేస్తూ విర్రవీగి నారు. వారు దేశ క్షేమానికి ఉపకరించే కార్యాలు చేయలేకపోయినారు. కొన్ని చిన్న మార్పులు జరిగించగలిగారు.

వీరు స్వతంత్రంగా ఏ ఉద్యమం చేయడానికి సాహసింపక ప్రతి విషయంలోనూ బ్రిటిష్ గవర్నర్ కార్య నిర్వాహక వర్గం వారి పెద్ద ఉద్యోగుల సలహా పైన జారీ చేసేవారు. తమ తమ Portfolios విషయంలో ఏమైనా మార్పు ఆలోచించి ప్రజాక్షేమం కోరి ఏమైనా ఉత్తర్వులు జారీచేయటానికి తాహతు లేక గవర్నరు అధ్యక్షత క్రింద వుండే Executive Council వారు దేశీయులతో కూచ్చుని ప్రభుత్వం నిర్వహించే పద్ధతి ప్రారంబించారు. అందువల్ల రాజ్యాంగ సంస్కరణాలు స్థాపించిన డయార్కీ బదులుగా బ్రిటిష్ వారి నిరంకుశ ప్రభుత్వమే కొనసాగినది.

వీరికాలంలో జరిగిన నిర్ణయాలన్నీ బ్రిటిష్ ప్రభుత్వమువారి నిరంకుశ నిర్ణయాలుగానే వుండేవి. ఆ కాలంలో గాంధీమహాత్ముని నాయకత్వం క్రింద కాంగ్రెస్సు వారు ప్రారంభించిన సహాయ నిరాకరణోద్యమమును అణచివేయుటకు కఠిన శాసనాలు చేయుటకు వీరు తోడ్పడినారు. దేశభక్తి వాఙ్మయాన్ని నిషేధించే ఉత్తర్వుల కన్నిటికీ తోడ్పడ్డారు. జైలుకు వెళ్లిన కాంగ్రెస్ వారికి పురుగుల అంబలి పోయించి, మజ్జిగ యివ్వక బాధించుటకు తోడ్పడ్డారు. శాసనోల్లంఘన చేయువారు సామాన్య నేరగాండ్ర కన్నఏ విధంగా గొప్పవారని ఈసడించారు. జస్టిస్ పార్టీలో జమీందారులు, సంపన్నులైన భూస్వాములు చాలా బలవంతులుగా ఉండేవారు. కృష్ణ గుంటూరు జిల్లాలోని కమ్మవారు జస్టిస్ పార్టీలో గొప్ప పలుకుబడి కలిగి ఉండేవారు. జస్టిస్ పార్టీ వారికి 1923 సంవత్సరంలో అడ్వకేట్ జనరల్ అయిన సి.పి రామస్వామి అయ్యర్ గారు ప్రక్కలో బల్లెమయ్యారు. గవర్నర్ వెల్లింగ్డన్ దంపతులకు స్నేహితుడు. లా మెంబరు కూడా అయినాడు. 1928 సంవత్సరంలో ఇంగ్లాండుకు వెళ్లటానికి ఆ పదవి మానుకున్నాడు.

మాంటేగుఛమ్స్ ఫోర్డ్ రాజ్యాంగ సంస్కరణ తరువాత మళ్లీ బ్రిటిష్ వారు రాజ్యాంగ సంస్కరణలు చేయడానికి ద్వంద్వ ప్రభుత్వం ఎలా జరిగినదో విచారించుటకు ఏర్పడిన Simon Commission వారు 1930 సంవత్సరంలో ప్రకటించిన రిపోర్టులో:

"మద్రాస్ రాష్ట్రంలో జస్టిస్ పార్టీ మంత్రులు మొదటి నుండే గవర్నర్ గారి కార్యాలోచన సంఘ సభ్యులు కలిసి కూర్చొని ప్రభుత్వ విధానాలు నిర్ణయించే మంచి"సంప్రదాయం ఏర్పడి రాజ్యాంగ చట్టం ప్రకారం మంత్రులు - బ్రిటిష్ పరిపాలకవర్గం వారు వేరువేరుగా తమ అధికారాలు నిర్వహించే ద్వంద్వ ప్రభుత్వంగా గాక ఉభయులు కలిసి పాలించే యూనిటరి ప్రభుత్వం గానే పరిపాలన జరిగినదని తమ అసంతృప్తిని సూచించారు. ఇంతేకాదు జస్టిస్ పార్టీ వారు సహాయ నిరాకరణ ఉద్యమాన్ని అణిచివేయడానికి కఠిన శాసనములు చేసి బ్రిటిష్ ప్రభుత్వం వారికి సహాయపడ్డారని వెల్లడించారు. (చూడు పుటలు203-204)

మద్రాస్ రాష్ట్రంలో ఆస్తిని బట్టి ఓటు హక్కు కల్పించడం వల్ల అక్కడ భూస్వాములైన అధిక వర్గాల వారికే అత్యధిక ప్రాతినిధ్యం కలిగినదని స్త్రీలకు, బీదవారికి ఓటు హక్కు లేదని రాష్ట్ర జనాభాలో నూటికి 15.5 వంతులున్న నిమ్న తరగతుల వారికి నూటికి 4.1 వంతు ప్రాతినిధ్యం మాత్రమే లభించిన దని, ఇది గొప్ప లోపమని సైమన్ కమిషన్ వారు రిపోర్టులో వ్రాశారు చూడు పుటలు 191.

1923 నుండి 1926 సంవత్సరం వరకు జస్టిస్ మంత్రి వర్గం లో వారే ప్రభుత్వం వహించారు. రామారాయణం గారు ముఖ్యమంత్రిగా ఉన్నారు. పెద్ది నాయుడు గారికి బదులుగా టి.డి. శివజ్ఞానం మొదలియార్, ఎ.పి. పాత్రొ గారు సహాయ మంత్రులుగ ఉన్నారు. 1926

సంవత్సరంలో కాంగ్రెస్ శాసన సభలకు పోటీ చేసి బలమైన ప్రతిపక్షమైనది. అంతవరకు జస్టిస్ మంత్రులు బ్రిటిష్ ప్రభుత్వం వారి చెప్పుచేతల్లోనే ప్రవర్తించేవారు.

1923 సంవత్సరం నవంబర్ 26వ తేదీన మద్రాసు శాసన సభలో కట్టమంచి రామలింగారెడ్డి గారు జస్టిస్ పార్టీ మంత్రివర్గం పైన విశ్వాస రహిత తీర్మానం ప్రతిపాదించారు. " ఎన్నికల ఫలితములను పురస్కరించుకొని చూసినట్లయితే గత ఎన్నికలలో జస్టిస్ పార్టీ ప్రజల విశ్వాసాన్ని కోల్పోయినది. అటువంటి పార్టీ వారిని తమరు (గవర్నరు) మంత్రులుగా నియమించుటచే ఈ శాసనసభయందు విశ్వాసము లేదని ఘనత వహించిన గవర్నరు గారికి సవినయంగా విన్నవించుచున్నాను"

కృష్ణాజిల్లా బోర్డు అధ్యక్షుడు అయిన మోచర్ల రామచంద్ర రావు గారు విద్యాసంబంధమైన విషయంపై సాక్ష్యం ఇవ్వడానికి ఇంగ్లాండునకు వెళ్లగా ఆయన సభ్యత్వం రద్దు అయినందువల్ల ఆ స్థానానికి ఎన్నిక పెట్టక ముఖ్యమంత్రి తమ పార్టీ సభ్యుడు శాసనసభ్యుడు అయిన తిక్కాని బాలాజీ రావు నాయుడు గారిని అధ్యక్షుడిగా నియమించడం ఇందుకొక ఉదాహరణమన్నారు. ఈ బాలాజీ రావు నాయుడు గారు చేసే అవకతవక పనులతో కృష్ణాజిల్లా ప్రజలు పూర్తిగా అసంతృప్తి చెందారని, కేవలము తెలుగే తెలిసిన రైతు ప్రతినిధి మాగంటి సీతారామయ్య గారు ఉదాహరణలతో నిరూపించారు. ఆ నామినేటెడ్ ప్రెసిడెంట్ చేసిన అక్రమ పనులను గురించి రైతుబంధు కామాని వెంకటాచలపతయ్య గారు కృష్ణాజిల్లాలో వివిధ గ్రామాలలో చేసిన ఆందోళన ప్రజలకు నేటికీనీ మరుపు రాదు.

ఈ విధముగా పార్టీ ప్రాబల్యం కొద్దీ స్థానిక పరిపాలనను కలుషితం చేశారని రెడ్డిగారు ఉద్ఘోషించారు. చివరకు తీర్మానం ఓటుకు పెట్టె ముందు ఈ తీర్మానము నెగ్గితే కాంగ్రెస్ మంత్రి వర్గం వస్తుందని దేశం అరాచకం అయిపోతుందని జస్టిస్ పార్టీ సభ్యులు వాదించారు!

ఈ తీర్మానం ప్రవేశ పెట్టినప్పుడు 128 మంది సభ్యులలో హాజరైన 118 మంది సభ్యులందు తీర్మానానికి అనుకూలురు 48 మంది,ప్రతికూలురు 65 మంది, తటస్థులు 10 మంది.తటస్థులలో మాజీ మంత్రి కూర్మా వెంకటరెడ్డి నాయుడు గారు ఉన్నారు. ఆయనకు మంత్రి పదవి పోవడమే దానికి కారణం.

తీర్మానానికి వ్యతిరేకులలో ఎన్నికైన సభ్యులు 44 మంది మాత్రమే. న్యాయమాలోచిస్తే ఈ తీర్మానం ఒక ఓటు తేడాతో వీసి పోయినట్లు మంత్రులు ముగ్గురు తమ మీద తమ విశ్వాసాన్ని ప్రకటించుకోవడమే కదా! నైతికంగా చూస్తే ఈ తీర్మానం నెగ్గనట్లే ఎంచాలి.

ఇంగ్లాండ్ ప్రజా ప్రభుత్వ సభలో ఇలాంటిది జరిగితే రాజీనామా ఇచ్చేవారు. ఈ అవిశ్వాస తీర్మానం వివరాలన్నీ ఆనాటి పత్రికల్లో ప్రాముఖ్యంగా ప్రకటించబడినవి.

ద్వంద్వ ప్రభుత్వం మద్రాసు లో చేస్తూవున్న అవకతవకలను గూర్చి అలహాబాదులోని వయోజన పత్రిక ప్రకటించింది.

1924– 25 సం. బడ్జటు ప్రసంగంలో రామలింగా రెడ్డిగారు "నూతన సంస్కరణముల వల్ల అధికారాలు ప్రజల హస్తగత మగునని అన్నారే గాని అది యథాతదం గానే ఉంది. మార్గమధ్యలో పట్టుకుని కొట్టడానికి 1899సంవత్సరం రెగ్యులేషన్ విచారించకుండా చెరసాలకు వెళ్లారు. మధురలో కొందరిని పికెటింగ్ చేస్తామని అన్నందుకే చెరలో పెట్టారు. శాంతికి భంగం కలుగుతుందని ప్రజల్లో తీవ్ర ....కలిగించటానికి ప్రయత్నించాలి గాని ప్రజలను రెచ్చగొట్టే పద్ధతి పనికిరాదు. ఎవరినైనా ఎక్కువ దినాలు చెరసాలలో నుంచడం నాగరిక ప్రభుత్వం చేసే పనికాదు. దేశభక్తి గల సజ్జనులను......చడం మంచిది కాదు. ఖైదీలను అమానుషంగా చూస్తూ ఉన్నట్లు నమ్మదగిన వారి వల్ల తెలుస్తుంది.

గజవల్లి రామచంద్రరావుగారిని (రాజమండ్రీ) నిమిషాల మీద విచారించి శిక్షించారు. దీనికి అంతకూ న్యాయ నిర్వహణ శాఖ, కార్య నిర్వాహక శాఖ కలిసి ఉండటమే కారణం.అది విభజింపబడియుంటే ఇలాంటి దురన్యాయములు జరగవు. మలబారులో జరిగే అన్యాయాలకు అంతులేదు. ఇకముందు అన్యాయమును ప్రజలపై.................పిలువమని మాంటేగు హామీ ఇచ్చినాడు గదా. న్యాయం జరిగించాలి. ఆంధ్రుల చిరకాల వాంఛితమైన ఆంధ్ర విశ్వవిద్యాలయం బిల్లు 1925 సంవత్సరం విచారణకు వచ్చినప్పుడు రెడ్డిగారు మాట్లాడుతూ దానిని అతుకుల బొంత చేసినారని విమర్శించారు.రామారాయణం గారు దేవాదాయ ధర్మాదాయ శాసనం చేయుటను గూర్చి రెడ్డి గారు ప్రశంసించారు. గాని రామారాయణం గారు ఆరేండ్లు ముఖ్యమంత్రిగా ఉండిన కాలంలో జరిగిన నిరంకుశ కార్యాలను అక్రమ చర్యలని విమర్శించారు.

చీరాల ఉదంతం

స్థానిక స్వపరిపాలనకు మంత్రిగా రామారాయణం గారు చేసిన నిరంకుశ చర్యలు పూర్వం పంచాయతీ యూనియన్ గాయున్న చిన్న గ్రామమైన చీరాల పేరాలను బలవంతంగా మున్సిపాలిటీగా చేయడం చాలా అన్యాయమైన కార్యం.

చీరాల పేరాల ఒక చిన్న గ్రామం. అందులోని చాలామంది బట్టలు నేత వల్ల, వర్తకం వల్ల జీవనం చేసేవారు. అప్పట్లో అది ఒక పంచాయితి యూనియనుగా ఉండేది. మున్సిపాలిటీ లాగా వృత్తి పన్నులు, లైసెన్స్ లు లేవు. జస్టిస్ పార్టీ వారు మద్రాస్ రాష్ట్రంలో ప్రభుత్వం నాటికి చీరాల గ్రామ జనాభా 15000 మాత్రమే. జస్టిస్ పార్టీలోని కొందరికి ఈ గ్రామాన్ని మున్సిపాలిటీగా చేస్తే బాగుంటుందని తోచింది. అందుకు రామారాయణం గారు 1920 సంవత్సరంలో చీరాలను మున్సిపాలిటీగా చేసి బట్టల నేతగాండ్రా వ్యాపారులను లైసెన్సులు తీసుకోవాలన్నారు. దీనికి చీరాల ప్రజలు సుముఖంగా లేరు. లైసెన్స్ పొందకుండా వ్యాపారం చేయడం ప్రారంభించారు. అంతట

మున్సిపల్ అధికారులు వారి మీద ప్రాసిక్యూషనులు పెట్టి శిక్షలు వేశారు. జైలుకి వెళ్లిన వారిలో ఒక ముసలమ్మ కూడా ఉన్నది. ప్రజల కిష్టము లేకపోయినా జస్టిస్ పార్టీ ప్రభుత్వం చీరాల మున్సిపాలిటీ గా పెట్టడం బాగాలేదని ఆ కాలంలో దేశభక్తుడు స్వార్ధ త్యాగి అయిన ఆంధ్ర రత్న గోపాలకృష్ణయ్య గారికి తోచి లైసెన్సులు తెచ్చుకోకుండా వ్యాపారం చేయమని సలహా ఇచ్చారు. ఈ స్థితిలో గాంధీ మహాత్ముని సలహా అడుగగా మున్సిపాలిటీకి ఇష్టపడకపోతే దాని సరిహద్దులు నుండి బయట కాపురం ఉండవలసిందన్నారు. అంతట ఆంధ్ర రత్నఆ గ్రామ ప్రజలను కూడగట్టుకుని వారిని మున్సిపల్ సరిహద్దుల వెలుపల పాకలలో ఉండేటట్లు చేశారు. అక్కడ రామనగరం నిర్మించారు. గాంధీ మహాత్ముడు1921 మార్చి 30వ తేదీన బెజవాడ వచ్చినప్పుడు ఆంధ్ర రత్న ఆహ్వానింపగా చీరాల వచ్చి చూసి వీరి సత్యాగ్రహానికి హర్షించారు. రామ నగరానికి శంకుస్థాపన చేశారు.

25 అక్టోబర్ 19 21 తేదీ గల యంగ్ ఇండియా పత్రికలో చీరాల పేరాల అనే శీర్షికతో ఒక గొప్ప వ్యాసం వ్రశారు. ఆంధ్ర రత్న నాయకత్వాన్ని ప్రశంసించారు. ఈ ఉద్యమం కొనసాగించమని ప్రోత్సహించారు. ఈ కాంగ్రెస్ తరపున ప్రతిపాదించిన సత్యాగ్రహం కనుక జయప్రదమైతే దాని ఫలితాన్ని కాంగ్రెస్ స్వీకరిస్తుందనీ విఫలమైతే ఆ అపజయానికి కాంగ్రెస్సుకు బాధ్యత ఉండదని అన్నారు.

ప్రభుత్వము సామదాన దండో పాయములు ప్రయోగించింది. క్రమ క్రమంగా గ్రామంవారు వెనుకంజ వేశారు. సత్యాగ్రహం విఫలమైంది.

కాంగ్రెస్ చరిత్ర కారుడైన పట్టాభి సీతారామయ్య గారు చీరాల సత్యాగ్రహాన్ని గూర్చి ఒక పేజీలో వ్రాసి ముగించారు. వారికి ఆంధ్ర రత్న పట్ల ప్రేమగాని, సహనంగానీ లేదు. ఈ పట్టాభి సీతారామయ్య గారు 1919 సంవత్సరంలో మితవాదుల్లో ఉన్న వాడే. దీనిని గూర్చి ఎగతాళి చేస్తూ ఒక పద్యం వ్రాశారు.(చూ ...పుటలు). 11 నెలలు సత్యాగ్రహం సాగింది. కాని ప్రజలు ఎన్నాళ్లు భరించగలరు?

జస్టిస్ పార్టీలో రామారాయణం గారు సంస్కృత ఆంధ్ర భాషలలో విద్వాంసులు ఎం.ఏ పట్టా పొందినవారు. వారు ఆంధ్ర సాహిత్య పరిషత్తుకు అధ్యక్షత వహించారు. ఆంధ్ర మహాసభకు కూడా అధ్యక్షత వహించారు. ఆయనకు ఆంధ్రోద్యమం పైన ఆంధ్రభాష పైన అభిమానం ఉన్నది అలాగే కుమార్ రెడ్డి నాయుడు గారు కూడా తెలుగు భాషావిశారదుడు.. ఆంధ్ర మహాసభకు అధ్యక్షత వహించిన వాడే. అయితే నేమి తంత్రంలో చిక్కి వీరు ఆంధ్ర దేశానికి ఆంధ్ర భాషకు కూడా అపకారం చేశారు.

వీరి కాలంలోనే ఉన్నవ లక్ష్మీనారాయణ గారి మాల పల్లి నిషేధించ బడినది. ఉన్నవ లక్ష్మీనారాయణ గారు.........నారు. మాకొద్దీ తెల్ల దొరతనము అనే పాట నిషేధించబడినది. దాని రచయిత, గరిమెళ్ళ సత్యనారాయణ గారికి కఠిన శిక్ష విధించారు. ఇంకా అనేక దేశభక్తి గీతాలు,

వాఙ్మయాలు నిషేధించి రచయితల పైన చర్యలు ఆరోపించారు. చెరసాలకు పంపి నానా బాధలు పెట్టారు.

నిషేధించబడిన రచనలు:

ఉన్నవల్లి లక్ష్మీనారాయణ – మాలపల్లి నవల

గరిమెళ్ళ సత్యనారాయణ – మాకొద్దీ తెల్లదొరతనం – దేశభక్తి గీతం

వద్దాది సీతారామాంజనేయులు – స్వరాజ్య గీతామృతము

మేడూరి రామమూర్తి – చీరాల పేరాల గాంధీ దాస నాటకము

మద్దూరి అన్నపూర్ణయ్య – కాంగ్రెస్ పత్రిక

తిలక్ నాటక సమాజము – స్వరాజ్య పోరాటం

కొడాలి ఆంజనేయులు – అవతార పరివర్తన

శ్రీపాద కృష్ణ మూర్తి శాస్త్రి – తిలక్ మహారాజు నాటకము

బలిజేపల్లి లక్ష్మీ కాంతం – స్వరాజ్య పద్యాలు

పోలిశెట్టి ఆదినారాయణ మూర్తి – గాంధీ హృదయం

గుంటూరు జాతీయ కళాశాల టీచరు, సుబ్రహ్మణ్య భాగవతార్ – భారత గీతము

వద్దాది సీతారామాంజనేయులు, పూడిపెద్ది కాశీ విశ్వనాథ శాస్త్రి – పాంచాలి పరాభవము, పద్యములు

సిద్దక(వ)ల్లి బాలకవి దంటు వీరరాఘవులు – స్వరాజ్య పోరాటం

మాధవపెద్ది కవి – రామ దండు పాట

చెరుకువాడ నరసింహం – స్వరాజ్య రథము

దామరాజు పుండరీకాక్షుడు – గాంధీ మహోదయము, (నాటకము) లేక కలియుగ ప్రహ్లాద

ముదిగంటి భార్గవ శర్మ (జాహ్నవి శర్మ?) – రాజనీతి శాస్త్రము

నార్ల వెంకటేశ్వర రావు – నేటి రష్యా

1926 సంవత్సరం జరిగిన ఎన్నికలలో కాంగ్రెస్సు పక్షం వారు శాసన సభలకు పోటీ చేసి అధిక సంఖ్యాకులుగా ఎన్నుకొనబడినారు. గానీ వారు ప్రభుత్వాధికారాలు స్వీకరించకుండా ప్రతిపక్షంగానే ఉండి ప్రభుత్వాన్ని విమర్శించేవారు. ఆ సందర్భంలో 1927 డిసెంబర్ నెలలో జస్టిస్ పార్టీ ప్రభుత్వం పోయి కాంగ్రెస్ మద్దతుతో డాక్టర్ పి సుబ్బరాయన్ ప్రభుత్వం ఏర్పడినది. ఆయన ఇంగ్లాండ్లో చదువుకొని వచ్చి రధాబాయి అనే సారస్వత బ్రాహ్మణ స్త్రీని వివాహం చేసుకున్నాడు. ఆయన మంత్రివర్గంలోని సభ్యుడు A. రంగనాథ ముదలియార్ గారు దివ్యజ్ఞాన సమాజం సభ్యులు.

డిప్యూటి కలెక్టరు ఉద్యోగం చేసిన వారు. మంచివారు. ఆయనతో పాటు మంత్రిగానుండిన ఆరోగ్యస్వామి ముదలియారు గారు కూడా మంచివారే గాని వీరు కొంత స్వతంత్రంగా ప్రజా...........పరంగా వ్యవహరించేవారు.

భారతదేశ రాజ్యాంగ సంస్కరణలను గూర్చి విచారించడానికి సైమన్ కమిషన్ నిర్మించబడినది. అందులో దేశీయులను సభ్యులుగా నియమించనందు వల్ల మితవాదులు కూడా దానిని ఖండించారు. జస్టిస్ పార్టీవారు విమర్శించారు గానీ తరువాత కథ అడ్డం తిరిగింది. కాంగ్రెస్ మద్దతుతో ముఖ్యమంత్రి అయిన సుబ్బరాయన్ గారు, తనక్రింద మంత్రులైన రంగనాథ ముదలియారు, ఆరోగ్య స్వామి ముదలియారు కూడా సైమన్ కమిషన్ను బహిష్కరించాలని తీర్మానించుకున్నారు. కానీ ఇంతలో మళ్ళీ సుబ్బరాయన్ గారు బ్రిటిష్ ప్రభుత్వం వారి కుట్రతో వారికి సహకరించ నిశ్చయించారు. రంగనాధ ముదలియారు, ఆరోగ్య స్వామి ముదలియారు గారు రాజీనామాలిచ్చారు.

1929 సం. లో ఆర్ వెంకట్రామ శాస్త్రి గారు లా మెంబరు గానుండి స్వతంత్రుడుగా వ్యవహరిస్తున్నందు వల్ల బ్రిటిష్ వారాయన అధికారములను కొన్ని తగ్గించగా ఆయన రాజీనామా చేశారు. కట్టమంచి రామలింగా రెడ్డి గారి నోరు కట్టడానికి జస్టిస్ పార్టీ వారాయనను ఆంధ్ర విశ్వ విద్యాలయ ఉపాధ్యక్షునిగా నియమించారు. 1929 సం.లో ఆంధ్ర విశ్వవిద్యాలయానికి ఆయననే మళ్లీ ఉపాధ్యక్షునిగా ఎన్నుకున్నారు.

శ్రీ చెళ్ళపిళ్ళ వేంకట శాస్త్రి–శతావధాని గారు

వేంకట శాస్త్రి గారిని గూర్చి వింటూవున్నా చాలాకాలం వరకు వారి పరిచయ భాగ్యం కలుగలేదు. ఇలా ఉండగా వారు బందరు లో షష్టిపూర్తి ఉత్సవం జరిగిన పిమ్మట బందరు వదిలి కడియం వెళ్తూ బెజవాడలో నా మిత్రుడు వారి శిష్యుడు,డా. ఘంటసాల సీతారామశర్మ గారి ఇంటికి వచ్చారు. అప్పుడు వారి పరిచయం కలిగింది. అటుతరువాత వారిని చాలసార్లు దర్శించాను.

27-12-1938 తేదీన శాస్త్రిగారు శర్మ గారింటికి తమ మూడవ కుమారునితో వచ్చి వారం రోజులు ఉన్నారు. అప్పుడు ఆయనను ప్రతిరోజు నేను దర్శించేవాడిని. అప్పటికాయన ధృడంగానే ఉన్నారు. మధ్యాహ్నం వారి చిన్న అబ్బాయికి పాఠం చెబుతూ ఉండేవారు. ఊరిలోని పెద్ద మనుషులే గాక పొరుగూళ్ల నుండి కూడా వారి దర్శనానికి చాలామంది వచ్చేవారు.

శ్రీ శతావధాని వేలూరి శివరామశాస్త్రి గారు మొదలైన వారు వచ్చేవారు. ఊరిలోని ప్లీడర్లు, పాటిబండ అప్పారావు గారు, గూడూరి వియ్యన్న గారు మొదలైన వారు వచ్చేవారు. శ్రీ శాస్త్రి గారి స్వగ్రామం కడియం, పిఠాపురం సంస్థానంలోనిది. ఆ సంస్థానాన్ని పాలించిన పూర్వపు రాజా గంగాధర రామారావు గారి దగ్గర నా పెద తండ్రిగారైన శ్రీ దిగవల్లి వేంకట శివ రావు గారు 17 సంవత్సరములు దివాన్ గిరి చేశారు. అందువల్ల ఆ రాజా గారిని గూర్చి, మా పెద్ద తండ్రి గారిని గూర్చి కథలు కొన్నింటిని తమ కథలు గాథలు లో ప్రచురించారు. అందువల్ల నేను ఆయన దయకు పాత్రుడైనాను. సభలలో కూడా నన్ను పలకరించి మాపెద తండ్రిగారిని స్మరించేవారు. నేను కనపడకపోతే ఏరీ మా దిగవల్లి శివరావు అని ప్రక్కవారి నడిగేవారు. అప్పటికి కొద్ది రోజుల కిందట ప్రచురింపబడిన నా బ్రిటిష్ ఇండియా చరిత్రను వారికి సమర్పించాను. వారి ముఖ్య శిష్యులలో ఒకరైన శతావధాని వేలూరి శివరామశాస్త్రి గారే దానికి పీఠిక వ్రాసియున్నందువలన శాస్త్రి గారు ఆ పీఠికను, అందులో కొన్ని భాగాలను ఆసక్తితో చదివారు. పూర్వం వారు విక్టోరియా మహారాజ్ఞి ప్రభుత్వం వహించినప్పుడు చేసిన వాగ్దానాలను ఎరిగి యున్నందువల్లనూ, పూర్వకాలపు పండితులందరి లాగానే ఆమె జూబ్లీ ఉత్సవాలలో వారు కూడా ప్రశంసా పద్యాలను చదివినవారై నందువల్లను భారతదేశ చరిత్రలో బ్రిటిష్ వారు జరిగించిన ఘోరకృత్యాలను మొదట నమ్మలేకపోయినారు. గానీ నా గ్రంథములోని ఇంగ్లీషు గ్రంథకర్తలు వ్రాసిన చరిత్రాధారాలు, శివరామ శాస్త్రిగారి పీఠిక చూచిన తరువాత ముక్కుమీద వేలు వేసుకున్నారు.

అటు తరువాత కొంతకాలానికి క్విట్ ఇండియా ఉద్యమ కాలంనాటికి శ్రీ శాస్త్రిగారు పూర్తిగా మారిపోయారు. అప్పట్లో బ్రిటిష్ ప్రభుత్వం వారు జరిపించిన ఘోర కృత్యాలను గురించి తమ కామేశ్వరీ శతకంలో చాలా పద్యాలు డైరీ వ్రాశారు. శ్రీ శాస్త్రిగారికి చుండూరి వెంకట రెడ్డి గారు , బేతపూడి శరభయ్య గారు సన్మానించి కొంత కాలం ఇక్కడ నిలుపుకున్నారు (బెజవాడలో). శ్రీ శాస్త్రి గారు1943 సం.నుండి బందరు రోడ్డులోని క్షీరసాగరం గారు కట్టించిన కొట్లలో కాపురముండేవారు. అప్పుడు శ్రీ శర్మగారు, నేనూ తరుచుగా వారి దగ్గరకు వెళ్లే వారము. శ్రీ శివరామ శాస్త్రి గారు, శ్రీ విశ్వనాథ సత్యనారాయణ గారు, కాటూరి వెంకటేశ్వరరావు గారు కూడా వారి దర్శనానికి వస్తూ వుండేవారు.

పూర్వం కొంత కాలం బందరులో వైద్యులుగా నుండి బెజవాడలో మృత్యుంజయ ఫార్మసీ స్థాపించిన శ్రీ గూడూరి వియ్యన్న గారు శాస్త్రి గారికి వైద్యం చేసేవారు. ఆ సందర్భంలో చెప్పిన పద్యం

ఆర్తి హరుండు వీయన గుణాఢ్యుడు తాదృశుడైన దక్షిణా
మూర్తియు నిర్వురున్ జ్వర సముద్రము నుండి తరింపజేసి స
త్కీర్తికి దావలంబులయి దీర్ఘ తరాయురుపేతులై శుభ
స్ఫూర్తికి నాకరంబులయి పట్టెడు దీవనలందిరిమ్మెయిన్.

15-03-1948 తేదీన నేను డాక్టరు శర్మగారు కలిసి శ్రీ శతావధాని చెళ్లపిళ్ల వేంకట శాస్త్రి గారి ఇంటికి వెళ్లి చాలాసేపు మాట్లాడినట్లు నా డైరీలో ఉన్నది.

31-03-1949 శ్రీ శాస్త్రి గారిని ప్రభుత్వం వారు ఆస్థాన కవిగా నియమించిన సందర్భంగా వారిని సన్మానించాలని శర్మగారు నిర్ణయం చేశారు.

16-09-1949 ఆస్థాన కవి సన్మాన సభ బెజవాడలో మొదటి దినము మహా వైభవంగా జరిగింది

15-02-1950 స్వర్గస్తులైనారు

శ్రీ శాస్త్రి గారు 1870 శుక్రవారం శ్రావణ శుద్ధ ద్వాదశి రోజున జన్మించారు.

ఏనుగుల వీరస్వామయ్య గారిని గూర్చి శ్రీ శతావధాని వ్రాసిన పద్యాలు

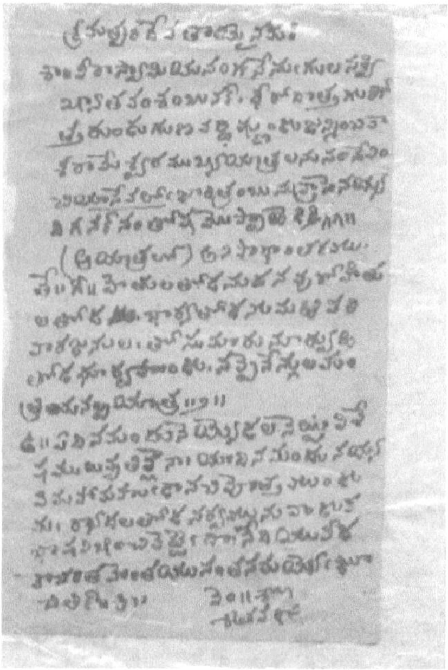

పై పద్యమునకు నకలు క్రింద ఇవ్వబడినది

శా. వీరస్వామి యనంగ నేనుగుల సద్వి
ఖ్యాత వంశంబునన్ ధీరోదాత్త గుణో
త్తరుండు గుణ వర్ధిష్ణుండు జన్మించి కా
శీ రామేశ్వర ముఖ్య యాత్రలను
సేవించి యా సేవలోఁ
జారిత్రంబును వ్రాసెనయ్యవి
గనన్ సంతోష మొప్పారెడిన్

(యాత్రలో అని పాఠాంతరం)

తే.గీ హితులతోడను తన పురోహితులతోడ
భార్యతోడను మరి పరివార జనులతో సు
మారు నూర్వురతోడ ధూర్వహుండు
సల్పె నేన్గుల మంత్రి యనల్పయాత్ర

ఉ. ఏ దినమందునెయ్యెడల నెట్టివిశే

షములుప్పతిల్లెనా
యాదినమందు నయ్య
వి మహామహుడా సచివోత్తముండు మ
ర్యాదలతోడ సర్వమును
వాడుక భాష
లిఖించి పెట్టె, దా
నేదియు వీడకా
చరితమెంతయు సంతసమయ్యె జూచితిన్

మద్రాస్ ప్రభుత్వం వారు 1949 మధ్యలో దక్షిణ దేశ భాషలకు ఆస్థాన కవులను నియమిస్తూ శ్రీ శాస్త్రిగారిని ఆంధ్ర భాషకు ఆస్థాన కవిగా నియమించారు. అప్పుడు శాస్త్రి గారికి బెజవాడలో అఖండ సన్మానం జరిగింది. శ్రీ శాస్త్రిగారు చాల నీరసంగా వుండి సభకు వచ్చారు. అటు తరువాత 1950 ఫిబ్రవరి 15వ తేదీన మహా శివరాత్రి నాడు స్వర్గస్థులైనారు.

శ్రీ శాస్త్రిగారు నాకు వ్రాసిన ఉత్తరం నా మిత్రులు డా ఘంటసాల సీతరామ శర్మగారికి వ్రాసిన ఉత్తరాల ప్రతులు

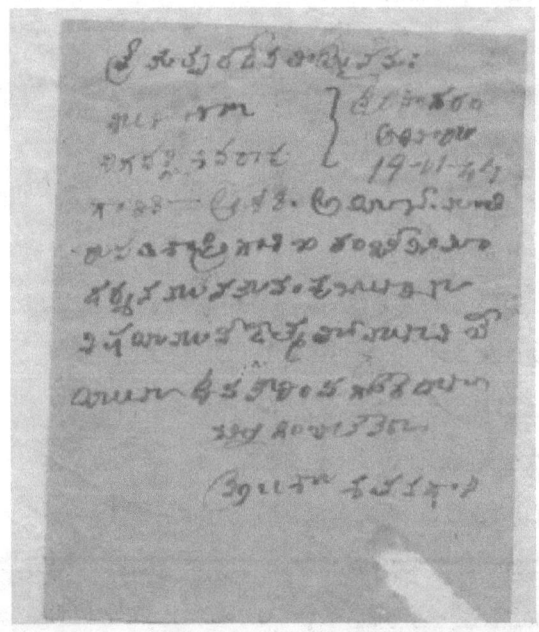

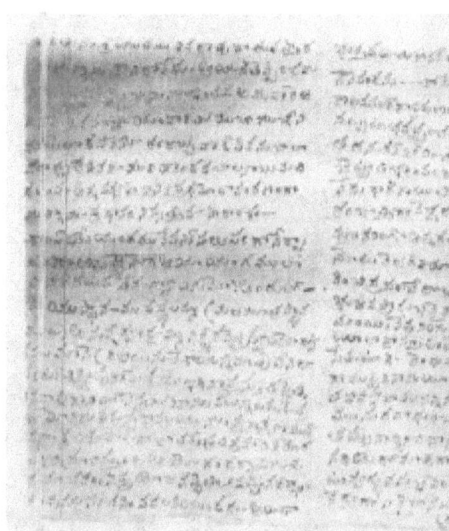

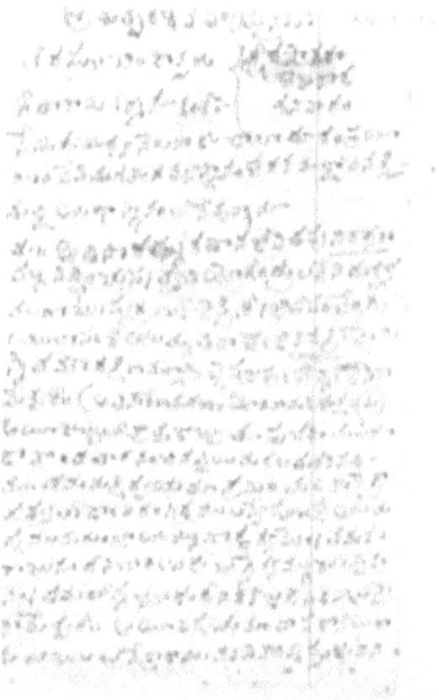

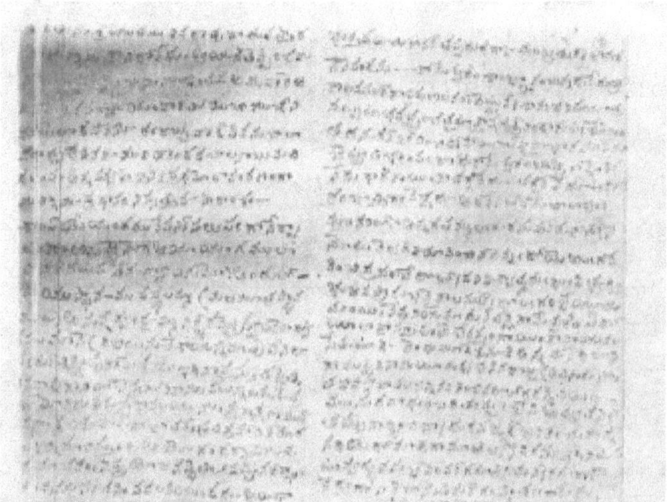

పై ఉత్తరం నా మిత్రుడు, డా ఘంటసాల సీతా రామశర్మ గారికి శ్రీ శాస్త్రి గారు తమ వార్ధక్యపు అవస్థలను గూర్చి వ్రాశారు. ఈఉత్తరానికి నకలు ఈక్రింది ప్రకరణంలో ఇవ్వబడినది

సహస్ర మాస జీవిత సమీక్ష

సమీక్ష అనగా పరిశీలించుట, తెలివి, వివేకం, వేగముగా చూచుట మొదలైన అర్థాలు ఉన్నవి.

సహస్ర మాసాలు అంటే 82 సంవత్సరముల వయస్సు నిండి మరికొన్నిమాసములకు గానీ సహస్రమాస సమీక్షకు వీలుపడదు.ఈశ్వరానుగ్రహముంటేనేగాని ఆ వయస్సులో జ్ఞాపక శక్తి, యుక్తులుండవు. అలాగే పరమేశ్వరానుగ్రహం ఉంటేనే గాని శరీరారోగ్యం , మనశ్శాంతీ ఉండవు.

నేను 1898 సంవత్సరం ఫిబ్రవరి 14 తేదీన జన్మించాను నా బాల్య స్నేహితుడైన డాక్టర్ చాగంటి సూర్యనారాయణ మూర్తి గారు జూన్ నెల 13 తేదీన జన్మించారు అందువల్ల మేము 87 సంవత్సరాలు వయస్సు గల వారం. మొన్న డాక్టర్ గారి పుట్టినరోజు నాడు నేను మధ్యాహ్నం మూడు గంటలకు వారి ఇంటికి వెళ్లి సాయంత్రం 6:30 గంటల వరకు ఉన్నాను. ఆయన ఆరోజు వైదిక బ్రాహ్మణుని చేత హోమం చేయించి పండ్రెండు గంటలు దాటిన తర్వాత భోజనం చేసి విశ్రమించి లేచారు. ఆయన కొత్త ధోవతి కట్టుకొనగా నేనొక కొత్త ఉత్తరీయం కప్పాను. చాలాసేపు ఇష్టా గోష్టి చేశాము. సాయంత్రం ఐదు గంటలకు ఆయన మిత్రులకు అల్పాహార విందు చేశారు.

తరువాత నేను 21వ తేదీ వారిని కలుసుకున్నాను చాలాసేపు మాట్లాడినాము. నేను రచించిన వీరేశలింగం వెలుగునీడలు కొంత చదివాను అన్నారు. పూర్తిగా చదివిన తర్వాత చర్చిద్దాం అన్నారు. ఆయన 26-06-1980వ తేదీన స్వర్గస్తులైనారు. మేమిద్దరము గోదావరి జిల్లా వారమే. మా కుటుంబాలకు చిరకాల పరిచయం ఉన్నది. మేము రాజమండ్రి లోను చెన్నపట్నంలోనూ చదువుకున్నాం. తరువాత మళ్లీ బెజవాడలో ఆయన వైద్యవృత్తిలోనూ, నేను న్యాయవాద వృత్తిని చేస్తూ ఉండేవారము. తరువాత మళ్లీ హైదరాబాదులో కలుసుకుంటూ ఉండేవారం. అనేక విషయాల్లో మా ఇద్దరికీ కొన్ని సామాన్య ధర్మాలు ఉన్నవి. కొంత ఆధ్యాత్మిక చింత కూడా ఉన్నది. మేము వారానికి ఒక మాటు అయినా కలుసుకొని కొన్ని గంటలు కాలక్షేపం చేసేవారము. నేను కొంత తొందరపాటు గల వాడిని. ఆయన నెమ్మదైనవాడు. అయినా మేము ఇద్దరము చాలా సరసముగా మాట్లాడుకునేవారము. అనేక విషయాల్లో మాకు ఏకీభావం ఉండేది. రాజకీయ, సాంఘిక, మత ధర్మాలలో, సాంస్కృతిక, సాహిత్య విషయాల్లో కూడా. ఇటీవల నేను రచించిన వీరేశలింగం వెలుగు నీడలు అనే వివాదాస్పద గ్రంథం విషయం చర్చలో కూడా ఆయన నాతో ఏకీభవించేవారు అంటే చాలామందికి ఆశ్చర్యం కలగవచ్చును. ఆయన చనిపోయే ముందు ఆ పుస్తకాన్ని పూర్తిగా చదివి మా అబ్బాయి చి. వెంకటరత్నానికి టెలిఫోన్ లో తమ సంతోషాన్ని

దిగవల్లి వేంకట శివరావు

వెలిబుచ్చారు. ఆయన జన్మదినం నాడు నేను ఆయనతో మాట్లాడటం లో ఈ క్రింది పద్యమును గూర్చి చర్చించాం:

తగిన వేషంబు తను తాను పొగడు కొనమి
నొచ్చియును కీడుబలుకని యిచ్చివగవ
కునికి తన కెంత గడువకున్నను పథము
తప్పకుంట నడవడి నొప్పుసేయు

అనే తిక్కన గారి పద్యము. ఆరోజుననే వారికి శ్రీ శతావధాని చెళ్లపిళ్ల వేంకట శాస్త్రిగారు నా మిత్రులైన డాక్టరు ఘంటసాల సీతా రామశర్మ గారికి 1945 ఫిబ్రవరిలో వ్రాసిన జాబులో వార్ధక్యాన్ని గూర్చిన పద్యాల నకలునివ్వగా చదివి చాలా ఆనందించి మళ్లీ చదువుతానని దగ్గర ఉంచుకున్నారు.

నా మిత్రులు, డా ఘంటసాల సీతారామ శర్మ గారికి వేంకట శాస్త్రి గారి ఉత్తరం నకలు

పరదేవతాయై నమః
24-02-1945
క్షీరసాగరం బెజవాడ
శనివారం

డాక్టర్ శర్మకు ఆశీస్సులు నేను ఈ మధ్య నెల నాడు చాలా దూరం ప్రయాణం చేసి తుదకు గమ్యస్థానం చేరక మళ్ళా వెనక్కి మళ్లి యధాస్థానంలోనే ఉన్నాను.

మ|| అతిసారమ్మె కతాన జీవితపు నిర్యాణమ్ము సిద్ధించు స
త్కృతి యోగీంద్రులకేని దుర్లభముగా ఋష్యగ్రణుల్ చెప్పిరీ
జితపంచేద్రియులాసఁ జేయు మృతి నాచేఁ జిక్కి వక్రించె వి
స్మితమౌ దక్షిణమూర్తి, భైషజపుఁ బేర్మిన్ జేసె కామేశ్వరీ|

(అతిసారేణ మరణం యోగినామపి దుర్లభమ్)–
ఆయా జబ్బులో క్రొత్త జబ్బు గా వూపు చలించుట కూడా కొంత తారసించినట్లై మరలినది.

మ|| తమ మషిద్వయ మాక్రమించుటకునై దౌదవ్యలన్దాఁగిరం
ద్రములన్వేషణ జేయుచున్న ముదురుం బ్రాయమ్ము వార్ధక్యమెం
త మహారాజును దీని బారిబడుచో ధైర్యమ్ముగోల్పోవునెం
తమదోన్నత్తుండు దనికిన్ జడిసెన్నాతల్లి కామేశ్వరీ

ఆయా విషయాలు పద్యాలు గా ఆ రోజులలోనే వ్రాశాను. కలిసికొన్నప్పుడు వినిపింతును. శ్రీయుతులు శివరావు గారు వస్తారనుకున్నాను గాని రాలేదు. ఆయన తెప్పించమన్న రికార్డు తెప్పించాను. ఇంతవఱకు వారెఱిగినదే. ఒక పర్యాయం వారితో ముఖాముఖి మాటలాడవలెను. ఈ జబ్బు నా ఓపికను చాల మార్పు చేసినది. ముదిమి రెండవ బాల్యంబు మది తలంప అన్న పద్యానికి ప్రథమోదాహరణంగా నున్నాను. ప్రధానం నిస్సత్తువ

సారాంశం–

శా||ఏ యే యంగములే పనిన్ సలుపఁగానేర్పాటుగాఁబుట్టెనో
ఆయా యంగములాపనిన్ సలుపవేమన్యాయమో! అందులో
పాయు స్థానముపస్థలమ్ము(మలమూత్ర స్థానములు) లనునీ ద్వంద్వమ్ము
నిర్భీకమై
స్వీయోద్యోగము మానెవీని(రిజైన్ చేశాయన్నమాట)
దొసగుల్ శిక్షింపు కామేశ్వరీ!

ఇది నా ప్రస్తుత స్థితి. శివరావు గారితో చెప్పగోరినాను. వీలున్నంత త్వరలో మీరిరువురును రావలెయును. క్షణ క్షణముల్ జవరాండ్ర చిత్తముల్

నా జాతకంలో ప్రతి గ్రహమూ మారకాన్ని సూచిస్తుంది. ఆ యోగం దీర్ఘాయువునకు సూచకం. నిష్ఠయోగస్థితి పట్టిన దీర్ఘాయువునకు సంతసింపవలసి యుండదు. అయినా భుక్తపఱచుకొనక తప్పదు గదా!

బ్రతుకంజావను నేనెవ్వండను కామేశ్వరీ!

శా. జ్ఞానంబున్నది లేదు త్రాణలవమున్ కాయంబు నందెట్టులీ
శానీ జీవిత యాత్ర సల్పుట భవత్ చ్చంచ త్కటాక్షౌషధ
శ్రీనిండారుఁ టజేసి యింత దనుకన్ జీవించితిన్ హాయిగా
పై నాభారము నీకు బెట్టితిని భరింపన్ జూడు కామేశ్వరీ!

బొత్తిగా ఓపిక లేదు. ధారణమింకా తగ్గలేదు – తగ్గనేలేదు – ఆహారం బొత్తిగా వెళ్లదు – అదిలేని లోపమే చాలావుంది.

మ. కలిలో అన్నగ తమ్ములందు రసువుల్ కళ్యాణి నే నోటికెం
గిలి జూపించిన దెన్నడో యెఱుగనే కించిద్రసంబేదొ లో
పలి విశ్వాత్మకుఁ జూపి త్వద్విభు జప ప్రారంభినై కాలమున్
దొలగం జేయుచునుంటి లేవు నియమాదుల్ తల్లి కామేశ్వరీ!

ఏదో యిలా వ్రాస్తూ వుంటే ఛాదస్తంగా యింకా వ్రాయలనే వుంటుంది.

రెండుమూడేళ్ళనుండి అన్నమన్నేది బొత్తిగా ముట్టని నాకు, యీమధ్య చేసిన జబ్బు(అతిసారం) కొంత జిహ్వా చాపల్యాన్ని కలిగించినది – లోగడ స్థితిది యిది

మ. సురనాథుంబరితుష్టుఁ జేసి అమృతస్రోతస్సు నార్జించి నా
దురసజ్ఞన్నిలికించుకున్న సరి, యేదో మాద్రిగా మాఱి, బల్
విరసంబౌ నిటు వంటి వృద్ధు నను జీవింపన్ గటాక్షించు నీ
కరుణన్ మ్రొక్కెదఁ గాని,కై కొనుటకున్ గంపింతు కామేశ్వరి!
(రసజ్ఞి= నాలుక)

మామిడి ఊరగాయలు తప్ప యే నిమ్మ, దబ్బ నారింజలేనా మీ యింటి వద్ద నుండుగాన కొంచెంగా వీని ద్వారా పంప గోరినాను. అరుచి దోషం లేదు గాని, అన్ని పదార్థాలు వగరు(వగరని వగరూ కాదు) మాదిరి రుచిలోకి మాఱును.

నేను యెన్నడూ స్నానం మానలేదు. అట్టి నాకు, యీ మధ్యచేసిన జబ్బుతో అయిదారు రోజులు స్నానంలేదు. ఇంతవరకూ కాలక్షేపం కొంత బాగనే జరిగింది గాని భవిష్యత్తు గోచరించుట లేదు.

శా. పోనీ శయ్యఁ బరుండి మున్పటి బలెన్బొత్తమ్ము లన్ జూచుచున్
ధ్యానమ్ముంబచరించుచున్ మనుమలన్ లాలించుచున్ గాలమున్
బోనె ట్టన్ గమనింప నందుకయినంబోనీ బలంబున్నదేస్నానం
బున్ బొనరించుటన్నదియె యజ్ఞంబాయె కామేశ్వరి

ష.రా: యేదో చాలా వ్రాశాను. శివరావుగారిని కలుసుకోవాలి అనేది ప్రధానము. రెండవది నా జిహ్వా చాపల్యాని కేదేనా వుంటే వూరగాయలు. యిక మూడవది యీ మనుమనికి గజ్జి కుఱుపులకు

మందు. యీ వుత్తరం అన్నిటికి సంబంధించి వుంది. ఉపక్రమోపసంహారాలు వార్ధక్యాన్ని బలపరుచును. ఇంతే. స్వస్తి

వెం. శా. శతావధాని

శ్రీ వెంకట శాస్త్రి గారు 1950 సంవత్సరం ఫిబ్రవరి నెలలో మహాశివరాత్రి పుణ్య దినమున స్వర్గస్తులైనారు

నిన్న సాయంత్రం డాక్టర్ గారి అల్లుడు, శ్రీ తాడేపల్లి రామచంద్ర రావు గారు డాక్టర్ గారి రెండవ కుమారుడైన రాజేశ్వరరావును వెంటబెట్టుకుని మా పెద్దబ్బాయి ఇంటికి వచ్చి రాజేశ్వరరావు ఈ రోజున డాక్టర్ గారి కర్మ ప్రారంభించారని రేపు దశాహమని చెప్పడానికి వచ్చామన్నారు. రాత్రి చాలాసేపు డాక్టర్ గారి జీవితమును గురించి నా జీవితమును గురించి సమీక్షించాను. ఉభయుల జీవిత కాలంలో జరిగిన సంఘటన గూర్చి పరిపరి విధాలుగా ఆలోచనలు కలిగినవి. స్వవిషయములే గాక దేశానికి, ప్రపంచానికి సంబంధించిన చరిత్ర విషయాలు, మత ధర్మ విషయాలు, సాంఘిక సాంస్కృతిక విషయాలను గూర్చిన ఆలోచన కలిగి తెల్లవారుజామున లేచిన తరువాత ఈ సమీక్ష వ్రాయాలని తోచింది.

జాతీయ కాంగ్రెస్ ప్రారంభం నాటి ఆంధ్ర ప్రముఖులు

1885 సంవత్సరంలో స్థాపించబడిన జాతీయ కాంగ్రెస్ ప్రారంభంనాటికి చెన్నపట్నంలోనూ మద్రాసు రాజధానిలోని ఇతర ప్రాంతాల్లోనూ రాజకీయ పరిజ్ఞానం గల ఆంధ్ర ప్రముఖులు చాలామంది ఉండేవారు. అయితే వారిలో కొద్దిమంది మాత్రమే చరిత్రలో కెక్కారు. వారిని గూర్చి కూడా హెచ్చు వివరాలు తెలియడం లేదు. దీని కారణం మన చరిత్రకారుల అశ్రద్ధ.

చిత్తూరు జిల్లా కడమంచి గ్రామంలో తెలుగు వైష్ణవ కుటుంబంలో జన్మించిన పనప్పాకం అనంతాచార్యులు గారు అచ్చమైన ఆంధ్రుడు. ఆయన 1843 సంవత్సరంలో జన్మించారు. ఆయన తండ్రి శ్రీనివాసచార్యులు గారు చంగల్ పట్టు జిల్లాలో పున్నేరు తాలూకా పనప్పాకం గ్రామ వాస్తవ్యులు. చిత్తూరు జిల్లా కోర్టులో పనిచేసే కడమంచి లో స్థిరపడ్డారు. అనంతాచార్యులు గారికి 12వ యేటనే తండ్రి చనిపోయారు. ఆస్తి లేదు. తండ్రిగారి ఆప్త మిత్రుడైన సి వి రంగనాథ శాస్త్రి గారి సహాయంతో చదువుకొని అనంతచార్యులు గారు 1863 సం. మెట్రిక్యులేషన్ పరీక్షలో ఉత్తీర్ణులై మద్రాస్ ప్రెసిడెంసీ కాలేజీలో 1865 సంవత్సరంలో ఎఫ్.ఏ పరీక్ష పాసైనారు. కాని డబ్బులేక చదువు చాలించి పచ్చయప్ప కళాశాల లో ఉపాధ్యాయులై 1869సంవత్సరం వరకు పనిచేశారు. ఆ కాలంలో ఎఫ్.ఏ పరీక్షలో ఉత్తీర్ణులైన వారు బి.యల్ పరీక్షకు ప్రైవేటుగా పోవచ్చును. కనుక ఆయన ఆ పరీక్షలో ఉత్తీర్ణులై 1869 సం. బి.యల్ పట్టము పొంది 1869 అప్రంటీసు గా చేయుటకు సాధ్యంగాక ఆ కాలంలో మద్రాస్ న్యాయవాదులలో అగ్రగణ్యులైన కావలి వెంకటపతిరావు గారి దగ్గర ముందుగా గుమస్తాగా చేరి తర్వాత తన తెలివితేటలచేత అప్రంటీసై, హైకోర్టు వకీలై త్వరలోనే ప్రముఖుడైనాడు. ఆయన న్యాయ శాస్త్రం గూర్చి పరిశోధించి గొప్ప గ్రంథము వ్రాయగా 1887 సంవత్సరంలో జరిగిన విక్టోరియా మహారాజ్ఞి స్వర్ణోత్సవంలో ఆయనకు రాయ బహద్దూర్ బిరుదు వచ్చింది. 1889 సంవత్సరంలో అడ్వకేట్సు అసోసియేషన్ అనే న్యాయవాది సంఘమును స్థాపించారు.

ఆయనకు మొదటినుండి ప్రజాసేవయందాసక్తి. 1875 సంవత్సరంలో మద్రాస్ లో విద్యావంతులైన యువకులు, బీ.ఎ చదువుతున్నవారు, స్థాపించిన తిరువళికేణి లిటరరీ సొసైటీ

అధ్యక్షుడు అయినారు. అప్పట్లో మద్రాసులోని ప్రతిభాశాలురు, కాకినాడ వాస్తవ్యులైన తల్లాప్రగడ సుబ్బారావు గారు, నెల్లూరు కాపురస్తులైన న్యాపతి సుబ్బారావు గారు చెన్న పట్టణంలోని యువకులలో జి. సుబ్రమణ్యం అయ్యర్ ఆ సంఘ సభ్యులు. అనంతాచార్లు గారు చెన్న పట్టణంలో ప్రకటింప బడే నేటివ్ పబ్లిక్ ఒపీనియన్ మద్రాసీ పత్రికలో దేశాభివృద్ధికి ఆవశక్యములైన విషయములను గూర్చి వ్యాసాలు వ్రాసేవారు. వీరందరి కృషివలననే 1878 సంవత్సరంలో హిందూ పత్రిక స్థాపించబడినది. అందులో వీరు వ్యాసాలు వ్రాసేవారు.

1880 సంవత్సరంలో అనంతాచార్యులు గారు మద్రాసు నేటివ్ అసోసియేషన్ అనే ప్రజా సంఘమునకు కార్యదర్శిగానైనారు. 1884 లో స్థాపించబడిన మద్రాసు మహా జనసభకు వీరరాఘవాచార్యులుగారితో పాటు కార్యదర్శిగానున్నారు.

1885 సంవత్సరంలో బొంబాయిలో జరిగిన అఖిల భారత జాతీయ కాంగ్రెస్సుకు రంగయ్యనాయుడు గారితో వెళ్లి పాల్గొన్నారు. అనంతపురం నుండి గుత్తి కేశవపిళ్లె గారు కూడా వెళ్లి పాల్గొన్నారు. అనంతాచార్యులుగారు 1891 లో నాగపూరులో జరిగిన పదియవ కాంగ్రెస్సుకు అధ్యక్షులైనారు.

సింగరాజు వెంకట సుబ్బరాయుడు గారు

వీరు మచిలీపట్నం దగ్గర పెదన గ్రామంలో ఒక సంపన్నులైన నియోగి కుటుంబంలో 1844సంవత్సరంలో జన్మించారు. బందరులో నోబుల్ కాలేజీలో ఎఫ్.ఏ పరీక్షలో ఉత్తీర్ణులై అనంతాచార్లు గారి వలెనే బి.ఎల్ పరీక్ష ప్రైవేట్ గా వెళ్లి హైకోర్టు వకీలు పట్టా పొంది మచిలీపట్నం జిల్లా కోర్టులోను, గుంటూరు జిల్లా కోర్టులోనే కాక గోదావరి జిల్లా కోర్టులో కూడా జమీందారుల తగాదాల్లో పనిచేస్తూ లక్షలార్జించారు. వీరిదగ్గర గుమాస్తాగా నుండిన పాటిబండ వెంకటరమణయ్య గారు తర్వాత సెకండ్ గ్రేడ్ ప్లీడరై బెజవాడలో ప్రముఖ న్యాయవాదియై చాలా ధనమార్జించారు.

సింగరాజు సుబ్బారాయుడు గారు లోకల్ ఫండ్ బోర్డు సభ్యుడుగాను, బందరు మున్సిపల్ సభ్యుడుగాను పనిచేశారు. .... గా కూడా పనిచేశారు. ఆయన అనేకమార్లు చెన్నపట్నం వెడుతూ అనంతాచార్యులు గారికి స్నేహితుడై మద్రాసు మహాజన సభ శాఖ సంఘమును బందరులో స్థాపించి అధ్యక్షులై ఉపన్యాసాలు ఇచ్చేవారు. ఆయన 1885 సంవత్సరంలో బొంబాయిలో జరిగిన ప్రథమ కాంగ్రెస్, 1886 సంవత్సరంలో కలకత్తాలో జరిగిన రెండవ కాంగ్రెస్సుకు వెళ్లి అక్కడ తీర్మానాలపైన ఉపన్యసించారు. ఆయన 1887 మద్రాస్ కాంగ్రెస్సుకు ముందు అకాల మరణం చెందినారు.

పట్టు కేశవపిళ్ళై గారు

దివాన్ భహద్దర్ కేశవ పిళ్ళై గారిని గూర్చి పట్టాభి సీతారామయ్య గారు తమ కాంగ్రెస్ చరిత్రలో 185 పుటలో ఐదు పంక్తులలో ముగించారు. "కేశవ పిళ్లై గారికి కాంగ్రెస్ తో సంబంధం చాలా కాలం క్రిందనే మొదలై 1917 సంవత్సరంలో ముగిసినది. 1917 సంవత్సరంలో ఆయన కాంగ్రెస్ సభ్యత్వానికి రాజీనామా ఇచ్చాడు. చివరి కాలంలో ఆయన కాంగ్రెస్ కార్యదర్శిగా ఉన్నాడు"

పట్టు కేశవ పిళ్ళై గారు గుత్తిలో సెకండ్ గ్రేడ్ ప్లీడరుగా ఉండేవారు. వీరి మాతృభాష తెలుగు. అచ్చమైన ఆంధ్రులు. వీరు చాలా కాలం హిందూ పత్రికకు విలేఖరిగా ఉండేవారు.1875 సంవత్సరంలో స్థాపించబడిన హిందూ పత్రిక 1880 సంవత్సరం ఆగస్టు 15, 16 తేదీలలో సేలం లో ఒక కొత్త మసీదు దగ్గర హిందువులు, మహమ్మదీయులు ఊరేగింపు పోవుటను గూర్చి దొమ్మి జరిగినది. మాణిక్యం పిళ్ళై మొదలైన వారి పైన అన్యాయంగా అబద్ధపు కేసు బనాయింపు చేయబడింది.

సేలం విజయ రాఘవాచార్లు గారు మరి ముగ్గురు తమ స్వంత పనులుకూడా మానుకుని స్వతంత్రంగా ఐదేళ్లపాటు తమ ధనమును, కాలమును వినియోగించి ఆ కేసులోని అబద్ధాలను బయట పెట్టడానికి స్థానిక ఉద్యోగులు, గవర్నరు....... చేసిన అన్యాయమును 1880– 84 మధ్య గవర్నర్ జనరల్ అయిన రిప్పన్ ప్రభువు చెన్నపట్నం వచ్చినప్పుడు వారికి వినతి పత్రం సమర్పించగా ఆయన అన్యాయము గ్రహించి బంధించినవారిని విడుదల చేయించాడు.

మద్రాసులో 1878 లో స్థాపించబడిన హిందూ పత్రిక1882 సంలో ఈ కేసులో న్యాయసిద్ధి కొరకు అపార సేవ చేసినది. సేలములో జరిగిన వివరములను గూర్చి విచారించి రిపోర్టు చేయుటకు గుత్తి కేశవ పిళ్ళై గారిని సేలం పంపి కేసు వివరాలన్నిటినీ అతి ధైర్యముతో ప్రకటించారు. తరువాత సెషన్సు కోర్టు ముద్దాయిల పక్షాన..హైకోర్టు............................

దీనిని గూర్చి నేను 1944 సం. డిసెంబరు నెల భారతి లోను, 1945 జనవరి భారతిలోను రెండు వ్యాసములు వ్రాసినాను.కేశవ పిళ్లై గారు నీతి 'పరుడు, దేశ భక్తుడు. 1893 సం లో గుత్తిలో గొల్ల హంపన్న అనే రైలు గేటు కావలి కొందరు యురోపియన్ సైనికుల బారినుండి ఇద్దరు స్త్రీలను రక్షించగా ఆ సైనికులాతనిని తుపాకీతో కాల్చి చంపిరి. దీనిని గూర్చికూడా కేశవ పిళ్లై గారు హిందు పత్రికలో ప్రకటించి గొల్ల హంపన్న[15] స్మారక చిహ్నమును చిరస్థాయిగానిలుప గలిగెను.

[15] నా కథలు-గాథలులో వ్రాశాను

కేశవ పిళ్లె గారు హిందూ పత్రికకు పంపిన మొదటి రిపోర్టు సమాచారం 1880 సంవత్సరంలో సేలం మున్సిపల్ కౌన్సిల్లో సేలం విజయ రాఘవాచార్యులు గారు పురజనులు హక్కులకు భంగకరముగా ప్రవర్తించు తీర్మానములను ప్రశ్నించిన విశేషములు. అప్పటినుండి 50 సంవత్సరాలు హిందూ పత్రిక విలేఖరిగానుండి 1928 సంవత్సరంలో స్వర్ణోత్సవ సంచికలో జ్ఞాపకాలు గూర్చిన పెద్ద వ్యాసం వ్రాశారు.

1885 సంవత్సరంలో జరిగిన ప్రధమ కాంగ్రెస్ సమావేశానికి కేశవ పిళ్లె గారు హాజరైన 72 మంది ప్రభృతులలోనొకరు.

కేశవ పిళ్ళై గారు 1876-77 సంవత్సరంలో కరువులు వచ్చినప్పుడు గుత్తిలో హిందూ పత్రిక విలేఖరిగా ఉండి అక్కడ ప్రజలు పడుతున్న బాధలు, వందలాది చావులను గూర్చి, ఉద్యోగుల కఠిన హృదయులైన ప్రవర్తన. కరువు నివారణకు కావలసిన చర్యలను గూర్చి వ్రాశారు.

1891 సంవత్సరంలో నదీతీరముల నుండి గ్రామస్తులు త్రవ్వి వాడుకునే ఇసుకపైన బ్రిటిష్ ప్రభుత్వం వారు పన్ను విధించటం అన్యాయమని కేశవ పిళ్లె గారు వ్రాశారు. తత్ఫలితముగా రెవిన్యూ బోర్డు అనంతపురం, బళ్లారి, కడప, చెంగల్ పట్టు కలెక్టర్లను రిపోర్ట్ పంపమన్నారు. తరువాత ఆ పన్నును తీసేశారు.

1890 సం అనంతపురం జిల్లా శిరస్తాదారు ధార్వాడ కృష్ణారావు గారనే మాధ్వ పంతులు గారు బ్రాహ్మణేతరులెవ్వరికీ ఉద్యోగములివ్వకపోవటం గురించి కేశవపిళ్లె గారు హిందు పత్రికలో వ్రాశారు. రెవెన్యూ బోర్డు వారు విచారించి శిరస్తదారుడు బ్రాహ్మణుడైతే హెడ్ గుమాస్తా బ్రాహ్మణేతరుడై వుండాలని, శిరస్తాదారుడు బ్రాహ్మణేతరుడైతే హెడ్ గుమాస్తా బ్రాహ్మణుడై వుండాలని ఆదేశించారు.

అడవుల పుల్లరి విషయంలోనూ, ఫారెస్టు శాఖల పరిపాలనా లోపాలను గురించి కేశవ పిళ్లై గారు విమర్శించారు. వారి మిత్రుడు పెనుగొండ ప్లీడరు కలిసి ఆ శాఖలో జరుగుతున్న అన్యాయములను బయల్పరుస్తూ ఆందోళన సాగించారు.

1902 సం లో హిందు పత్రిక గవర్నరైన ఆంప్తిల్ ప్రభువుగారికొక విన్నపము ప్రకటించారు.ఆంప్తిల్ గారు 1903 జులైలో అనంతపురంలో వున్నారు. అప్పుడు 25-07-1903 తేదీన హిందు పత్రికలో ఆయనకొక బహిరంగ విన్నపం ప్రకటించారు. గుత్తి ప్రజాసంఘ కార్యదర్శియైన(Secretary of Peoples association, Gooty)కేశవ పిళ్ళై గారికి కలెక్టరు అజిజుద్దీన్ గారు గవర్నరు గారి డెప్యుటేషన్ కి ఆరుగురు పెద్దమనుషులకు దర్శనమిస్తారని చెప్పారు. కేశవపిళ్ళై గారు ఆ డిప్యుటెషన్ లో వెళ్లారు. ఫారెస్టు శాఖలోని రూల్సు సరిగ అమలు పరచటం లేదనీ, చెరువులో నీరు వదలనప్పుడు కూడా రెమిషన్ ఇవ్వడంలేదనీ, రైతులు గ్రామాలు విడిచి పోతున్నారని గవర్నర్ గారికి చెప్పారు. రివెన్యూ బోర్డు సభ్యులైన M.A. Sim గారిని ఈ

దిగవల్లి వేంకట శివరావు

విషయం విచారించవలసినదని గవర్నర్ గారు ఆదేశించారు. ఆయన అనంతపురం, కర్నూలు జిల్లాలలో పర్యటించి కేశవపిళ్ళే గారు, శివశంకర పిళ్లె గారు బాగ తోడ్పడ్డారని గవర్నర్ గారు పర్యటిస్తారని 30-10-1903న కేశవపిళ్ళె గారికి ఉత్తరం వ్రాశారు.

1908 సంవత్సరంలో కేశవ పిళ్ళె గారు మద్రాస్ శాసనసభలో సభ్యులైనారు. 1909 సంవత్సరం బడ్జెట్ స్పీచ్ లో ఫారెస్ట్ శాఖలోని అడవులను గూర్చి చెప్పారు. 1912 సంవత్సరంలో అడవులు పరిసర గ్రామంలోని రైతులు పశువులు మేపు కోవడానికి పుల్లరి లేకుండా ఉండాలని తీర్మానం చేశారు. 4-4-1912 తేదీన హిందూ పత్రిక దీని గూర్చి వ్యాసం వ్రాసినది. ప్రభుత్వం క్రమక్రమంగా ఏవిధంగా రైతులు హక్కులను అపహరించిందో వివరించారు. గవర్నర్ గారు దీనిని గురించి విచారించడానికి కమిషన్ నియమిస్తామన్నారు. ఆ కమిటీలో మోచర్ల రామచంద్ర రావు గారు J.S.Scot పారిసన్ కేశవ పిళ్ళె గార్లు సభ్యులు. దాని అధ్యక్షులు హారన్. అటు తరువాత ఫారెస్టు శాఖలో సంస్కరణలు జరిగినవి. ఈ కమిటీ రిపోర్టుల వివరాలు....లోను, హైదరాబాదు లోకూడా.............

అప్పట్లో హిందూ పత్రిక సంఘసంస్కరణను గూర్చి ఆసక్తి చూపింది. చిన్నప్పుడే వితంతువులైన స్త్రీలకు పునర్వివాహములు, రజస్వల వివాహములు, అస్పృశ్యతా నివారణను సమర్ధించింది. హిందు సంఘము చాలా పూర్వాచార పరాయణమై యున్నది. కుంభకోణం పూర్వాచార పరాయణులకు కేంద్రం. R. రఘునాధరావు గారు పునర్వివాహములకు అనుకూలంగా వాదించగా ప్రత్యర్ధులు దానిని వ్యతిరేకించారు.బ్రాహ్మణ వైశ్య వితంతు వివాహములను గూర్చి వాగ్వివాదములు జరిగినవి. హిందు పత్రికాధిపతి జి. సుబ్రహమణ్య అయ్యరు గారు సంఘ సంస్కరణాభిమాని. బళ్ళారిలో సభాపతి మొదలియారు, కోలాచలం వెంకటరావు గారి ప్రోత్సాహంతో రెండు పునర్వివాహములు జరిగినవి. ఒక పునర్వివాహిత చనిపోగా శవాన్ని 20 గంటలు తీసుకు పోకుండా బ్రాహ్మణులు వుంచివేశారు. ఆప్పుడా స్త్రీ భర్త, ఇతర కులాలవారి సహాయంతో తరలించారు. ఇదేనా హిందూ మతం అనే శీర్షికతో హిందు పత్రికలో ప్రకటించారు.

కేశవ పిళ్లె గారు 1909 బడ్జెటు స్పీచ్ లో మన చరసాలలలో రూల్సు సరిగా అమలు జరుగకపోవటం, లోపాలను వివరించారు. ఉదాహరణగా ఖైదీలను కొరడాలతో దెబ్బలు కొట్టడం, రాగి జావ అలవాటు లేనివారికి అన్నం ఇవ్వాలని గట్టిగా నొక్కి చెప్పారు. శాసన సభలోని ఉద్యోగి వర్గం వారు కేశవ పిళ్లె గారిని హేళన చేశారు. గవర్నరు కూడా.........చాడు. కేశవ పిళ్ళె గారు చెప్పిన సంగతులు సరికాదన్నారు. దీనిని గూర్చి హిందూ పత్రిక కామెంటు వ్రాసింది కాని కేశవ పిళ్లెగారి ఉపన్యాసం లో అతిశయోక్తి ఉన్నదేమోనని అనుమానించింది. ఇంతలో ఒక పాశ్చాత్యుడు ఇంగ్లీషు ఖైదీలో నిర్బంధాన్ని గురించి హెబ్బార్టు జర్నల్ లో వ్రాసిన వ్యాసాన్ని గూర్చి 18-05-

1910 తేదీన హిందూ పత్రిక సమీక్షిస్తు కేశవపిళ్లై గారిదివరకు చేసిన విమర్శ ప్రభుత్వం దృష్టికి తీసుకు వచ్చింది. అప్పట్లో వానిలో అతిశయోక్తి వున్నదని చెప్పామని గానీ మద్రాసు ప్రభుత్వమువారే కొన్ని సంస్కరణలు చేయదలిచారని అవసరమైనప్పుడు తప్ప కొరడా దెబ్బలు కొట్టకూడదని, రాగి నూకల బదుల అన్నము ఇవ్వాలని ఆదేశించారని హిందు పత్రిక ప్రకటించింది.

ఈ విధంగా హిందు పత్రిక చర్చలు కొనసాగించి పానుగంటి రామారాయణంగారు కేంద్ర శాసన సభలో 1914సం.లో కారాగార సంస్కరణలును గూర్చి ఒక తీర్మానం ప్రవేశపెట్టారు. అప్పట్లో ప్రభుత్వ కార్యాలోచన సభ్యుడైన క్రాడన్ గారు ఆ తీర్మానాన్ని ఆమోదించారు. 1919 లో ఒక జైలు విచారణ కమీషన్ వేశారు దాని అధ్యక్షుడు సర్ అలెగ్జాండర్ కార్డ్యూ (Cardeu)

ఈ కార్డ్యూ గారు ధేశం లో పర్యటించిన సందర్భంలో కేశవ పిళ్ళై గారు కారాగార సంస్కరణలు గూర్చి వ్యాసాలు వ్రాశారు. ఆఖరికి కారాగార సంస్కరణలు జరిగినవి.

వ్యవసాయ దారుల కష్టసుఖాలను గురించి ఆలోచించినవారే లేరు. అనంతపురం లో ఎప్పుడూ క్షామ పరిస్థితులే. రాయలసీమ, అక్కడ పల్లపు సాగుకు ఏర్పాటు చేయు విషయములో అనంతపురం కలెక్టరుగా చేసి రైతు బంధువుడని పేరు గాంచిన నికోల్సన్ గారు కొంత ప్రయత్నం చేశారు. 1876-77 సం. కరవు వచ్చినప్పుడు నికోల్సన్ గారు రెవెన్యూ బోర్డు మెంబరై రైతుల బాధలను నివారించుటకు ప్రయత్నించారు. అప్పట్లో అనంతపురం జిల్లా కలెక్టరుగానున్న నవాబ్ రజాఖాం కఠినుడు. శిస్తులను కఠినంగా వసూలు చేసేవాడు. చెరువులన్నీ ఎండిపోయినా రెమిషన్ ఇచ్చేవాడు కాదు. రైతులు ....లకు అప్పులు చేశారు. హిందు పత్రిక రైతులను సమర్ధించినది. స్టీవెన్ అనే మిషనరీ కూడా రైతుల పట్ల సానుభూతి చూపించాడు. గుత్తి కేశవ పిళ్లై గారు హిందు పత్రికలో వ్రాసిన వాటిని సమర్ధించటం రజాఖాం గారి ఆగ్రహం కలిగించింది.

ఆవుల చినపార్థసారథి నాయుడు గారు

జాతీయ కాంగ్రెస్ స్థాపించిన ప్రారంభంలో చెన్నపట్నం రాజకీయాలలో చాలా ప్రముఖ పాత్ర వహించిన వారిలో ఆవుల చిన పార్థసారథి నాయుడు గారు ఒకరు. ఆయన 1848 సంవత్సరంలో జన్మించారు. ఇంగ్లీషు చదువుకున్నారు. అందులో మంచి పాండిత్యం సంపాదించారు. తెలుగులో చక్కగా ఉపన్యసించేవారు. అరవం మాట్లేడేవారు. ఇంతేకాదు ఉర్దూ కూడా మాట్లాడేవారు , మలయాళంలో కూడా సంభాషించగల శక్తి గడించారు.వీరు సౌమ్యులు, సరసులు. వీరిని గూర్చి శ్రీ కె.వి.యన్ కేసరి గారు తమ చిన్ననాటి ముచ్చట్లలో బాగా వర్ణించారు.

పార్థసారథిగారు చెన్నపట్టణంలో 1884 సంవత్సరంలో మద్రాస్ మహాజన సభ స్థాపించ బడినపుడు దాని అధ్యక్షులు. పి రంగయ్య నాయుడు గారు కార్యదర్శి. పనప్పాకం అనంతా చార్యులు గారు మొదలైన ఆంధ్ర ప్రముఖులతో కలిసి పని చేశారు.

1885 సంవత్సరంలో ఆంధ్ర ప్రకాశిని అనే పత్రికను స్థాపించి 1928 సంవత్సరంలో చనిపోయే వరకు నడిపారు. ఆ పత్రికలో ఆ కాలం రాజకీయ ఆర్థిక సాంఘిక సమస్యలను నిర్భయంగా చర్చించేవారు. ఇంగ్లీషు దొరలు దేశీయులపై జరిపే దౌర్జన్యములను గూర్చి నిర్భయంగా విమర్శించేవారు. పార్థసారథి గారు పత్రిక నడుపుతున్న కాలంలో తెలుగులో వ్యాసాలు వ్రాయ గలవారు చాల తక్కువగా ఉండేవారు. సభలలో ఇంగ్లీషు నభ్యసించినవారు ఇంగ్లీషులో ఉపన్యసించేవారు. తెలుగులో మాట్లాడే వారు కారు. 1878సంవత్సరంలో స్థాపించబడిన హిందూ పత్రిక విద్యాధికులు కొందరు వ్యాసాలు వ్రాసేవారు. నాయుడు గారు కాలంలో మద్రాస్ రాజధాని కళాశాలలో తెలుగు పండితులైన కొక్కొండ వెంకటరత్నం పంతులు గారిని, క్రైస్తవ కళాశాలలో సంస్కృతాంధ్ర పండితులను ఆశ్రయించి అక్కడి తెలుగు విద్యార్థుల్లో కొందరి చేత వ్యాసాలు వ్రాయించికొని వచ్చి తమ పత్రికలో ప్రకటించేవారు.

1887 సంవత్సరంలో జాతీయ కాంగ్రెస్ యొక్క మూడవ సమావేశం చెన్నపట్టణంలో జరిగినప్పుడు సర్ టీ.వీ. మాధవరావు గారు ఆహ్వాన సంఘ అధ్యక్షుడు. బదురుద్దీన్ త్యాబ్ జీ గారు సభాధ్యక్షులు. కాంగ్రెస్ ఆహ్వాన సంఘంలో తిరువాన్కూరు మహారాజు, విజయనగరం రాజా వెంకట గిరిరావు మొదలైన వారు. మద్రాసు రాజధాని లో వివిధ భాషల వారున్నారు. అరవంలోను,తెలుగులోను మంచి ప్రచారం జరిగింది. కరపత్రాలు ప్రకటించి పంచి పెట్టారు. సభలో 607 మంది ప్రతినిధులు పాల్గొన్నారు. పి. రంగయ్యనాయుడుగారు, పనప్పాకం అనంతాచార్యులుగారు మొదలైన ఆంధ్ర ప్రముఖులుతో పాటు పార్థసారథినాయుడు గారు కాంగ్రెస్సులో చాలా కష్టపడి పనిచేశారు.

1894 సం. లో కాంగ్రెస్సు సమావేశంలో ఒక తీర్మానమైన (Financial Enquiry) ఆర్థిక విషయాలను గూర్చి పార్థసారథి నాయుడు గారు తెలుగులో మాట్లాడారు.

"పార్లమెంటు వారు విచారించాలన్న అభ్యర్ధన కొత్త కాదు. 50 సంవత్సర పైకాలంకు పూర్వము ఆనరబుల్ గాజుల లక్ష్మీనరసు సెట్టి గారి వంటి ప్రముఖులు సభ్యులుగా గల మద్రాసు నేటివ్ అసోసియేషన్ (చెన్నపట్టణం స్వదేశ సంఘం) 122 పేరాలు గల మహాజరును పార్లమెంటు వారికి సమర్పించి హిందు దేశ పరిపాలనా వ్యవహారాలను ఐదేండ్ల కొకసారి విచారించాలని ప్రార్ధించారు"

వీరేశలింగం పంతులుగారు (1848 -1919)

ఆంధ్రదేశ చరిత్రలో వీరేశలింగం యుగమును గూర్చి చెప్పడం వ్రాయడం పరిపాటి అయినది. ఆంధ్ర దేశంలో వారికి పూర్వులు, వారి తరువాత రాజకీయ, ఆర్థిక, సాంఘిక అభివృద్ధి కోసం కృషి చేసిన వ్యక్తులు చాలామంది ఉన్నప్పటికీ ఆంధ్రప్రదేశ్ అభివృద్ధి కథకు, ఆంధ్రదేశ విజ్ఞాన వికాస చరిత్రకు, సంఘసంస్కరణలో, సాహిత్య రచనలో ఇంకా కొన్ని విషయాల్లో కూడా ఆయననే అగ్ర గణ్యులుగా చెప్తూ ఉంటారు.

వీరేశలింగం గారు ఆంధ్రదేశం మహాపురుషులలో ఒకరు అనడానికి సందేహం లేదుగానీ విజ్ఞాన వికాసానికి ఆయన మూల పురుషుడు అనడం సరిగాదు. ఆనాటికి ఆంధ్ర దేశంలో ఆంగ్ల విద్య, ఆంగ్ల నాగరికత నలుమూలలా వ్యాపిస్తూవుండటం వల్ల జీవిత విధానంలో మార్పులు కలిగించినవి. ఆయన ఆ గొప్ప రెవల్యూషన్ లో పుట్టి పెరిగి పెద్దవాడైన ప్రతిభాశాలి. ఆయన 1848 సంవత్సరంలో జన్మించి ఆనాటి ఇంగ్లీషు పాఠశాలలో చదివి 1869-70 సం లో మెట్రిక్యులేషన్ పరీక్షకు వెళ్లాడు.అప్పటికే తెలుగులో శతకాలు వ్రాశాడు. 1870 సంవత్సరం రాజమండ్రిలో చెన్న పట్టణంలో మచిలీపట్నంలో ప్రకటింపబడుతూ వుండిన పత్రికలలో తన వ్యాసాలు వ్రాయడం తన గ్రంథ భాగాలు ప్రకటించడం ప్రారంభించారు. 1874 సం. అక్టోబర్ నెలలో వివేకవర్ధని స్థాపించారు. వీరేశలింగం గారు ధవళేశ్వరంలోఆంగ్లో వెర్నా క్యులర్ పాఠశాలలో నెలకు 44 రూపాయలు జీతం పైన ఉపాధ్యాయుడుగా నుండగా 1875 సంవత్సరం జూలై నెలలో రాజమహేంద్రవరం నుండి బసవరాజు గవర్రాజు గారు వచ్చి తాము స్థాపించబోవు రాజమండ్రి Rajahmundry Provincial School Club ప్రారంభ దినమున రమ్మని పంతులు గారిని ఆహ్వానించిరి. అప్పటికి గవర్రాజు గారు ప్రథమ శాస్త్ర పరీక్ష నుత్తీర్ణులై తన సమాజానికి కార్యదర్శి అయినారు. ఆ సమాజం ముఖ్య ఉద్దేశ్యము నీతి విషయములను గూర్చి ప్రసంగించుట, ఉపన్యసించుట. తానాప్రకారముగా నడుచుకొనుట ఇతరులనా ప్రకారము నడిపించుట. పంతులుగారు సమాజంలో ఒక సభ్యుడుగా చేరి 1854 ఆగస్టు నెల 15వ తేదీ ఐకమత్యంను గూర్చి ఉపన్యసించిరి. ప్రతి ఆదివారం నాలుగు మైళ్ళు నడిచి వెళ్లి వచ్చేవారు.(స్వీ.చ. భాగం 1 పుట. 80-81). పంతులుగారు ధవళేశ్వరం లోను, గవర్రాజుగారు, ఏలూరి లక్ష్మీనరసింహ గారు తరుచు వచ్చేవారు. ఆనాటికే ఆంగ్ల విద్య ప్రభావం వల్ల వీరేశలింగం గారికి మన పూర్వాచారాల పైన పూర్వవిశ్వాసాల పైన నమ్మకం చెడి పాశ్చాత్యుల విమర్శలు, బ్రహ్మసమాజకుల భావాలు తల కెక్కినట్లు స్వీయ చరిత్రలో తెలుపుతున్నది.

1872 జనవరి నుండి మచిలీపట్నం పురుషార్ధ ప్రదాయిని పత్రికకు చందాదారులై అందులో వ్యాసాలు చదువుతూ వుండినందు వల్ల అందులో మన పూర్వాచరాలను గురించి మన మత ధర్మాలను గూర్చిన విమర్శలు చర్చలు పంతులు గారిని ప్రభావితం చేసి తమ పత్రికలో కూడా

ఆ పద్ధతిని అవలంబించి మన నీతిమత ధర్మాలను సాంఘికాచారాలను విమర్శించడం ప్రారంభించారు.

1874 సం. నుండి 1878 సం. దాకా వీరేశలింగం పంతులుగారు సంఘ విమర్శకులుగా నుండి చిన్న చిన్న సంఘ సంస్కరణలు చేయడానికి కృషి చేసేవారు. వేశ్యాలోలత్వము, లంచగొండి తనమును విమర్శించి తొలగించడానికి పాటుపడ్డారు.

1878 సంవత్సరంలో ఆయన తల్లిగారు చనిపోయే వరకు వితంతు పునర్వివాహం మాట తలపెట్టలేదు. 1879 సంవత్సరంలో దానిని గూర్చి ఉపన్యసించారు. 1881 మిత్రుల సహాయంతో ప్రధమ వితంతు వివాహం జరిగించారు.

1881 సం. లో వీరేశలింగం పంతులుగారు, ఏలూరి లక్ష్మీనరసింహం గారు రాజమహేంద్రవరం మునిసిపల్ సభకు సభ్యులుగా నియమింప బడినారు.

న్యాపతి సుబ్బారావు పంతులు గారు 1880 సంవత్సరంలో రాజమహేంద్రవరానికి న్యాయవాదిగా వచ్చి పంతులు గారికి స్నేహితులైనారు.

1881 సం. నుండి 1886 సం. వత్సరం వరకు పంతులుగారు మున్సిపాలిటీలో చేసిన సేవలకు మెచ్చి సబ్ కలెక్టరాయనను ప్రశంసించారు. ఆయన సిఫార్సు వల్ల ఆయనకు రాయి సాహెబ్ బిరుదు కూడా వచ్చింది. ఈ సంగతి స్వీయ చరిత్రలో వ్రాయలేదు.

పంతులు గారికి ఇంగ్లీషు దొరలపైన చాలా గౌరవం. వారు మనకన్నా నీతిపరులని, కార్యశూరులని, సమర్ధులని అభిప్రాయం. ఈ సంగతి వారి స్వీయ చరిత్రలో వ్రాశారు. 1885 సంవత్సరంలో కాంగ్రెస్ మహాసభ దొరల ఉద్యోగులు స్థాపించబడిన సంగతి సందర్భాలు..... వారిపట్ల కృతజ్ఞతగా యుండాలనే భావము పంతులగారిలో బాగా నాటుకొనియున్నది. బ్రిటిష్ ప్రభుత్వము పరిపాలన వల్ల మనకు చాలా మేలు కలిగినవని, ఇంకా కలుగుతాయని.... ....దేశాభివృద్ధి జరగాలనీ పంతులు గారి దృఢ నమ్మకము.

కేవలము రాజకీయ సంస్కరణలవల్ల ప్రయోజనం లేదని, దేశంలోని ప్రజల నీతి మత ధర్మాలు అభివృద్ధి చెందాలని, దానికి సంఘసంస్కరణము లావశ్యకములని, సంఘము బాగుపడనిదే రాజకీయ సంస్కరణములవల్ల ప్రయోజనం వుండదని ధృడ నమ్మకము, విశ్వాసము. ఈ సంగతి కూడా వారి స్వీయ చరిత్రలో వ్రాశారు.

కాంగ్రెస్సు మహా సభ ఆదేశాలతో తాము ఏకీభవిస్తామని, 1887 సం. లో చెన్నపట్నంలో జరిగిన కాంగ్రెసు సభకు ప్రతినిధిగా వెళ్లవలెనని పంతులుగారు ప్రయత్నించారు గాని చివరి క్షణాలలో ఒక పొరబాటువల్ల ఆయన పేరు ప్రతినిధుల జాబితాలోనుండి మినహాయింప బడినందువల్ల తాను వెళ్లలేదని పంతులుగారు స్వీయ చరిత్రలో వ్రాశారు.

జ్ఞాపకాలు (2వ భాగం)

1889 సంవత్సరంలో దేశీయ మహాసభ స్థాపించారు. దాని ఉద్దేశాలనే....... గూర్చి పంతులు గారు రాజమహేంద్రవరంలో ఒక గొప్ప ఉపన్యాసమునిచ్చారు. అప్పటికి 3 సం నుండీ కాంగ్రెస్సు మహాసభలలో చేసిన తీర్మానములను గూర్చి, జరిపిన కృషిని గూర్చి ఆయన చెప్పారు, ఆ ఉపన్యాసములను ముద్రించి విద్యాధికారికి కూడా పంపిచామని పంతులుగారు వ్రాశారు. కాంగ్రెస్సు మహా సభలు దేశములో వివిధ తెగలవారు ఐకమత్యము పెంచుట, దేశాభిమానం కలిగించుట, ఇంగ్లండు హిందూ దేశముల మధ్య గల అనుబంధమును మరింత దృఢపరచుట, ప్రభుత్వమువారి యెడల ప్రజలకు అనురాగాభివృద్ధి చేయుట దాని ప్రధానోదేశ్యములని పంతులుగారు ఘ్హాటించారు.ఈ చివరి ఉద్దేశ్యము చాలా ముఖ్యమైనదని చెప్పారు. పంతులుగారి సందర్భములో ఇంగ్లీషువారి సత్ప్రభుత్వము స్థాపింబడక పూర్వము మనదేశమునేలిన దుష్ట ప్రభువుల కాలంలో మన ప్రజలు నరక బాధ లనుభవించారని ఇంగ్లీషు ప్రభుత్వము వచ్చిన తరువాత మనము సమస్త సౌఖ్యములను అనుభవిస్తున్నామని, మనమా ప్రభుత్వము పట్ల కృతజ్ఞులమై భక్తి విశ్వాసములు కలిగి యుండవలెనని పంతులుగారు తమ స్వీయ చరిత్ర 2వ భాగములో తాము 1889 లో ఇచ్చిన ఉపన్యాసములోని భాగములను ముద్రించటమే గాక 1915 సం లో స్వీయ చరిత్ర ప్రకటించే నాటికి దేశంలో ప్రబలిన వందేమాతరోద్యమములో యువకులు యుక్తా యుక్త వివేచన లేకుండా ప్రవర్తిస్తూ ఆంగ్లేయ ప్రభుత్వమును, ఆ ప్రభుత్వమును సమర్ధించిన వారిని దూషిస్తున్నారని చాల వివరముగా వ్రాశారు. ఆయన కేవలం బ్రిటిష్ ప్రభుభక్తుడని ఆయనలో దేశాభిమానము లేదని కొందరు చేసే విమర్శలను ఖండించి రాజకీయ అభివృద్ధికి తాము విముఖులు కామని, దేశ ప్రజలు ఆర్థిక సాంఘిక విషయాలలో అభివృద్ధి కలిగిన తర్వాతనే రాజకీయాధికారాలను చలాయించుట కర్తులని తమ అభిప్రాయం అని నొక్కి చెప్పారు.

ఏమైనా 1889 సంవత్సరంలో పంతులుగారు ఇచ్చిన ఉపన్యాసం ప్రజలలో రాజకీయ పరిజ్ఞానం కలిగించుటకు, వారిలో ఆంగ్లేయ ప్రభుత్వము పట్ల భక్తి విశ్వాసములు కలిగించుటకేయనే సంగతి వారి మాటలువల్లనే స్పష్టపడినది. పంతులుగారు చాలా కాలం నుండి ఆంగ్లేయ ప్రభుత్వం వారి పట్ల ప్రభుభక్తి ప్రకటిస్తూ ఉన్నందువలను, వారు 1881 సంవత్సరం నుండి రాజమహేంద్రవరం మున్సిపల్ సభ్యులుగా నియమింపబడి దాని అధ్యక్షులైన సబ్ కలెక్టర్ గారికి విధేయులై మెదిగినందువలన మున్సిపల్ సభ్యులుగా ఇతరులు జరిపే అక్రమాలను వెల్లడించి స్వయంగా ......చేయడానికి పాటుపడుతున్నందువలను ఆంగ్లేయ దొరలు వీరికి రాయ సాహెబ్ నిచ్చేటట్లు సిఫారసు చేశారు. ఆ బిరుదు ఆయనకు 1887 సంవత్సరం నాటికి వచ్చింది. అటు తర్వాత వారికి ప్రభుత్వ అధికారుల ప్రాపకం వల్ల వారు చేస్తు వుండిన వితంతు వివాహ సంఘసంస్కార కృషికి బహుమతిగా 1893 సంవత్సరంలో రావు బహదూర్ బిరుదు వచ్చినది.

పంతులు గారికి ఇంగ్లీషు విద్య పైన, ఇంగ్లీషు వారి నీతి మత ధర్మాలపైనా, వారి నాగరికత పైన, వారి ప్రభుత్వం పైన గల భక్తి విశ్వాసం ఉండటం వల్ల వారికి లాభం కలిగినది. వారి పుస్తకాలు పాఠ్య గ్రంథాలై చాలా ఆదాయం వచ్చేది. వీరేశలింగం గారే కాక ఆ కాలంలో ఇంగ్లీష్ ప్రభుభక్తులైన దేశీయులు చాలామందికి ప్రభుత్వం వారు బిరుదు లిచ్చేవారు. అప్పట్లో కాంగ్రెస్సులో చేరిన వారికి కూడా ఉద్యోగాలు, బిరుదులిచ్చి వారిని బ్రిటిష్ ప్రభుత్వ భక్తులుగా చేశారు .

ఆంధ్ర ప్రముఖుల కృషి

1887 సం.లో చెన్నపట్టణంలో భద్రుద్దీన్ తయాబ్జీ గారి అధ్యక్షత క్రింద జరిగిన మూడవ కాంగ్రెస్ సభ జరిగేటప్పటికీ జాతీయ కాంగ్రెస్ సభ స్థాపించబడుటలోని ఉద్దేశములు, దేశాభివృద్ధికి చేయవలసిన కృషిని గూర్చి దేశీయ ప్రజలకును ఇంగ్లీషు ప్రభుత్వము వారికిని తెలియచెప్పుట అవసరమని ఆనాటి రాజకీయ నాయకులకు రూఢి అయినది. అప్పట్లో మన దేశములో ఇంగ్లీషు వార్తాపత్రికలు ఉండేవి. అక్కడక్కడ దేశ భాష పత్రికలు ఉండేవి. కానీ వాటికి ప్రచారం తక్కువ. ప్రతి పట్టణంలోనూ సభలు జరపడం కష్టమయ్యేది. అందువల్ల కాంగ్రెస్ ప్రచారానికి కరపత్రాలు ముద్రించి పంచిపెట్టడం వల్ల లాభం వుంటుందని తోచింది.నేర్పరులైన రచయితల చేత కాంగ్రెస్ మహాసభను గూర్చి ప్రశ్నోత్తర రూపమైన సంభాషణలతో ఒక చిన్న పుస్తకమును ముద్రించి ప్రకటించారు. మన ప్రజల హక్కులు బాధ్యతలు ప్రభుత్వం వారి కర్తవ్యం చక్కగా వివరించబడినది. 1889 నాటి సభకు 607 ప్రతినిధులు హాజరైనారు. గ్రామ దేశ ప్రజలలో రాజకీయ పరిజ్ఞానం కలిగించాలనే దూరదృష్టితో లోకమాన్య తిలక్ ………… గార్లు మహారాష్ట్రలో వారు ప్రారంభించిన కార్యక్రమాలను తరువాత చాలా కాలానికి గాంధీ మహాత్ముడారంభించిన ఆందోళనలును ఈ విధంగానే దేశంలో ప్రచారం అయినవి. దీనిని గూర్చి పట్టాభి సీతారామయ్య గారు కాంగ్రెస్ చరిత్రలో చెప్పలేదు. అది పెద్ద లోపమని 1936 సంవత్సరంలో ఒక బంగాళీ రచయిత మోడరన్ రివ్యూ లో వ్రాసిన విమర్శ వ్యాసములో వివరించాడు. చెన్నపట్నంలో ఆంధ్ర ప్రకాశికను నడుపుతున్న పార్థసారథినాయుడు గారికి ఈ కరపత్రాలు సంగతి తెలిసి ఉంటుంది. అందువల్లనే ఆయన 1894 సంవత్సరంలో పదియవ కాంగ్రెస్సు మహాసభ మళ్లీ మద్రాసులో సమావేశమైనప్పుడు ప్రశ్నోత్తర రూపకమనే పేరుతో ఒక చిన్న పుస్తకమును తేట తెలుగులో వ్రాసి పంచి పెట్టారు. ఆ సభకు 1163 ప్రతినిధులు సమావేశమైనారు. పి. రంగయ్య నాయుడు గారు ఆహ్వానసంఘ అధ్యక్షులు.. ఈ సభలోనాయుడుగారు తీర్మానాలు తెలుగులోనే ఉపన్యశించి ఆంధ్రుల భాషాభిమానము వెల్లడించారు. 1894 డిసెంబర్ 26 తేదీన జరిపిన కాంగ్రెస్సు సభకు హాజరైన చిలకమర్తి లక్ష్మీనరసింహం గారు, ఆదిభట్ల నారాయణదాసు గారు స్వీయ చరిత్రలలో ఆ కాంగ్రెస్ సభా విశేషాలు వివరించారు.

1895 డిసెంబరు 27 వ తేదీన పునహ నగరం లో జరిగిన 11 వ కాంగ్రెస్ మహాసభలో ముఖ్య పాత్ర వహించిన A.O. హ్యూమ్ దొరగారు, శ్రీ సురేంద్రనాథ్ బెనర్జీ అధ్యక్షత వహించారు 1584 మంది ప్రతినిధులు హాజరైనారు.

పదియవ కాంగ్రెస్సు , పదకొండవ కాంగ్రెస్సు సభ వృత్తాంతమును వివరిస్తూ పార్థసారధి నాయుడు గారు 1896 సంవత్సరంలో ఒక చిన్న పుస్తకం ప్రకటించి చెన్నపట్నం లోను, జిల్లాలోనూ గల తెలుగువారికి మహోపకారం చేశారు.

1894 నాటి కాంగ్రెస్ మహాసభ యొక్క ప్రభావం మన తెలుగు సాహిత్యంలో కూడా కనబడుతుంది. శ్రీ వేదం వెంకటరాయ శాస్త్రి గారి ప్రతాప రుద్రీయములో చెకుముకి శాస్త్రి; బ్రాహ్మణలకు రాజకీయ సంరక్షణ ఒక బాధ్యత అని చెకుముకి శాస్త్రి నోట చెప్పించారు.

1891 సం నాటికి గుంటూరు కృష్ణా జిల్లాలలో ఒక భాగంగా నుండేది. కృష్ణా జిల్లా ముఖ్య పట్టణము మచిలీపట్టణము. మొదటిలో గుంటూరు కాంగ్రెస్సు నాయకులలో అగ్రగణ్యులుగా నుండిన శనగపల్లి రామస్వామి గుప్తాగారు 1891 సం. నాగపూరులో పనప్పాకం అనంతాచార్యులు గారి అధ్యక్షత క్రింద జరిగిన ఏడవ కాంగ్రెస్సు సభకు వెళ్లి వచ్చిన తరువాత గుంటూరులో ప్రముఖ న్యాయవాదులైన తమ మిత్రులతో సంప్రదించి కాంగ్రెస్సు మహా సభ ఉద్దేశ్యములను ప్రచారంచేస్తూ దేశాభివృద్ధికోసం కృషి చేయదానికొక సంఘము స్థాపించుట మంచిదని నిశ్చయించి 1892 సం. జూన్ నెలలో శ్రీ వావిలాల వెంకట శివావధాని గారి అధ్యక్షత క్రింద ప్రధమ కృష్ణా జిల్లా సభ జరిపించి మచిలీ పట్టణం కార్యస్థానముగా పనిచేసే కృష్ణా మండల సంఘమును స్థాపించారు. ఆంధ్ర దేశంలోనే గాక భారత దేశంలో స్థాపించబడిన ప్రధమ మండల సంఘం అది. దీనిని చూసి 1895 సంవత్సరంలో గోదావరి జిల్లాలోని దేశీయ ప్రముఖులు గోదావరి మండల సభను స్థాపించారు. అటు తరువాత చిత్తూరు మొదలైన జిల్లా సంఘం లేర్పడినవి. జాతీయ కాంగ్రెస్సు లో చర్చించిన విషయములే చర్చిస్తూ అనేక తీర్మానాలు చేసేవారు. 1895 సంవత్సరంలో జూన్ నెలలో కాకినాడలో గోదావరి మండల సభ మహా వైభవంగా జరిగినది. అక్కడి ప్రముఖ..... పౌరులు, ప్రతినిధులకు భోజన వసతి వగైరా మంచి ఏర్పాటు చేశారు. శ్రీ న్యాపతి సుబ్బారావు పంతులుగారు అధ్యక్షత వహించారు. గోదావరి మండలంలోని రాజకీయ .... గూర్చి చర్చించి తీర్మానం చేశారు. శ్రీ చిలకమర్తి లక్ష్మీనరసింహం గారు రైతుల దుస్థితి, ఆంగ్ల ప్రభుత్వం వారు అనేక విధమైన పన్నులు విధిస్తూ ఉండటం, ఉద్యోగుల్లో లంచగొండితనం మొదలైన విషయాలు వర్ణిస్తూ 19పద్యాలను సభలో చదివారు. ఈ పద్యాలు, వీని ఇంగ్లీషు తర్జుమా గోదావరి మండల వృత్తాంతము ప్రకటింపబడిన చిన్న పుస్తకంలో ముద్రించబడినదని శ్రీ చిలకమర్తి నరసింహ గారు తమ స్వీయ చరిత్రలో వ్రాశారు (పుట 127 – 183)

దిగవల్లి వేంకట శివరావు

గంజాం జిల్లా శ్రీకాకుళం కాపురస్తులైన తిమ్మరాజు వెంకట శివరావు పంతులు గారు సంపన్నత వల్ల జమీందారుడని చెప్పవచ్చును. ఆయన ఇంగ్లీషు చదువుకొని దేశాభివృద్ధికి పాటుపడ వలెనని పూనికతో కాంగ్రెస్ సభలో పాల్గొన్నారు. ఆ కాలంలో కలకత్తాకు ఉత్తర సర్కార్లు నుండి పోవు రైలు శ్రీకాకుళం పట్టణంనకు రావడానికి దానికి చాలా దూరానవున్న ఆముదాలవలసలో ఉండిపోయేది. ఆ రైల్లో ప్రయాణం చేసే కాంగ్రెస్ ప్రతినిధులకు హోటళ్ళు లేనందువల్ల శివరావు గారు ఆ రైల్వే ప్లాటుఫారము మీదనే భోజనం ఏర్పాటు చేసి ఆదరించేవారు.శివరావు గారి పేరిట మద్రాసు విశ్వవిద్యాలయములో ఒక విద్యార్థి వేతనముతో డాక్టరు భోగరాజు పట్టాభి సీతారామయ్య గారు చదువుకుని బి.ఎ పాసయ్యారు.కీర్తిశేషులగు శ్రీయుత తిమ్మరాజు వెంకట శివరావు పంతులుగారు 1897 సం. కాంగ్రెస్సు మహా సభ చరిత్ర ఉద్దేశములు అను చిన్న పొత్తమును ప్రకటించిరి. వార్తాపత్రికల మూలముననే గాక ఇలాంటి చిన్నపొత్తముల మూలమున కూడా రాజకీయ జ్ఞానమును చేయవచ్చునని కోలవెన్నురామకొటేశ్వరరావు గారు వ్రాశారు. గోదావరి మండల సభా వృత్తాంతమును అప్పటికే ప్రచురించే వాడుక యుండెను. ఇది ప్రజలలో విశ్వాసము పెంపొందిచింది గాని జ్ఞానాభివృద్ధికి తోడ్పడినదని చెప్పజాలమని రామకోటేశ్వరరావు గారనిరి. గోదావరి మండల సభ 1895 సం. కాకినాడలో జరిగినదానికి ఆహ్వాన సంఘు అధ్యక్షులు కాకినాడ ప్రముఖ న్యాయవాది శ్రీ కృత్తివెంటి పేర్రాజు పంతులుగారు. ఆ సభకి అధ్యక్షత శ్రీ న్యాపతి సుబ్బారావు పంతులుగారు వహించిరి. సభలో ఆంధ్ర దేశ రైతుల క్షేమ లాభాలను గూర్చి చర్చలు జరుపబడి తీర్మానములు చేయబడినవి. ఆ సభలో చిలకమర్తి లక్ష్మీనరసింహం గారు ఆనాటి రైతుల దుఃస్థితిని గూర్చి దేశ పరిస్థితులను గూర్చి 19 పద్యములు చదివిరి. అవి సభాసదులకు బాగా రుచించినవి. ఈ పద్యములను సుబ్బారావు పంతులుగారు విజయనగరంలో గురజాడ అప్పారావు గారు చేత ఇంగ్లీషులోనికి అనువదింపజేసి గోదావరి మండల సభా వృత్తాంతములు గూర్చి ప్రకటించిన పుస్తకంలో ప్రకటించిరి. ఈ విషయములు చిలకమర్తి లక్ష్మీనరసింహం గారు తమ స్వీయ చరిత్రలో వ్రాసినారు. ఆ పద్యపాఠములు కూడా ఆ స్వీయ చరిత్రలో ప్రకటించబడినవి. ఈ విషయములను గూర్చి పట్టాభి సీతారామయ్యగారు కాంగ్రెస్సు చరిత్రలో కొద్దిగానైనా వివరింపకపోవుటలో ఆయన ఆంధ్రప్రదేశ్ ప్రజలకు అన్యాయం చేసినట్లెంచవలసి యున్నది.

న్యాపతి సుబ్బారావు పంతులు గారు

న్యాపతి సుబ్బారావు పంతులు గారు 1858 సంవత్సరంలో జన్మించారు. 1941 సం.లో దివంగతులైనారు. వీరి తండ్రిగారు వీరరాఘవరావుగారు నెల్లూరు కాపురస్తులు. సుబ్బారావు పంతులుగారు మద్రాస్ క్రిస్టియన్ కాలేజీలో చదివి 1876 సంవత్సరంలో పట్ట పరీక్షలోనూ, 1878

సంవత్సరంలో ఎఫ్. ఎల్ పరీక్షలో 1874 సంవత్సరంలో బి. ఎల్ పరీక్ష ఉత్తీర్ణులై 1880 సంవత్సరంలో రాజమహేంద్రవరంలో న్యాయవాది వృత్తిలో ప్రవేశించారు. వీరు వీరేశలింగం పంతులు గారికి స్నేహితులై పునర్వివాహ ఉద్యమంలో కొంతకాలం పని చేశారు. కానీ తరువాత తమకు తెలియకుండా తమ్మునికి వివాహం చేశారని వారితో విరోధించారు.వీరు రాజమహేంద్రవరం మున్సిపల్ కౌన్సిల్ సభ్యులుగా, జిల్లా బోర్డు సభ్యులుగా పని చేశారు.1892 సంవత్సరంలో ఉత్తర జిల్లా ప్రతినిధిగా చెన్నపట్నం శాసనసభలో సభ్యులైనారు. తరువాత కేంద్ర శాసనసభలో కూడా సభ్యులైనారు.వీరు విద్యార్థిగా ఉన్నప్పుడే చెన్నపట్నంలో తిరువలిక్కేణి లిటరరీ సొసైటీలో సభ్యులై 1875 సంవత్సరంలో చెన్నపట్నంలో హిందూ పత్రిక స్థాపనలో ఒకరైనారు. ఆయన రాజకీయాలలో ఆసక్తి కలిగి వ్యాసాలు వ్రాసేవారు. 1888 సంవత్సరంలో అలహాబాద్ లో జరిగిన నాలుగవ కాంగ్రెస్ సభలో పాల్గొని కొన్ని తీర్మానాల పైన ప్రసంగించారు. అటుతరువాత చాలా కాంగ్రెస్ సభలలో పాల్గొన్నారు.1914సం.లో వీరిని కాంగ్రెస్సుసభలో కార్యదర్శిగా ఎన్నుకున్నారు. 1914 నుండీ 1917 వరకూ కార్యదర్శిగా పనిచేశారు. అప్పుడు అనిబిసెంట్ గారు, సి. పి. రామస్వామి అయ్యర్ గారిని కార్యదర్శిగా నియమించగా వీరు విరమించుకున్నారు. సుబ్బారావు గారు 1898 సంవత్సరంలో మద్రాస్ లో జరిగిన కాంగ్రెస్ సభకు ఉపఅహ్వాన సభకు అధ్యక్షులుగా ఉన్నారు. సుబ్బారావు గారు ఆంధ్ర ఉద్యమానికి ఆరంభకాలంలో పత్తి కేశవ పిళ్ళైగారితో పాటు ప్రత్యేక ఆంధ్ర రాష్ట్ర నిర్మాణానికి సుముఖులుగా లేరు. తరువాత కొంతకాలానికి దానినంగీకరించినారు. సుబ్బారావు పంతులుగారు మితవాది అయినా మితవాదులలో చాలా ధైర్య సాహసం కలిగి ప్రభుత్వ..... గవర్నర్ ను కూడా ప్రతిఘటించేవారు. వీరు దేశాభివృద్ధికి తోడ్పడే అనేక సంస్థల్లో పని చేశారు. అనేక సభలలో సభ్యులైనారు. రాజమహేంద్రవరంలో చింతామణి పత్రికను కొంతకాలం నడిపారు. ఆంధ్ర భాషాభివృద్ధికి తోడ్పడ్డారు. నవలల పోటీలకు బహుమతులు ఇచ్చారు. రాజమహేంద్రవరం హిందూ సమాజం స్థాపించి దానిని అభివృద్ధి చేశారు. భగవద్గీతను ముద్రించి ఉన్నత తరగతి విద్యార్థులకు బహుమతిగా ఇచ్చేవారు.

దక్షిణాది తెలుగు జనము

హరిసేతు రామయ్య గారి వివరణ. కీ. శే. జయంతి రామయ్య పంతులు గారి కృషి ఫలితముగా ఆంధ్ర సాహిత్య పరిషత్తు సప్తమ వార్షికోత్సవ సభ తమిళ దేశనాయక మణియైన మధురలో 1918 సంవత్సరం మే నెల 11, 12 తేదీలలో మహా వైభవంగా జరిగినది.ఆనగొంది రాజా గారైన శ్రీ రంగ దేవరాయలు వారు అధ్యక్షత వహించారు. అప్పుడు తంజనగరం తేవప్పెరుమాళ్లయ్య గారు, టి.ఎన్మురుగేశ పిళ్లె మొదలైన పండితులు వ్యాసాలు చదివినారు. ఆ సభలోనే పుదుక్కోట వాస్తవ్యులు వెలనాటి వైదీకి బ్రాహ్మణుడు నుదురుపాటి వెంకన్న కవి వంశంవాడైన హరిసేతు రామయ్య గారు "చోళపాండ్య దేశ ఆంధ్ర ప్రాబల్యము" అనే వ్యాసం చదివారు.

హరిసేతు రామయ్య గారు పుదుకోట జిల్లా .... ఆఫీసులో ఉద్యోగం చేశారు. వీరి కుటుంబం వారు క్రీ.శ 17 –18 శతాబ్దాలలో అక్కడ స్థిర నివాస మేర్పరచుకున్నారు. తెలుగు భాషా సాహిత్యంతో క్రమక్రమంగా సంబంధం తగ్గిపోయినా వారు తెలుగును మాత్రం విస్మరించలేదు.

ఇప్పుడు మధుర, తంజావూర్ ప్రాంతాలలో నివసించే తెలుగువారి తెలుగులో నూటికి 75 పాళ్ళు అరవ మాటలు వినిపిస్తాయి గానీ అచ్చమైన తెలుగు నుడికారాలు వారి యిళ్లల్లో కనిపిస్తాయని దక్షిణాద్యాంధ్రులే విధంగా కాలక్షేపం చేస్తున్నారో చక్కగా వర్ణించారు. వారిలాగా అన్నారు:

" నేను దక్షిణాద్యాంధ్రుడను. స్వవిషయములు కొంత శంకింపక చెప్పవలసియున్నది. మేము ఉత్తర (ఆంధ్ర) దేశము నుండి 300 సంవత్సరములకు పూర్వము దక్షిణ దేశమునందు చేరి స్థిరులమై యున్నాము. అధిక సంవత్సరములు కానుకాను అరవలసాంగత్యం అధికమై నానాటికి మాకు భాషాభిమానము తగ్గి మేము ఆంధ్రులము కలవనివారమై గృహ నామములను మరచి కొందరము, ఆంధ్ర భాషను మరచి కొందరము బొత్తిగా మరవకున్నను జదువను వ్రాయను నేరక మాటలతోనే తృప్తి పొంది కొందరము, మా తండ్రులకు "ఓం నమశివాయ అని అక్షరాభ్యాసమగు చచ్చియునప్పుడు" "అని మొత్తుశింధం" అనువరకు వచ్చి కొందరమును, చింత చచ్చినను పులుపు చావలేదను సామెతగా కొందరుమును,తలయెత్తుకొని తిరుగుచున్నారము. ఆంధ్రులమైన మాకు అటుకు, మేకు అనునట్టి మాటలు తెలియక పరణి, ఆణి, కట్టాయము, మొదలగు అరవ మాటలతోనే ప్రొద్దుపుచ్చుకొనుచున్నాము. ఔచితమెరుగక తెలుగు పదములను

తారుమారుగానుపయోగించుచున్నాము. ఇటువంటి దురవస్థ మా యశ్రద్ధవలననే వాటిల్లి ఔత్తారియంలు మమ్ము అరవలని వాడుచున్నారు. అరవవారన్ననో మమ్ముస్వజాతి వారని ....న సంబంధులను తలచి “త్వక్తలంకాఃతెలుంగాః”అని .... సంస్కృతముతో పరిహసించుచున్నారు”. ఇతో భ్రష్టత తోభ్రష్టమైనది. తురకంనుంచి పోయి తెలుగు రాకపోయిన్నట్లున్న వారము. అరవమునాధారముగా చేసుకొని ఆ మాటలను తెలుగులో పలకక స్వముకార్ధముగా నుపయోగించుచున్నారము. పొడుగుగా రందా,అణి చౌక్కాయ తగలదేయండ, వంట చేయంద, రాత్రి కడుపురోయను, పగలు రెండు మారలు కడుపాయను. కూసుందా- ఇట్టి మాటలు ఉత్తరాది వారు విని కడుపు చెక్క లగునట్లు నవ్వుతున్నారు. దీర్ఘముల మీద ఉన్న అరసున్నమగుచున్న మాకే నడుమ చూడ నీకుమారాసంభవం(?) తోడుంది. కాంపురము, ఆంకలి, రోంకలి, అని నిర్భయముగా వాడుకొనడం. ధైర్యముచెప్పునది-

చిరకాలము నుండి సంబంధం వీడియున్న ఉత్తరాది నుదురుపాటి వారికిని దక్షిణాది నుదురుపాటి వారికిని, ఉత్తరాది మల్లాది వారికిని దక్షణాది మల్లాది వారికిని, ఉత్తరాది చల్లా వారికిని దక్షిణాది చల్లా వారికిని పునస్సమాగమ మగుటకు ఈ సభ తోడ్పడుతుంది అని చెప్పారు.

దేశ చరిత్రపై మత ప్రభావము

(28-11-1982 తేదీన చెరుకుపల్లి లైన్స్ క్లబ్[16] లో చేసిన ఉపన్యాసము)

ప్రపంచంలోని 30 ప్రాచీన జాతుల నాగరికతలను గూర్చి పరిశోధించిన సుప్రసిద్ధ ఆంగ్లేయ చరిత్రకారుడైన ప్రొఫెసర్ టోయన్బీ(Arnold Toynbee) గారు మానవ చరిత్రకు పునాది, పట్టుకొమ్మ మత ధర్మములేనని దాని సారం సంస్కృతి అని నిర్ణయించారు. ప్రాచీన భారత సంస్కృతి ప్రశస్తమైనదని ప్రశంసించారు.

ఆయన బాబిలోనియను, సుమేరియను,ఈజిప్షియను,ఇజ్రేయలు,పారసీక, గ్రీకు, రోమను భారతీయ నాగరికతలను, ఇంకా ఇతర ప్రాచీన జాతుల వారి నాగరికతలను జాగ్రత్తగా పరిశోధించి వ్రాసిన మాటలివి.

ఆధునిక ప్రపంచములో క్రైస్తవమతము అమెరికా సంయుక్త రాష్ట్రంలో, కెనడాలో దక్షిణాఫ్రికా, ఆస్ట్రేలియా, న్యూజిలాండు దేశాలలో వ్యాపించి ఉన్నది. క్రైస్తవ మతములో రోమన్ క్యాథలికు, ప్రొటెస్టెంటు అనే రెండు పెద్ద శాఖలే గాక అనేక చిల్లర శాఖలు కూడా ఉన్నవి. వానికి వేరు వేరు ఆరాధన చర్చలు, ప్రార్థన ఆలయాలు ఉన్నవి. క్రైస్తవ మతము ఆఫ్రికాలో ఉత్తరభాగంలోను, మరికొన్ని దేశాలలో కూడా వున్నది. భారతదేశంలో పుట్టిన బౌద్ధమతము ఇప్పుడు బర్మా, సింహళములోను, టిబెట్టు,చీనా, జపాను దేశాల్లో అధిక సంఖ్యాకుల అభిమాన మతముగా ఉన్నది. అందులో హీన యాన,మహాయానశాఖలున్నవి. వాని సంప్రదాయాలు భిన్నమైనవి.

ఇస్లాం మతము ఆఫ్రికా ఖండములోనూ, ఈజిప్టులోను ఆఫ్రికా ఉత్తర ప్రాంతాలలోనూ పశ్చిమ ప్రాంతాల్లోనూ, అరేబియా, పాకిస్తాన్, బంగ్లాదేశ్, చైనాలో, మలేషియాలో మరికొన్ని దేశాల్లోనూ వ్యాపించి ఉన్నది.

[16] చెరుకుపల్లి లైన్సు క్లబ్బు అధ్యక్షులు డా కొడాలి పాపారావు MBBS గారి కోరికపై ఈ ఉపన్యాసము చేయబడినది.

ఇజ్రేయిలులో యూదుల మతమునకు స్థావరం ఏర్పడినది. జర్మనీలోని వారు హిట్లర్ వధలకు భయపడి ఇతర దేశాల్లో తలదాచుకొన్నారు. అమెరికాలో నీమతము వారు చాలా సంపన్నులుగా నున్నారు.

పూర్వకాలమునాటి అగ్ని ఆరాధకులైన పారసీ దేశస్థులు పారసీ దేశములోని జోరాష్ట్రీయులకు నిలువ నీడ లేక హిందూదేశము వచ్చి తలదాచుకున్నారు.

ప్రపంచ చరిత్రలో అనేక మతాలు పుట్టి పెరిగినవి కొన్ని నశించినవి.

భారత దేశము నేడు ఇండియా అని వ్యవహరింపబడుతుండగా ఇందులో హిందువులు, మాహమ్మదీయులు, క్రైస్తవులు,పారసీకులు, సిక్కులు, యూదులు మొదలైన అనేక మతాలవారు జీవిస్తున్నారు. ప్రపంచంలో ఇన్ని మతాలకాశ్రయమిచ్చిన దేశం మనది ఒక్కటే. భారత చరిత్ర అందుచేత అతి ప్రాచీనమైనది. వేదములు ప్రపంచ మంతటిలో అతి ప్రాచీనములైన మత గ్రంథాలు అనే సంగతి పాశ్చాత్యులు అంగీకరిస్తున్నారు.

పూర్వం బైబిలు పాత నిబంధనలో చెప్పిన సృష్టికి ముందు ప్రపంచ చరిత్రయె లేదని వాదించే పాశ్చాత్య చరిత్రకారులు మహెంజొదారో హరప్పల దగ్గరను, సింధునదీ తీరమునందు, గుజరాతు ప్రాంతముల త్రవ్వకాల వల్ల బయల్పడిన చారిత్రక శిధిలాలు, ముద్రికలు పరిశీలించిన తరువాత భారతదేశ ప్రాచీన చరిత్ర 5 వేల సంవత్సారాలకు పూర్వమునాటిదని అంగీకరించారు.

నేటి భారతదేశము హిందూ, మహమ్మదీయ, బ్రిటిష్ వారి పరిపాలనల తరువాత స్వతంత్ర రాజ్యమైనది. భారతదేశానికి స్వతంత్ర రాజ్యాంగమేర్పడినది. ఒక జాతీయ జెండా, జాతీయ చిహ్నము, జాతీయ గీతమున్నది. వీటన్నిటలోను భారతదేశములోని వివిధ మత ధర్మాలకు చెందిన జన సంఘాలకు గల సమాన సౌకర్యములు, ప్రతిపత్తి, గౌరవము సూచితములైయున్నవి. మన జాతీయ జెండాలో ఎరుపు, తెలుపు, ఆకుపచ్చ రంగులు గల త్రివర్ణ పతాకమును రూపొందించిన గాంధీ మహాత్ముడు ఎరుపు రంగు హిందువులకు, పచ్చ రంగు మహ్మదీయులకు, తెలుపు రంగు తక్కిన సమస్త మతాల వారికి భారతదేశం అందుగల ఉమ్మడి సత్తాను సూచించేదని ఒకప్పుడు ప్రకటించారు. ఈ జెండా అఖిల భారత జాతీయ కాంగ్రెస్ మహాసభలో 1921 సంవత్సరంలో ప్రజాప్రతినిధుల ఆమోదం పొందినది. దీనిని చిత్రించిన వ్యక్తి పింగళి వెంకయ్య గారు ఆంధ్రుడగుట మనకందరికీ గర్వకారణం.

భారతదేశ నీతిమత ధర్మాలు సంస్కృతి సాంప్రదాయాలకు మూలాధారము వేదములే. అవి భారతదేశ చరిత్రకు పునాది అని చెప్పవచ్చును.

ఈ సృష్టి వైచిత్రమును చూసి ఆశ్చర్యపడిన మానవునకు దీనికంత మూల మేమిటి? దీనికొక సృష్టికర్త ఉన్నాడా? ఆ సృష్టికర్త స్వరూప స్వభావాలేమిటి ? అనే ఆలోచనలు కలుగుట సహజము.

ఈ ఆలోచనతోనే బ్రహ్మజిజ్ఞాస ప్రారంభమైనది. ఈ జిజ్ఞాస ప్రపంచమంతటిలోకి అతి ప్రాచీనమత గ్రంథములైన వేదాలలోనే కనబడుతున్నదని పాశ్చాత్య చరిత్ర పరిశోధకులు అంగీకరించారు.

సృష్టికంతా మూలాధారమైన పరమాత్మ నిర్గుణుడా, సగుణుడా, శూన్యమా అనే బ్రహ్మజిజ్ఞాస ఉపనిషత్తులలో, బ్రహ్మసూత్రాలలో భగవద్గీతలో కనబడుతున్నది. ఈ జిజ్ఞాస ఫలితమే బ్రహ్మజ్ఞానము. పరమాత్ముడైన భగవంతుడు నిర్గుణుడనీ ఆయన విశ్వేశ్వరుడని, విశ్వమంతా నిండియున్నాడని, మనలోను ఆత్మ రూపముగా నున్నాడని నిర్ణయింప బడినది. ఏ పేరుతో పిలిచినా దేవుడొక్కడేయని, దేశ కాల ప్రాంతములను బట్టి, చిత్త వృత్తులలోని తారతమ్యములను బట్టిఅనేక మతాలు బయలుదేరినా అసలు పర వస్తువొకటే. ఏకం సత్ విప్రాః బహుదా వదంతి అని వేద వాక్యము. ఈ పరబ్రహ్మ వస్తువునేవిధంగా ఆరాధించినా పరమాత్మునికే చెందుతున్నదని భగవద్గీత చెపుతున్నది .

వేదములో చెప్పబడిన యజ్ఞాలు మానవుని ఐహిక,ఆముష్మిక క్షేమలాభముల కోసం ఏర్పడినవి. అనేక విధములైనవి. సంవత్సరం పొడుగునా జరిగేది వైదిక హోమాలు దేశాంతరాలకు కూడా వ్యాపించినది. శ్రీ రామకృష్ణ ఆశ్రమం అధ్యక్షుడైన శ్రీ రంగనాథ స్వామి గారు 1965 సంవత్సరంలో జపాన్ దేశంలోని బౌద్ధ దేవాలయాలములు, విశ్వవిద్యాలయములు దర్శించడానికి వెళ్ళినారు. టోక్యో నగరం దగ్గర క్యోటొ పట్టణం పరిసరాలలో ఒక కొండ పైన బౌద్ధమతం సన్యాసులు "గోమా" అనే పేరుతో వైదికపద్ధతిలో హోమం చేయడం చూశారు. వారు అగ్ని మండలంలో అనేక ధాన్యాలు, అమూల్య వస్తువులు ఆహుతి చేస్తూ మంత్రాలు చదివారు.ఇది వైదిక సాంప్రదాయం అని వారు ఎరుగరు.

మన పూర్వులు యజ్ఞయాగాదుల ద్వారా పరమాత్మని ఆరాధించేవారు. అది చాలా కర్మకాండతో జరిపేవారు. పురాణాలు, ఇతిహాసాలు, వేదాలకు వ్యాఖ్యానాలు సామాన్య జనులకు బోధపడేటట్లు, మన మనసునకు పట్టేటట్లు కథలరూపముగా నీతి మత ధర్మాలను ప్రభోదించేవారని, పురాణాలు అర్ధవాదములని తెలుస్తుంది.

వేదములోని పరమ పురుషుని గూర్చిన సంగతులే ఇతిహాసములని చెప్పబడినవి.

వేదవేద్యుడైన పరమేశ్వరుడే దశరథాత్మజుడుగా జన్మించాడని, ఆయన కథను వాల్మీకి ఋషి రామాయణంగా చిత్రించాడని మన పెద్దలు చెబుతారు.

రామాయణము నిజం కాదని అది కేవలం కల్పితమని ఇటీవల కొందరు వాదించ సాగినారు. Indian archealogical Surrvey director గా నుండిన ప్రొఫెసర్ లాల్ గారు ఇండియా ప్రభుత్వం వారి ఉత్తర్వు ప్రకారం రామాయణ రంగస్థలంలో త్రవ్వకాలు జరిపి చరిత్రాధారాలను తీయటానికి జరిగించిన పరిశోధనలలో అయోధ్యా, శ్రుంగబేరిపురము, భరద్వాజాశ్రమాలలో జరిగించిన త్రవ్వకాలలో బయల్పడిన చారిత్రక శిధిలాలను బట్టి రామాయణం కల్పిత కథ కాదని,

కవి పెంచివ్రాసి యుంటాడని క్రిందటినెల పత్రికలలో ప్రకటించియున్నారు(చూడు హిందూ ఇండియన్ ఎక్స్ప్రెస్)

మధ్యయుగంలో ఆగమ శాస్త్రాలు అనే తంత్ర శాస్త్రాలనేకములు వెలసినవి. ఆగమాలలో శైవ వైష్ణవ, శాక్తేయ ఆగమము. ఇతర మత సాంప్రదాయాలకు చెందిన తంత్ర శాస్త్రాలున్నవి. బౌద్ధమత తంత్రాలు కూడా ఉన్నవి. మహాయానములో యక్ష పూజలు బోధి సత్వ కథలు కూడాయున్నవి. తంత్ర శాస్త్రములో కులాచారములతో పాటు పలు విధములైన ఆచారములు చెప్పబడినది. తాంత్రిక దేవతారాధన మనేక విధములైనది. ఆ దేవతల స్వరూప స్వభావము వాని ఆరాధనా విధానాలు వర్ణింపబడినవి. త్రిమూర్తులకు ఒకే పరతత్వమునకు చెంది సత్వ రజస్తమో గుణములను బట్టి భిన్న రూపములుగా నున్నవి. కాళికా పురాణములలో తొమ్మిది విధములైన కాళికాశక్తులు వర్ణింపబడి ఉన్నవి. దేవికి అనేక రూపములున్నవి. అందులో 14 చాలా ముఖ్యమైనవి. దేవి భాగవతములో దేవి సాత్విక రాజసిక,తామసిక విధానములైన ఆరాధనములు వివరింపబడి ఉన్నవి.

ఆగమ శాస్త్రాలలో దేవాలయ నిర్మాణము, విగ్రహ ప్రతిష్ట,వేదశాల యజ్ఞ కుండము ప్రాతిపదిక పైన ఏర్పాటు చేయబడి యున్నవి. రెండు నిలువులోతున భూమిలోతవ్వి ఆధారశిల దానిపైన....బంగారు మత్స్యకూర్మముల యోగ నాళి, అగ్నికుండ ప్రదేశమును విగ్రహము ప్రతిష్టింపడుచున్నది.

శ్రీమదాంధ్ర మహాభాగవతంలో పోతన్న గారు: '

పరమ పురుషుడొక్కఁడాద్యుడు, పాలనోద్భవ నాశముల్
సోరిదిఁ జేయ; ముకుంద, పద్మజ,శూలి సంజ్ఞలఁబ్రాకృత
స్ఫురిత సత్వరజ స్తమంబులఁ బొందునందు;శుభస్థితుల్
హరిచరాచరకోటికిచ్చుననంత సత్వనిరూఢుడై"

అని,బ్రహ్మ విష్ణు మహేశ్వరులనే పరమ పురుషుడు అని ఉద్ఘాటించారు.

అది శివాలయమైనా, విష్ణు ఆలయమైనా శక్తి ఆలయమైనా దేవాలయంలో అర్చకులు పఠించే మంత్రపుష్పములో విశ్వం నారాయణం దేవం విశ్వాత్మం విశ్వసంభవమ్ అని, ఆ దేవుడు పరమాత్ముడైన పరబ్రహ్మయని చెప్పబడుచున్నది. విగ్రహమనగా దేవుని ప్రతిమ కాదు. నిర్గుణ పరబ్రహ్మని మనస్సునకు గట్టిగా పట్టించు సాంకేతిక చిహ్నము.

ఏ పేరుతో పిలిచినా దైవమొక్కడే. ఆ దైవం విశ్వమంతా నిండి ఉన్నాడు. మనలోనూ ఉన్నాడు. ఆత్మకు పరమాత్మకు భేదం లేదు. బ్రహ్మజ్ఞానులు అందరికీ ఈ సత్యం అవగతమే.

ఎవరనీ నిర్ణయించేదిరా నిన్నెట్లారాధించేదిరా శివుడవోమాధవుడవో కమలభవుడవో పరబ్రహ్మవో అని త్యాగరాజు కీర్తించాడు.

శ్రీ రామకృష్ణ పరమహంస (1836- 1884) కాళికా దేవి గుడిలో దేవిని తల్లిగా ఆరాధిస్తూ బ్రహ్మజ్ఞానియై పరబ్రహ్మమును హిందూ మతానుసారము వివిధ మూర్తులుగా క్రైస్తవ మతాను సారము జీససు దేవునిగా, మహమ్మదీయ మతాను సారము అల్లాగా ఆరాధించి భగవత్ సాక్షాత్కారము పొందినాడు. ఆయన ఆరాధించేది విగ్రహం కాదని అఖండ సచ్చిదానంద పరబ్రహ్మని..... కేశవ చంద్రసేను,ప్రతాప చంద్ర మజుందారు పత్రికలో ప్రకటించారు. గాంధీ గారు రామ భక్తుడే అయితే ఆయన ఆ రాముడు ఈశ్వర అల్లా అని అభిప్రాయం.

అయోధ్యా మధురమాయా కాశీ కాంచి అవంతికా, పూరీ ద్వారవతిచైవ సప్తైవతే మోక్షదాయకః

గంగేచ యమునేచైవ గోదావరి సరస్వతి నర్మదే సింధు కావేరి జల్మేసిన్ సన్నిధిం కురు

సప్తకుల పర్వతాలు –

అసేతు హిమాచల పర్యంతం భారతదేశంలో అనేక పుణ్యక్షేత్రాలు.

51 మహా పీఠాలు (దక్షయజ్ఞ సన)

26 ఉపపీఠాలు

జననీ జన్మభూమిశ్చ స్వర్గాదపి గరియసీ.'

మహాకుంభమేళలో లక్షలకొలది స్త్రీ పురుషులు పాల్గొంటారు. పాశ్చాత్యు లాశ్చర్యపడతారు.

మన దేశ చరిత్రలో హిందూ మహాయుగము నాటి రాజాధి రాజులు,చక్రవర్తులు యజ్ఞయాగాలు చేశారు. బౌద్ధ జైన మతాలను కూడా ఆదరించారు.

యజ్ఞములు, రాజసూయము అశ్వమేధము చేశారు.

(అశోక చక్రవర్తి 273-230,గుప్తరాజులు 300-500,సముద్ర గుప్తుడు రెండవ చంద్ర గుప్తుడు).మహా రాజాధి రాజ రాజపరమేశ్వర వరామ ....బిరుదుల వహించారు

క్రీ.పూ 184-128 శాతకర్ణి రాజసూయము అశ్వమేధము చేశారు.

(మహేంద్ర విక్రమ వర్మ 100-30, పల్లవులు పైదిక మతాభిమానులై.......

రాజరాజ నరేంద్రుడు 1022-1120,కుళోత్తుంగ చోళుడు 1067-1120)

విజయనగర చక్రవర్తులు మొదట ' శైవ మతాభిమానులై తరువాత వైష్ణవులైనారు. మహర్నవమి ఉత్సవాలు. మహమ్మదీయ యుగం లో భారత దేశం లో మహ్మదీయ మతానికి.....(మొగలు చక్రవర్తి అక్బరు 1555-1605 దీన్ ఇలాహి మతం

ఛత్రపతి శివాజీ 1620-1680. దక్షిణమున బహమనీ సుల్తానులు 1513- అనంతరం బీజాపురు గోల్కొండ సుల్తానులు షియా మతం).

బ్రిటిష్ మహాయుగంలో ఇంగ్లీష్ వారు హిందువులకు మాహ్మదీయులకు కూడా చాలా అన్యాయం చేశారు. క్రైస్తవ మతాన్ని ప్రోత్సహించారు. హిందూ మహమ్మదీయుల మధ్య వివాదాలు కల్పించడానికి అనేక మాయోపాయాలు చేశారు. 1909సం.లో కులమత ప్రాతిపదికపైన separate electorate ప్రవేశ పెట్టారు. ఇదే మనదేశం లో ఐకమత్యం నశించటానికి కారణమైనది. దీనిని అరికట్టడానికి గాంధీమహాత్ముడెంత ప్రయత్నించినా లాభం లేక పోయింది.

కులవ్యవస్థ

కులవ్యవస్థ భారతదేశ చరిత్రలో సాంఘిక,ఆర్థిక రాజకీయ జీవితములో ప్రాముఖ్యత వహించినది. అది మనరాజ్యాంగంలో ఒక భాగమైనది. వేద కాలములో అందరూ బ్రాహ్మణులే. తరువాత గుణ కర్మల వల్ల చతుర్వర్ణాలలో వారైరి. కలియుగంలో అందరూ శూద్రులే. మేము పేరుకు బ్రాహ్మణులము. వేదాధ్యయనం లేదు. నిత్యాగ్నిహోత్రాలు లేవు.వైదికాచారాలు లేవు. బ్రాహ్మణులమెట్లా అవుతాము? మేము శూద్ర బ్రాహ్మణ కులము. కుల వ్యవస్థ ఆరంభంలో బానే జరిగింది. తరువాత పాడైనది. అందులో రాజకీయాలు ప్రవేశించినవి. బ్రాహ్మణ పురోహితులు ప్రబలురైరి(Vincent Smith on caste system). రాజుల నాశ్రయించిరి. కుల వ్యవస్థలో కొంత మంచి కొంత చెడ్డావున్నది. అది ఆధునిక సంఘానికి సరిపోదు. కుల వ్యవస్థ పోదు. Democracy, Socialism కు అడ్డంకి. కులవ్యవస్థ సరిపోదు. ఆధునిక పరిస్థితులకు అనుగుణంగా .. అనిపించుకోవాలి అనిVincent Smith ఉద్ఘాటించాడు (20 పూటల చర్చ). ఎన్నికలలో కుల వ్యవస్థ విషం లాగా పని చేస్తుందని దానివల్ల ప్రజా ప్రభుత్వ విధానానికి భంగం కలుగుతుందని గాంధీ మహాత్ముడు గ్రహించి దాని దోష ఫలితాలు నివారించడానికి జాతీయ కాంగ్రెస్ ఎన్నికలలో indirect ఎన్నిక పద్ధతి పెట్టాడు. అనగా గ్రామాల ప్రతినిధులు సిర్కా. సభకు ప్రతినిధలెన్నుకొనగా,సిర్కా సభ ప్రతినిధులు జిల్లా సభకు, జిల్లా ప్రజానిధులు రాష్ట్ర సభలకు ఎన్నుకునే విధానము. భారత రాజ్యాంగంలో దానికి ప్రవేశపెట్టవలసిందని Round Table Conferenceలో కోరినా బ్రిటిష్ వారు 1935 Govt. of India Act లో అలా చేయలేదు. it was only when Gandhiji undertook a fast unto death that the British government removed separate electrol provisions for scheduled caste in Government of India Act 1935. Congress leaders who dominated the constituent assembly when the constitution of India was drafted looked to their own interests and continued the British system of elections instead of the indirect system advocated by Gandhiji. That is how the Congress party stick to power by using caste differences to divide the electorate and their money power in the direct elections. They could form a Ministry with only 38% of vote polled.

రాక్షస ప్రవృత్తి

మన రాజకీయ నాయకులది రాక్షస ప్రవృత్తి. వరాలు సంపాదించి మదించి సాధువులను పీడించి స్వార్థం సాధించడం రాక్షస ప్రవృత్తి. రావణాసురుడు బ్రాహ్మణుడు. పులస్త బ్రహ్మ మనుమడు. శివ భక్తుడు. వరాలు సంపాదించాడు. కన్ను గానక ప్రవర్తించాడు.

లంకలోపుట్టిన వారంతా రాక్షసులైనట్లే రాజకీయాల్లో ప్రవేశించిన వారంతా రాక్షస ప్రవృత్తి గల వారే. వీరు ఇందిరా కాంగ్రెస్సునాశ్రయించి వరాలు, పదవులు పొంది దుర్మార్గాలు చేస్తున్నారు.వీరిలో చాలామంది తిరుపతి వెంకటేశ్వర స్వామి వారి భక్తులు. ఏడుకొండలవాని ప్రకృతి కూడా చిత్రమైనది. **కలౌ వేకటేశ్వరః** అనే నానుడి ప్రకారం స్వామి కలియుగానికి తగినట్లు ప్రవర్తిస్తాడు. బ్లాక్ మార్కెట్ల వారు ఎవరు వచ్చి సేవించినా నవ్వుతూ దర్శనమిస్తాడు.వారిచ్చే ముడుపులు పుచ్చుకుంటాడు. ఆయనకు మంచి చెడ్డలు అవసరం లేదు. సాక్షీభూతుడు. తన భక్తులలో అరిషడ్వర్గాలు ప్రకోపింపజేసి తమాషా చూస్తాడు. మన చిత్రం చూడండి; మన రాష్ట్రపతి నీలం సంజీవరెడ్డి. ప్రధానమంత్రి నరసింహారావు, మాజీ ముఖ్యమంత్రులు, ప్రస్తుత ముఖ్యమంత్రి, ఇతర మంత్రులు, శాసనసభ్యులు, పార్లమెంటు సభ్యులు. రాజకీయ నాయకులు, ఉన్నత ఉద్యోగులు, అరడజను పోలీస్ ఇన్స్పెక్టర్ జనరల్స్ , వారి క్రింది వారు ఒకటేమేటి,చెప్పనలవికాని వారందరూ ఏడుకొండల స్వామిని సేవిస్తారు. ఈ V I P లు వస్తే సామాన్య జనులకు స్వామి దర్శనం దొరకదు.

అసలు వేంకటేశ్వర స్వామి సేవయే ఒక విధమైన చీకటి బజారు వ్యాపారం అయిపోయినది! ఇది స్వామి ఎరుగడా? ఎరుగకేమి? స్వామి ఎప్పుడు కనుతెరుస్తాడో తెలియదు. తెరమీద బొమ్మలు ఒకదాని తరువాత ఒకటి వచ్చిపోతూ ఉంటాయి. వాటికి పుట్టగతులుండవు.

ఆంధ్రదేశ గ్రామ రాజకీయాలు

కృష్ణా గోదావరి జిల్లాలలో ఇంగ్లీషు వర్తక కంపెనీ వారి ప్రభుత్వకాలంలో గ్రామాలలోని రైతుల సంస్థలను గురించిగ్రామ పెత్తనదారులు కంపెనీ ఉద్యోగులను మంచి చేసుకోవడానికి వారికి చెల్లించే ముడుపులను గురించీ అందు నిమిత్తం గ్రామాలలో న్యాయశాస్త్ర ప్రకారం వసూలు చేసే శిస్తు మొత్తంతో పాటు కొంత అదనపు మొత్తాలు అనే పేరుతో వసూలు పరచి ఉమ్మడి నిధినొకదానినేర్పాటు చేస్తూ వుండటం పరిపాటి యైనది.దీనిని గూర్చి కలెక్టర్లు అనేక తాకీదులు జారీచేసినా ఈ ఆచారము సాగుతూనేవున్నది. దీనిని గూర్చి గోదావరి జిల్లాని గురించిన Montgomery గారు గుంటూరు జిల్లా వ్యవహారాలను గూర్చిఇలియట్ గారు సం.1843-45 మధ్య తమ రిపోర్టులలో వ్రాసియున్నారు[17]. సర్కారు గ్రామాలలోని భూములను 30 సం.లకొకమారు సెటిల్మెంటు చేయడం ఇంగ్లీషు పరిపాలనలో పరిపాటియైనది. ఈ సెటిల్మెంటులో అక్రమంగా శిస్తుల బిల్లులు హెచ్చించడమే గాని తగ్గించడంలేదు. దీనిని గూర్చి రైతులలో ఆందోళన ప్రారంభమైనది. మద్రాసు శాసన సభలో విచారణ జరిగినది. తూర్పు ఇండియా వర్తక సంఘంవారి కలెక్టర్లులకు తెలుగు తెలియదు. దేశాచారాలు తెలియవు. వారి కచ్చేరీలో పనిచేసే మహారాష్ట్ర దేశస్థ శిరస్థదారులపైన ఆధార పడేవారు. వారు వారి బంధుమిత్రులైన వారికే ఉద్యోగాలిచ్చేవారు. లంచగొండితనము మితిమీరి యుండేది. హుజూరు ఉద్యోగులకు, తాలూకా తాశీల్దారులు, వారి కచ్చేరి సిబ్బందివారికి, గ్రామ కరణాలు మామూళ్లు చెల్లించటానికి జమీందారుల వద్దనుండి అనేక సౌకర్యాలను లంచములుగా సంపాదించేవారు. దీనికంతా చాల డబ్బు కావాలి. ఇది గాక శిరస్తాదారుగారింట్లో శుభ కార్యాలు వచ్చినప్పుడు కట్నాలు చదివించాలి. గ్రామాలలో పొలాలు తనిఖీ చేసేటప్పుడు, పంట అంచనాలప్పుడు మామూళ్ళు చెల్లించాలి. దీనికి చాలా సొమ్ము కావాలి. ఇవిగాక గ్రామములో ఉమ్మడి మీద కూచిపూడి భాగవతము, నాటకాలాడినప్పుడు, తోలుబొమ్మలాడినప్పుడు కుస్తీలు జరిగినప్పుడు వారికి బత్తెములు, బహుమతులు ఇవ్వాలి.

[17]దీనినిగూర్చినప్రత్యేకవ్యాససంపుటినిచూడవలెను

ఇదిగాక గ్రామంలో ఉమ్మడిగా జరిగించవలసిన పనులు చాలా వుంటాయి. దీనికంతా సొమ్ము కావాలసివచ్చేది. సొమ్ము ఎక్కడనుండి వస్తుంది అందువల్ల గ్రామ కరణాలు, గ్రామ మునసబులు శిస్తు వసూలుతోపాటు అదనంగా సొమ్ము వసూలుచేసేవారు. దానికి అమ్మవారి జాతరని, దేవుడు పెళ్లని, బ్రాహ్మణులకు, బైరాగులకు బోనమని, అనేక పేర్లతో దొంగ ఖర్చు పద్దుల చిట్టాలో వ్రాస్తూ గ్రామాదాయములో నూటికి $9^{1/2}$ వంతులు సొమ్ము మొత్తం వసూలు చేసేవాడు. గ్రామ బాజా ఖర్చు అని గోదావరి జిల్లాలోను, గ్రామ ఖర్చు అని కృష్ణా జిల్లాలోను దీనికి పేరు.

కలెక్టర్ల దృష్టికి ఈ ఖర్చులు వచ్చినప్పుడు 1811 సం. ప్రాంతాలలో దీనిని గూర్చి తాకీదులు జారీ చేశారు. చిట్టాలో వ్రాయ తగినవి, వ్రాయ తగనివి అని హద్దులు నిర్ణయించారు. ఏమిచేసినా లాభం లేకపోయింది. అంతట కొందరు దొరలు మనమేమి చేస్తాము బుద్ధి లేని ఆమాయక గ్రామస్తులు ఇష్టపడి యిలాగ అదనపు ముడుపులు చెల్లిస్తూ వుంటే మనమేమి చేయగలం అని ఊరుకున్నారు. 1843-44 సం లో గోదావరి జిల్లా కంపెనీ పరిపాలన వ్యవహారాలను గూర్చి విచారించిన మాంట్గోమరి దీని విషయంలో విచారించి ఇలాగ కంపెనీ ఖజానాకు జమకట్టకుండా వసూలుచేస్తున్న సొమ్ము మొత్తము నూటికి $9^{1/2}$ వంతులు వున్నదని నిర్ణయించాడు. అలాగే గుంటూరు జిల్లా వ్యవహారాలను గూర్చి విచారించిన ఇలియట్ దొరగారు కూడా 1844-45సం. రిపోర్టులో వ్రాశారు. దీనిని ఎన్నిమార్లు నిషేధించినా కంపెనీ ప్రభుత్వము అంతమయ్యే వరకు ఇలాగ జరుగుతూనే వున్నది. ఇటీవల Dr. Freikenberg రచించిన గుంటూరు జిల్లా అనే గ్రంథములోను, Land and cultivation and social structureగ్రంథములోను వీటి వివరాలున్నవి.

ఆంధ్ర దేశ రైతు ఉద్యమం

ఆంధ్ర దేశములో రైతు ఉద్యమమనేది మొదట వివిధ జమీందారీ గ్రామాలలో జమిందారులు రైతుల పైన ఏదో మిషపైన అపరాధ రుసుములు విధించటము వారివల్ల తమకు రావలసిన శిస్తు మొత్తం ధాన్య రూపంగా రప్పించుకునే సందర్భములో చిన్న కొల పాత్రలనుపయోగించడము,..............టప్పుడుపయోగించే గడకర్రలు పగ్గాల .... చీటికి మాటికి జమిందారుల ఇండ్లలో కార్యాల నిమిత్తం కట్నాలు , కానుకలు పుచ్చుకుంటూ వుండటము మొదలైన విషయములలో రైతులకు కలుగు బాధలవల్ల .... కొన్ని సమయాలలో అది కోర్టులకెక్కింది. తూర్పు ఇండియా కంపెనీ కాలములో న్యాయస్థానాలలో కొంతమంది

జ్ఞాపకాలు (2వ భాగం)

దొరలుకూడా అవినీతి పరులై జమీందారుల పక్షాన అన్యాయపు తీరుపులిచ్చేవారు. అప్పుడప్పుడొక ధర్మాత్ముడు రైతుల పక్షాన తీర్పులిచ్చేవాడు. అటువంటి తీర్పులు కొన్ని న్యాయ స్థాన రికార్డులలోనున్నవి. రెవిన్యూ రికవరీ బిల్లు, ఎస్టేటు.......ఆక్టు చట్టముల..........లో జమిందారులు బలవంతులై తమ ధన బలము నుపయోగించి తమకు అనుకూలమైన నిబంధనలను చేర్పించు కొనగలిగేవారు. దానిని గూర్చిన చర్చలు కొన్ని పాత శాసన సభ రికార్డులలో కనబడతాయి.

ఉత్తర సర్కారులలో 1802 లో శాశ్వత ఫైసలా చేసేటప్పుడు జమీందారులు సర్కారుకు చెల్లించవలసిన పేష్కస్సు శాశ్వతంగా నిర్ణయించబడి పట్టాలిచ్చారు. రైతులవల్ల జమీందారులు వసూలు చేసే శిస్తుల అంచనా వేసి ఎస్టేటు వారికి, గ్రామాల వాట చేసి, ఇతర ఆదాయము కూడా అంచనా వేసి ఈ పేష్కస్సు నిర్ణయించారు.

రైతులవల్ల జమీందారులు వసూలు చేసుకునే శిస్తులను....... నిర్ణయించాలని కంపెనీ అధికారులు పర్మనెంటు సేటల్మెంటు లో దానిని స్పష్టంగా వివిరించక పోవడం వల్ల జమిందార్లు శిస్తులు హెచ్చించి అనేక విధాలైన రుసుములు వసూలు చేయసాగినారు.

దేవరకోట సంస్థానమనేది కమ్మవారి జమీందారీలో కమ్మ కులవారైన యార్లగడ్డ వారు,అంకినీడు ప్రకాశ మల్లికార్జున రావు గార్ల పేర్లు ప్రసిద్ధి చెందినవి.దేవరకోట పరగణాలలో 66 గ్రామాలు, రెండు అగ్రహారాలున్నవి.

పూర్వం ఘంటసాలలో చాలా భాగం పద్మశాలీలు అధిక సంఖ్యలోనుండేవారు. కొందరు వైశ్యులు కూడా వుండేవారు. క్రమ క్రమంగా ఆ పొలాలన్నీ కమ్మవారి స్వాధీనమైనవి. గ్రామ రిజిస్టర్లు చూస్తే తెలుస్తుంది. జమీందార్లు మొదట సర్కారు శిస్తు వసూలు చేసేవారు. ధాన్య రూపం లో వసూలు చేసేవారు. దానికి సిబ్బంది వుండేది. అప్పట్లో ధాన్యం కుంటలకు వివిధ స్థాయిలలో తనిఖీలుండేవి. చివరకు కుప్పలుగ ధాన్యం కొలిపించేటప్పుడు సర్కారు ఉద్యోగులు హెచ్చుగా రాబట్టడానికి ప్రయత్నిస్తే రైతులు దానిని తగ్గించడానికి ప్రయత్నించేవారు. దీనివల్ల అవినీతి వృద్ధి అవుతుందని ఇంగ్లీషు వర్తక కంపెనీ వారు ధాన్యం ఆదాయన్ని రొక్కంగా మార్చేవారు. అప్పుడు గ్రామంలోని కోమటి లేక షావుకారు వద్ద రైతులు అప్పుచేయవలసి వచ్చేది.

1856-75 సంలోదేవరకోటలోజమీందారీ-రైతు తగాదాలు:-

మరకాల తగాదా: ధాన్యమును మరకాలతో కొలచటం వల్ల వచ్చిన తగాదాలు.

పరగణా వ్యాజ్యం: జమీందారులు దుర్గాదేవి ఉత్సవాలకు అమ్మవారి....

17 ఎకరాల.....రూ 2-00-00

బాజా ఖర్చు2-80—00

పెత్తందార్లుకు ఆటపాటల ఖర్చు, ఉద్యోగుల మామూళ్లు వెట్టి చాకీరీలు0-70-

తాళ్ల శిస్తు అనేది మొత్తర్పాగా వసూలు చేసేవారు.1878 సం. లో గుడిపాటి బాలకృష్ణమ్మ , వేమూరి వెంకటేశ్ అనే వారు చందాలు పోగుచేసి దావా వేశారు. హైకోర్టులో రైతుల పక్షాన తీర్పు వచ్చింది. కానీ తాళ్ళ శిస్తు మాత్రం ఇచ్చేటట్లు, మిగతావి మానేట్టు జమీందార్లు రైతులు రాజీ పడ్డారు.

ఫేరోటకం కేసు: ఘంటసాలలో 270 ఎకరాలు ధర్మ తోపు క్రింద కొంతమంది రైతులకు పట్టాలిచ్చారని, కొందరు రైతులు దానిలో పగ్గాలు నడుపుతున్నారని ఒక రైతు కేసు పెట్టాడు. - 1900 సం. క్రింది కోర్టు మేజస్ట్రేటు రైతుకు జరిమానా విధించాడు. మధిరలో పై కోర్టు Dy .....Magistrate జరిమానాను రద్దు పరచాడు. వల్లూరి సూర్యనారాయణ రావు గారు ఫీజు లేకుండా రైతులకు పనిచేశారు.

పగ్గాల కేసు: వేమూరి బ్రహ్మయ్య అనే ఆసామికి గుండేరుకానుకుని భూమివుండేది. ఆ భూమిలో .... పగ్గం 44 గజాలు, కత్తి కింద 14 ఎకరాలు అని జమీందారుల వాదన. పగ్గం 48 గజాలు కత్తి 17 ఎకరాలు అని రైతుల వాదన. హైకోర్టులో రైతుల పక్షంగా తీర్పు వచ్చింది. జమిందారు ఖర్చులకింద 350రూపాయలు ఇవ్వవలసి వచ్చాడు.

ఫేరోటకం కేసు: ఘంటసాలలో 270 ఎకరాలు

1892సం. పెదరేళ్ళపల్లిలో జరిగిన 29వ కృష్ణా మండల సభ రైతుల ఉద్యమానికి ప్రాతిపదిక. దాని అధ్యక్షులు కౌతరం కాపురస్తులైన కామాని వెంకటచలపతయ్య గారు. ఆయన రాజకీయ పరిజ్ఞానంగల రైతు. ఇంగ్లీషు చదువుకోక పోయినా గొప్ప సంస్కారం గలవాడు.

ఆ సభాహ్వాన అధ్యక్షుడు, ఆవూరి కాపురస్తుడు. ఆంధ్రపత్రిక సహాయ సంపాదకుడైన కొడాలి శిరామకృష్ణారావు గారు. అప్పుడే కృష్ణా జిల్లా సంఘము స్థాపించబడినది. రైతు సమస్యలు చర్చించ వలసినదని సభాధ్యక్షులైన వెంకట చలపతయ్య గారు రైతుల సమస్యలన్నిటిని చర్చించి జమీందారీలు రద్దు కాందే దేశం బాగుపడదని హెచ్చరించారు!

కమ్మ నాయకులు కానూరు వెంకట దాసయ్య, బొబ్బా పద్మనాభయ్య, యెర్నేని తోవయ్య, కానూరు దామోదరయ్యగార్లు మొదలగు వారు చలపతయ్యగారితో సహకరించలేదు. కృష్ణా

జిల్లాలో రైతు ఉద్యమానికి కమ్మవారిలో ఆత్మగౌరవం, కార్య దీక్ష, జాతీయ భావాలు కలిగించటానికి తోడ్పడిన కట్టమంచి కొళంద రెడ్డి గారనే పోలీసు ఇనస్పెక్టరు కందిపాడు రహదారి బంగళాలో ఒక గదిలో మకాం చేసియుండగా బెజవాడ సబు కలెక్టరు దొర అక్కడకు వచ్చాడు. ఆ గదిలో రెడ్డిగారి బట్టలు తీసిపారవేశాడు. రెడ్డిగారంతట అతని బట్టలు పారవేశాడు. ముష్టి యుద్ధం జరిగింది. ఉభయులూ తమ పై అధికారులకు ఫిర్యాదు చేశారు. రెడ్డిగారు తమ ఉద్యోగానికి రాజీనామ చేసి కౌతరం లో ధనలక్ష్మీ రైసు మిల్లు స్థాపించి దానికి అనుబంధంగా ఒక పాఠశాల స్థాపించి జాతీయోద్యమానికి అంకురార్పణ చేశాడు.(చూ. పుట94-95 కామరాజు హనుమంతరావు స్వీయ చరిత్ర).

రాజమహేంద్రవరంలో బిపిన్ చంద్రపాల్ గారు19-04-1907 తేదీనుండీ 5 దినములిచ్చిన ఉపన్యాస సందర్భంగా కామరాజు హనుమంతరావు గారు వందేమాతరం బాడ్జి ధరించి కాలేజీకి వెళ్లగా ప్రిన్సిపాలు హంటరు దొర కాలేజీనుండి వెళ్లగొట్టాడు. కృష్ణా జిల్లా కౌతరం లో బొచ్చు పెదనాయుడుగారనే సంపన్న గృహస్తునకు ఇంగ్లీషు చెప్పటానికి ప్రైవేటు ఉపాధ్యాయులు కావలని ముట్నూరి కృష్ణా రావుగారు చెప్పగా హనుమంతరావు గారు వెళ్లి సుమారు 10 మాసములు చెప్పిరి.

కౌతరం లో జాతీయ విద్యా పాఠశాల వలన అక్కడి యువకులలోనే గాక అక్కడి గ్రామస్థులలో కూడా విజ్ఞాన వికాసము,రాజకీయ పరిజ్ఞానము కలిగినది. ఆ పాఠశాలలో చదివి ప్రఖ్యాతి గాంచిన వారిలో నార్ల వెంకటేశ్వరరావుగారొకరు. కౌతరము గుడివాడ జిల్లా ఆంధ్రదేశ రాజకీయములకు, రైతు ఉద్యమానికి కేంద్ర స్థానముగానుండేది.

ఆ కాలంలో జిల్లాలోని అన్ని గ్రామాలలోను అడుసుమిల్లి మితవాదులనే పార్టీ పక్షాలుండేవి. గ్రామాలలో తాలూకా బోర్డులలో ఏ కార్యం తలపెట్టినా ఈ ఇరుపక్షాలవారి[18] ప్రోత్సాహము లేక ప్రతిఘటనలు ఎదుర్కొనవలసి వచ్చేది.

ఆంధ్ర దేశములో గాంధీ మహాత్ముని ఉద్యమములో చాలమంది కమ్మ యువకులు చేరారు. వీరి వల్ల దేశంలో జాతీయ ఉద్యమానికి చాల పట్టు చేకూరింది. పట్టాభి సీతారామయ్యగారు ఈ యువకులను ముందు పెట్టుకుని తాను వెనుకనుండి కార్యక్రమాలు నిర్వహించేవారు. గొట్టిపాటి బ్రహ్మయ్య గారు తమ స్వీయ చరిత్రలో రాజకీయ పరిజ్ఞానమునుపయోగించే జాతీయోద్యమానికి

[18] కాంగ్రెస్సు లోనే అతివాదలు, మిదవాదలు

దోహదం చేసిన విషయంచేప్పారు.(చూ పుటలు118-119). 1930-40 మధ్య జరిగిన రైతు ఉద్యమ చరిత్రను వారు తమ గ్రంథంలో వివరించారు(చూ పుటలు 159-173).

1923లో తూర్పుగోదావరి, కృష్ణాజిల్లాలను ఖద్దరు కేంద్రస్థానంగా ఏర్పరచినప్పుడు గొట్టిపాటివారు అధ్యక్షులుగాను, పట్టాభిగారు కార్యదర్శిగానుండేవారు. కృష్ణాజిల్లా బోర్డును కాంగ్రెస్సు స్వాధీనం చేసుకోడానికి చేసిన ప్రయత్నంలో గొట్టిపాటి బ్రహ్మయ్యగారికి కొల్లిపర.....నాయడుగారికి పోటీజరిగింది.

1929 సం లో రిసెటిల్మేంటు....... ఆచార్య రంగా గారు కిసాన్ సంఘమును స్థాపించారు.

కృష్ణా జిల్లాలో జాతీయోద్యమములో ఈ రైతు ఉద్యమమొక భాగమైనది. కృష్ణాజిల్లా లో రైతు ఉద్యమము జమిందారీ రైతు ఉద్యమమే జమీందారి రద్దుకు దారితీసినది. ప్రకాశం కమిటీ వారి విచారణలో రైతులే భూస్వాములని సాక్ష్యాలిచ్చారు. అప్పట్లో.వచ్చి1939సం.లో కాంగ్రెస్సు మంత్రి వర్గం రాజీనామా చేయవలసి వచ్చింది. అటుతరువాత ఆ బిల్లు శాసనమైనది.

ఆరణివారి చరిత్ర

శ్రీ ఆరణి విఠలరావు గారు విజయవాడ న్యాయవాది. దేశస్థమాధ్వ వేపారి పంతులు. నా మిత్రులు. తమ కుటుంబ చరిత్రను గూర్చిన సంగతులు చెప్పినారు:-

మహారాష్ట్ర దేశంలో బొంబాయి నుండి గోవా వరకు గల దేశము కొంకణము. పశ్చిమమునకు నివసించే వారు కొంకణస్తులని దానికి చేరిన మైదాన ప్రదేశంలో నివసించువారు దేశస్థులని వ్యవహరింపబడినారు. ఈ దేశస్థ బ్రాహ్మణలు మొదట స్మార్తులే. విఠలరావు గారి పూర్వులు పునాహకు 30 మైళ్ల దూరంలో గల జెజూరీ(Jejuri) అనే గ్రామ కాపురస్తులు. ఆది ఖండొబా దేవును దివ్యక్షేత్రం. అక్కడ దైవం ముఖ్య చిహ్నం ఒక ఖడ్గము-లింగము. ఆ దైవము మహాదేవుడు శివుని కుమారుడైన స్కాంధుడని,మార్తాండుడని అంటారు. ఖాండోబా విఠలరావు గారి పూర్వుల కులదైవము.

దేశస్థులలో కొందరు మాధ్వ మతము స్వీకరించారు. అందువల్ల ఇప్పుడు దేశస్థులలో స్మార్తులు, మాధ్వులు అని రెండు తెగల వారు ఉన్నారు. మాధ్వ మతము అంగీకరించినా తమ కుటుంబము వారిప్పటికీ ఖండోబానారాధిస్తారు. వివాహములలో గౌరీ పూజ చేస్తారు. వివాహంలో నూనె గుడ్డల వాళ్ళని పిలిపించి భజన చేయించి వారిని సత్కరిస్తారు. వారు మహారాష్ట్ర దేశంలోని ముఖ్యమైన దైవములైన ఖండోబాను, కొల్హాపూర్ మహాలక్ష్మిని,తుల్జాపూర్ భవానిని ఇంకా ఇతర దైవములను ఆవాహన చేస్తారు.

ఈ నూనె గుడ్డల వాళ్ళూ మహారాష్ట్ర దేశం నుంచి వచ్చిన వాళ్లే. వీళ్ళు ఒక పెద్ద కాళ్ళదాకా జీరాడే అంగీ ధరిస్తారు. కుంకుమ బొట్టు పెట్టుకుంటారు. వీరిని గూర్చి పరిశోధించగా వీరు ఖండోబాకు దత్తము చేయబడిన వివిధ కులాలకు చెందిన వాళ్లని తెలుస్తున్నది. వీరిని మహారాష్ట్రలో Vahes or Vajhyas అంటారు. వీరు పసుపుతో నిండిన ఒక తోలు సంచీ, ఒక అక్షయపాత్ర (Bowel), ఒక కొరడా(whip), నూనె డబ్బా (oil can) ,ఒక చిన్న drum, పసుపు పచ్చని ....వోలు (scarf) ధరించి వీధులవెంట తిరిగి అడుక్కుంటారు. రాష్ట్ర భక్తి గీతములు, అభంగములు పాడుతారు. భజన చేస్తారు. దేవాలయములలో వీరు సేవ చేస్తారు. దీపమాలలో నూనె పోస్తారు. వీరిలో కొందరు తుల్జాపూరు భవాని సంప్రదాయం స్వీకరించి గవ్వల పేర్లు, గవ్వల....ములు ధరిస్తారు. పూజ చేస్తారు.

దిగవల్లి వేంకట శివరావు

పూర్వము ఛత్రపతి శివాజీ సైన్యముతో విఠలరావు గారి పూర్వులు జెజూరి నుంచి వచ్చి ఉత్తర ఆర్కాటులో అరణి తాలూకాలో సత్యవిజయ పురములో స్థిరపడ్డారు. ఆరణి జాగిర్దారుడు మహారాష్ట్ర దేశస్థ మాధ్వుడే.

విఠల రావు గారి పూర్వులలో ఆయన పితామహుడైన నరసింహారావు గారు కడపలో జిల్లా అదాలత్ కోర్టులో ప్లీడరుగా ఉండే వారట. ఆయనను అక్కడివారు అరణివారనేవారు. అందువల్ల వీరి ఇంటిపేరు ఆరణివారైనారు. నరసింహారావు గారు ఆరణిలో ఒక పెద్ద బావి త్రవ్వించారట.

నరసింహారావుగారికి విఠలరావు,అన్నాజీరావు అని ఇద్దరు కుమార్లు. అన్నాజీరావు గారి భార్య విఠలరావు గారిని నిరుద్యోగి అని ఎగతాళి చేయగా ఆయన తన 20వ ఏట కడప గ్రామం వదిలి కాకినాడ వచ్చి కలెక్టర్ కచేరిలో ఒక చిన్న గుమస్తాగా చేరినాడట. ఆయన క్రమ క్రమంగా 1856 నాటికి హుజూరు శిరస్థదారుడైనాడు. ఆయనకు నారాయణరావు సర్వోత్తమరావు, రఘునాథరావు అను ముగ్గురు కుమారులు. రఘునాథ రావు గారు 1856 సంవత్సరంలో జన్మించి 1918 సంవత్సరంలో తమ 62వ ఏట చనిపోయారు. ఆయన రెండవ కుమారుడే బెజవాడ వకీలు,విఠలరావుగారు. రఘునాధరావు గారు కాకినాడలోనే జన్మించారు. అక్కడనే చదివినారు. ఆయన బందరులో మూడు నెలలు ఫస్ట్ గ్రేడ్ ప్లీడర్ గా ప్రాక్టీస్ చేస్తూ ఉండగా ఆయన మొదటి భార్య తండ్రి నెల్లూరు జిల్లా జడ్జి అయిన Alexander Mackenzie నాశ్రయించి సిఫారసు తీసుకొనుట వలన కృష్ణా జిల్లాజడ్జి ఆయనకు మునసబు ఉద్యోగం ఇచ్చారట.

రఘునాథరావు గారి మొదటి భార్య సీతాబాయమ్మ తండ్రి సుబ్బాజీ కృష్ణారావు గారు. ఆయన పితామహుడు రాయ రెడ్డిరావుగారు. ఆయన ఆర్కాట్ నవాబుకి దివాను. ఆయనను రాయిజీ అనేవారు. ఆయన కుంభకోణంలో దేశస్థ బ్రాహ్మణులకొక అగ్రహారం --ఇచ్చినాడు. అది ఇప్పటికీ వుందట. రెడ్డిరావు అనేది మహారాష్ట్రలో తిరుపతి వెంకటరమణ స్వామికి పేరట. రాయ అనేది బిరుదు. మాధవరావు గారి కుంభకోణం వారి పూర్వులకు రాయ రాయ అనే బిరుదుండేదట.Sir T. మాధవరావు గారు కుంభకోణంలో పుట్టినారు. వారి పూర్వులకు రాయ రామరాయ బిరుదున్నట్లు వారి చరిత్రలో ఉన్నది.విఠల రావు గారి మామగారు తంజావూరు రాజారాం పంతులు.

పుస్తకములో ప్రస్తావించిన ప్రముఖులు

Alexander Gordon Cordew, 95,96,118
Alexander Mackenzie, 143
Arnold Toynbee,129
Charles Gerorge Todhunter, 95
Durgabai Deshmukh,72
Freikenberg, 137
Jagdish Chandra Bose,73
Malaviya Madan Mohan, 75
Montgomery(Robert), 75,136
Motichand(Sir Rajah),73
Prafullachandra Ray73
Scot J.S,117
Sim.M.A,116
Siva Swami Iyer(Sir), 73,75
Tej Bahadur Sapru(Sir), 73
Vincent Smith,134
అక్కిరాజు ఉమాకాన్త విద్యాశేఖరుల, 92
అక్షంతల కుప్పమ్మ, 71,84
అజిజుద్దీన్, 116
అడవి కృష్ణయ్య, 79
అడవి బాపిరాజు, 79
అత్తిలి సూర్యనారాయణ, 3
అనటపల్లి నారాయణరావు, 43
అని బీసెంట్, 28–30,38,71,94,126
అన్నే పరశురామ్ పాత్రొ,96,97
అప్పల సుబ్బారావు, 55
అయ్యంకి వెంకటరమణయ్య, 89
అయ్యగారి శివరామయ్య,15
అయ్యదేవర కాళేశ్వర రావు, 4,19,39,40,43,48,86
అరవింద ఘోష్, 18
అలెగ్జాండర్ కార్డ్యూ, 95
ఆంస్టిల్, 116
ఆచంట నాగరాజు, 79
ఆత్మకూరి గోవిందాచార్లు, 61
ఆదిపూడి సోమనాధ రావు, 4
ఆదిభట్ల నారాయణదాసు, 123
ఆనంద గజపతి రాజు,26
ఆపస్తంభుడు,35
ఆరణి విఠలరావు, 142
ఆరోగ్యస్వామి ముదలియారు,101
ఆర్కాట్ నారాయణ స్వామి మొదలియార్(రావ్ బహద్దర్), 84
ఆవుల చినపార్ధసారధి నాయుడు,37,118,119,123

దిగవల్లి వేంకట శివరావు

ఆల్కాట్ (కర్నల్),27,28
ఇలియట్ (Walter),136,137
ఉన్నవ లక్ష్మీనారాయణ, 43,48,50,100
ఎన్మరుగేశ పిళ్ళె. టి,127
ఏలూరి లక్ష్మీనరసింహం, 120
కట్టమంచి కొలంద రెడ్డి, 140
కట్టమంచి రామలింగా రెడ్డి, 98,102
కనుపర్తి శ్రీరామ మూర్తి, 3
కన్నెపల్లి లక్ష్మీనరసింహం, 44
కర్జన్,18
కర్కడు, 34
కల్లూక భట్టు,35
కందుకూరి వీరేశలింగం(రావ్ బహద్దర్),2,7,8,11,26,120
కాటూరి వెంకటేశ్వరరావు, 92,104
కాదంబరి జోగారావు,60
కానూరు దామోదరయ్య,139
కానూరు వెంకట దాసయ్య, 139
కామరాజు హనుమంతరావు, 2,5,6,140
కామాని వెంకటచలపతయ్య, 139
కారుమాని వీరభద్ర స్వామి, 3
కారుమాని కామరాజు, 3
కార్ద్యా,96
కావలి వెంకటపతిరావు, 113
కాశీనాధుని నాగేశ్వరావు, 30
కుందూరి వెంకటరత్నం, 3,11
కుమార్ రెడ్డి నాయుడు, 100
కురుగంటి సీతారామయ్య, 44
కూర్మా వెంకటరెడ్డి నాయుడు, 96
కూల్ డ్రే, 51
కృత్తివెంటి పేరాజు, 125
కేశవ చంద్రసేను, 10,11,133

కేశవ పిళ్లె, 38,115–118
కేసరి.కె.వి.ఎన్,118
కొండపల్లి రామకృష్ణ ప్రసాద్, 42
కొండపల్లి రామచంద్ర రావు, 48
కొండా వేంకటప్పయ్య(దేశభక్త), 18,39,40,41
కొండెపూడి సుభద్ర రావు, 54
కొంపెల్ల కృష్ణారావు, 20
కొక్కొండ వెంకటరత్నం పంతులు, 119
కొదాలి శివరామకృష్ణారావు, 139
కొదాలి ఆంజనేయులు, 101
కొమర్రాజు అచ్చమాంబ(డా), 60
కొమర్రాజు లక్ష్మణారావు, 19,33,89
కోటంరాజు పున్నయ్య, 4
కోలవెన్నురామకోటేశ్వరరావు, 125
కోలాచలం వెంకటరావు, 117
క్రాడన్, 118
క్షీరసాగరం, 104
గంగాధర రామారావు, 103
గజవల్లి రామచంద్రరావు, 99
గరిమెళ్ల సత్యనారాయణ, 44–48,100
గాంధీ మహాత్ముడు, 29,39,40,71,120,134
గాజుల లక్ష్మీనరసింహాశెట్టి, 37,38,119
గాడిచర్ల హరిసర్వోత్తమ రావు, 17,19,20
గుందుమెడ బాపమ్మ, 81
గుడిపాటి వెంకటచలం, 4,5,14
గుత్తి కేశవ పిళ్లె, 114
గుమ్మిడిదల సుబ్బారావు,41
గుమ్మిడిదల దుర్గాబాయి, 72
గురజాడ అప్పారావు, 125,
గూడూరి వియ్యన్న, 103,104

జ్ఞాపకాలు (2వ భాగం)

గొట్టిపాటి బ్రహ్మయ్య, 42,140
గోడే గజపతి రావు, 1
గోడే నారాయణ జగపతి, 26
గౌతముడు, 35
ఘంటసాల సీతరామ శర్మ(డా), 68,86,89,103
చాగంటి సన్యాసి రాజు, 59
చాగంటి సూర్యనారాయణ మూర్తి(డా), 108
చాగంటి రాజేశ్వరరావు,112
చిలకమర్తి లక్ష్మీనరసింహం, 3,7,64,123-125
చందూరి వెంకట రెడ్డి, 104
చెన్నుప్రగడ భానుమూర్తి, 4
చెరుకుపల్లి బుచ్చిరామయ్య, 15,78,85
చెరుకుపల్లి వెంకటప్పయ్య, 44,67
చెరుకువాడ నరసింహం, 42,101
చెళ్యపిళ్ళ వెంకట శాస్త్రి, 103-107
ఛార్లెస్ బ్రాడ్లా, 28
ఛెమ్ను ఫర్దు, 29
జయంతి రామయ్య, 127
జార్జి అరుందేలు, 29,30
జొన్నలగడ్డ సత్యనారాయణ మూర్తి, 61
టంగుటూరి ప్రకాశం, 39,43,89
టంగుటూరి శ్రీరాములు, 3
టోయన్బీ (Arnold Toynbee), 129
టాడ్ హంటర్,95
తల్లాప్రగడ సుబ్బారావు, 27,28,114
తాడేపల్లి రామచంద్ర రావు, 112
తిక్కని బాలాజీ రావు నాయుడు, 98
తిమ్మరాజు వెంకట శివరావు పంతులు, 125
తిరువాన్కూరు మహారాజు, 119
తుర్లపాటి వెంకటేశ్వర రావు, 48

దంటు వీరరాఘవులు, 101
దామరాజు పుండరీకాక్షుడు, 101
దావులూరు ఉమామహేశ్వరరావు, 51
దావులూరు ప్రసాదరావు, 51
దాసు గంగరాజు, 81
దాసు నారాయణరావు, 18
దాసు మధుసూధన రావు, 66
దాసు విష్ణు రావు, 81
దాసు శ్రీరాములు, 81
దిగవల్లి వెంకటరత్నం, 63
దిగవల్లి వేంకట శివరావు, 103
దిగవల్లి సుబ్బారావు(డా), 58,64
దివాకర్ల వెంకటావధాని, 61,91
దుగ్గిరాల రాఘవ చంద్రయ్య, 89-91
దుగ్గిరాల గోపాలకృష్ణయ్య(ఆంధ్ర రత్న), 39,100
దుల్లా రాజమ్మ, 81
దుల్లా సీతారామయ్య, 81
దేవులపల్లి కృష్ణశాస్త్రి, 50
దేవేంద్ర సత్యార్థి, 48-51
దేవేంద్రనాథ ఠాగూరు, 1
దేశిరాజు పెద్దబాపయ్య, 2-4,6
ధార్వాడ కృష్ణారావు, 3,116
నందూరి మూర్తిరాజు, 55
నడింపల్లి లక్ష్మీనరసింహ, 40
నవాబ్ రజాఖాన్, 118
నార్ల వెంకటేశ్వర రావు, 101,140
నాయర్ టి.ఎమ్,30
నాయర్ ఎ.ఎన్,95
నాళం కృష్ణారావు, 3
నికోల్సన్, 118
నిడదవోలు వెంకట్రావు, 61

కస్తూరి విజయం | 146

దిగవల్లి వెంకట శివరావు

నీలం సంజీవరెడ్డి, 90
నుదురుపాటి వెంకన్న, 127
న్యాపతి సుబ్బారావు, 37,39,121,124-126
పట్టు కేశవ పిళ్లె, 115
పత్తి కేశవ పిళ్లె, 37,120
పనస్పాకం అనంతా చార్యులు,37, 113,114,119,124
పరమేశ్వర పిళ్లె, 38
పరశురామ పాత్రో, 96
పాటిబండ అప్పారావు, 103
పాటిబండ మాధవ శర్మ, 92
పాటిబండ వెంకటరమణయ్య, 114,
పానుగంటి రామరాయణిం, 118
పాలకోడేటి గురుమూర్తి, 3
పాలపర్తి నరసింహం, 4
పాత్రో.ఎ.పి,97
పింగళి వెంకయ్య, 130
పిట్టి త్యాగరాజు సెట్టి, 95,96
పిఠాపురం వీరన్న, 55
పిఠాపురం రాజా, 1,2,6,8,14
పురాణం సుబ్రహ్మణ్య శర్మ, 14
పూడిపెద్ది కాశీ విశ్వనాథ శాస్త్రి, 101
పెద్ది నాయుడు, 97
పోలిశెట్టి ఆదినారాయణ మూర్తి, 101
ప్రతాప చంద్ర మజుందారు, 133
బదరుద్దీన్ త్యాబ్ జీ, 119,123
బలిజేపల్లి లక్ష్మీ కాంతం, 101
బసవరాజు గవర్రాజు, 120
బాదరి, 34
బిపిన్ చంద్రపాల్, 7,17-19,140
బుద్ధవరపు నారాయణమూర్తి, 49

బుద్ధిరాజు కాంతమ్మ, 57
బుద్ధిరాజు మూర్తి రాజు, 57
బులుసు సాంబమూర్తి, 39,40,89
బూర్గుల రామకృష్ణారావు, 91
బెండపూడి పేర్రాజు(డా), 57-63
బెండపూడి సుబ్బారావు, 60

బెల్లు.C.D.S,72
బేతపూడి శరభయ్య, 104
బొచ్చు పెదనాయుడు, 140
బొద్దపాటి పూర్ణయ్య, 5,63,79,81-88
బొద్దపాటి వెంకటరామయ్య, 81,82
బొద్దపాటి సీతాబాయమ్మ, 63,79-81
బొద్దపల్లి రామయ్య, 4
బొప్పిడి వెంకటప్పయ్య, 3
బొబ్బా పద్మనాభయ్య, 139
బోడి నారాయణరావు, 20
బ్రహ్మజోస్యుల సుబ్రహమణ్యం(డా), 67
బ్లవస్కీ, 27
భగవాన్ దాస్, 28
భారతం సోమయాజులు, 54
భోగరాజు పట్టాభి సీతారామయ్య, 37-44,91,100,123,125,140
మంజూలూరి సీతారామయ్య, 83
మతుకుమల్లి సుబ్బారావు, 4
మద్దరి అన్నపూర్ణయ్య, 101
మన్నవ బుచ్చయ్య పంతులు, 1,10
మల్లాది వెంకటేశ్వర్లు, 4
మాంట్గోమరి, 137
మాంటేగు, 29,99
మాణిక్యం పిళ్లె,115
మాగంటి సీతారామయ్య, 98

మాడమ్ బ్లవస్కీ, 27
మాధవపెద్ది కవి, 101
మాధవరావ్ టి(సర్), 27,38,119
మామిడిపూడి వెంకటరంగయ్య, 39
మారెళ్ల సోమేశ్వరరావు, 55
మార్క్ హంటర్, 19
మితాక్షరి, 35
మిర్జాపురం రాజా, 86
ముక్కమల లక్ష్మీనరసింహం, 81
ముట్నూరి కృష్ణారావు, 19–21,42,140
ముదిగంటి భార్గవ శర్మ, 101
ముప్పిడి వెంకయ్య, 58
మేదూరి రామమూర్తి, 101
మొక్కపాటి రామ్మూర్తి, 5
మొచర్ల రామచంద్ర రావు(సర్), 11,98,117
యల్లంరాజు రామచంద్ర రావు, 72
యాజ్ఞవల్కుడు, 35
యెర్నేని తోవయ్య, 139
రంగనాధ మొదలియార్,101
రంగనాధ శాస్త్రి.సి.వి,113
రంగనాధ స్వామి, 130
రంగయ్య నాయుడు.పి,37,119,123
రంగదేవ రాయలు(అనగొంది రాజా) 127
రంగ (ఆచార్య N.G),141
రఘునాధరావు ఆర్(దివాన్ బహద్దర్), 27,28,117
రఘుపతి వెంకటరత్నం నాయుడు, 1,5,7,8,14
రవీంద్రనాథ్ ఠాగూరు, 33,92
రజాఖాం,118
రాజా రామమోహన రాయలు, 1,7

రాజేంద్ర ప్రసాద్, 42
రామాప్రగడ వెంకటరామయ్య, 3
రామారాయనం.పి, 96,99,100
రామస్వామి అయ్యర్, సి.పి,126
రాయప్రోలు సుబ్బారావు, 92
రిప్పన్ ప్రభువు, 115
ర్యాలీ సోమసుందరం, 83
లాలా లజపతి రాయ్, 17,18
లోకమాన్య తిలక్, 17,18,20,22,28,30,94,123
వద్దాది సీతారామాంజనేయులు, 101
వద్దాది సుబ్బారాయుడు, 6
వల్లూరి సూర్యనారాయణ రావు, 139
వాద్రేవు మల్లపరాజు, 51
వాద్రేవు రంగనాయకమ్మ, 83
వాద్రేవు రంగారావు, 83
వాద్రేవు వెంకట నరసింహారావు, 51–56
వాద్రేవు శ్రీరాములు, 51
వావిలాల వెంకట శివావధాని, 124
వారియర్ బి.పి,29,30
విక్టోరియా మహారాజ్ఞి,103
విజయనగరం రాజా వెంకట గిరిరావు, 119
విదుశేఖర భట్టాచార్యులు, 33
విల్లింగ్టన్, 95
విశ్వనాధ సత్యనారాయణ, 104
విస్సా అప్పారావు, 78,88
వీరరాఘవాచారియర్. యమ్,37
వెంకటరామ శాస్త్రి.R,102
వేదం వెంకటరాయ శాస్త్రి, 124
వేదాంతం వెంకట కృష్ణయ్య, 124
వేమూరి రామకృష్ణా రావు, 5
వేలూరి శివరామశాస్త్రి, 33,92,103

వేల్స్ యువరాజు, 66
వైజర్స్ సుబ్బారావు, 83
శనగపల్లి రామస్వామి గుప్తా, 124
శ్రీరంగ దేవరాయలు(అనగొంది రాజా),127
శివజ్ఞానం మొదలియార్ టి.డి,97
శివనాథ శాస్త్రి, 3,7
శివశంకర పిళ్ళె, 117
శ్రీపాద కామేశ్వరరావు, 44
శ్రీపాద కృష్ణ మూర్తి శాస్త్రి, 101
షౌకతాలీ, 39
సత్యవోలు గున్నేశ్వరరావు, 52
సయ్యద్ అహ్మద్ ఖాన్, 94
సర్వేపల్లి రాధాకృష్ణన్, 91

సింగరాజు వెంకట సుబ్బారాయుడు, 38,42,114
సుబ్బరాయనం.పి, 96,101
సుబ్రమణ్య అయ్యర్ .జి(సర్)19,29,30,37,114,117
సుబ్రహ్మణ్య భాగవతార్, 101
సుబ్రహ్మణ్య భారతి, 19
సురేంద్రనాథ్ బెనర్జీ, 18,124
సురేశ చంద్రసేను, 41
సూరపనేని చంద్రమౌళి(డా), 60
సేలం విజయ రాఘవాచార్లు, 115,116
హేమచంద్ర సర్కార్,3
హంటర్, 140
హరిసేతు రామయ్య, 127
హ్యూం.ఎ.ఒ 124

దిగవల్లి వేంకట శివరావు

జననం: కాకినాడ లో 1898, ఫిబ్రవరి 14.

చదువు:బి.ఎ., బి.ఎల్. రాజమండ్రి వీరేశలింగం హైస్కూలు(1910-1916), మద్రాసు ప్రెసిడెంసీ కాలేజి(1916-1920), మద్రాసు లా కాలెజి((1920-1922).

వృత్తి : విజయవాడలో ప్రముఖ న్యాయవాది(1922-1970).

వీరు అలనాటి తెలుగు రచయితలలో అగ్రగణ్యులు. చరిత్ర పరిశోధకునిగ గుర్తించబడిరి. 1928 నుండీ 1992 వరకు సుమారు 60 పుస్తకాలు రచించారు. వాటిలో 45 ప్రచురించబడినవి. వీరి వ్యాసములు సుమారు 300 వివిధ పత్రికలలో 1923 నుండీ 1988 వరకూ ప్రచురితమైనవి. స్వతంత్ర సమరములలో వీరి మీద 1930-33 మధ్య రెండు సార్లు బ్రిటిష్ ప్రభుత్వం వారిచే రాజద్రోహపు కేసులు పెట్టబడినవి. 1959 లో వీరి ఆఫ్రికా జాతీయోద్యమమను పుస్తకమును భారత రాష్ట్రపతి డా. బాబు రాజేంద్ర ప్రసాదు గారు ఆవిష్కరించిరి. 1966 లో రాష్ట్ర ప్రభుత్వముచేత సన్మానింపబడిరి. బ్రిటిష్ ఇండియా యుగం 18,19 శతాబ్దాలనాటి చరిత్రలు వీరి ప్రత్యేకత. 1960 దశాబ్దములో రాష్ట్ర ప్రభుత్వం ప్రచురించిన తెలుగు పరిభాష (గ్లాసరీ) నిఘంటువు సంకలన సభ్యులు.

వీరి రచనలు, వ్యాసములు అనేక చరిత్ర పరిశోధకులు పి.హెచ్.డి పొందుటకు తోడ్పడుచున్నవి. ఏనుగుల వీరస్వామయ్య గారి కాశీయాత్ర చరిత్ర వీరి పరిశోదనా పటిమకు నిదర్శనం.

మరణం: భోపాల్, మధ్య ప్రదేశ్ లో 1992, అక్టోబరు 3.

★★★

ఎడిటర్ డా. దిగవల్లి రామచంద్ర: జననం 1943. M.Sc (IARI Soil Science).,Ph.D (Agronomy). విశ్రాంత AGM, Bank of India. 2015 సం. నుండి వారి తండ్రిగారి రచనలు సంకలనం చేయుచున్నారు.

KASTURI VIJAYAM

📞 00-91 95150 54998
KASTURIVIJAYAM@GMAIL.COM

SUPPORTS

- **PUBLISH YOUR BOOK AS YOUR OWN PUBLISHER.**

- **PAPERBACK & E-BOOK SELF-PUBLISHING**

- **SUPPORT PRINT ON-DEMAND.**

- **YOUR PRINTED BOOKS AVAILABLE AROUND THE WORLD.**

- **EASY TO MANAGE YOUR BOOK'S LOGISTICS AND TRACK YOUR REPORTING.**

www.ingramcontent.com/pod-product-compliance
Lightning Source LLC
LaVergne TN
LVHW032011070526
838202LV00059B/6394
* 9 7 8 8 1 9 6 4 8 7 2 2 5 *